എഴുത്തുകാരന് പറയാനുള്ളത്

സക്കറിയ

അഭിമുഖം
എഴുത്തുകാരന് പറയാനുള്ളത്
എഴുത്ത് • രാഷ്ട്രീയം • കാലം

സക്കറിയ

ഗ്രീൻ ബുക്സ്

green books private limited
gb building, civil lane road, ayyanthole,
thrissur- 680 003, kerala, ph: +91 487-2381066, 2381039
website: www.greenbooksindia.com
e-mail: info@greenbooksindia.com

malayalam
ezhuthukaranu parayanullathu
interview
by
zacharia

first published july 2017
copyright reserved

cover design : rajesh chalode

branches:
thrissur 0487-2422515
palakkad 0491-2546162
kannur 0497-2763038
thiruvananthapuram 8589095301

isbn : 978-93-86440-64-8

---

no part of this publication may be reproduced,
or transmitted in any form or by any means,
without prior written permission of the publisher.

GBPL/935/2017

മുഖക്കുറി

ശരിയായ ചരിത്രബോധം, പരിസ്ഥിതിബോധം ഇവ യൊന്നുമില്ലെങ്കിൽ ആധുനികനാകാൻ കഴിയില്ലെന്നും മതപരമായ സങ്കീർണതകളും വിക്ഷോഭങ്ങളുമുള്ള നമ്മുടെ സമൂഹത്തിൽ സർഗ്ഗാത്മക വിമർശനവും പ്രതി കരണവും വേണ്ടത്ര ഉണ്ടാവുന്നില്ലെന്നും സക്കറിയ ഖേദം കൊള്ളുന്നു. സക്കറിയ പ്രതികരിച്ചതുപോലെ പ്രതികരി ക്കാൻ ആധുനിക എഴുത്തുകാരിൽ ഇന്ന് എത്ര പേർ ധൈര്യപ്പെടുന്നുണ്ട്? സക്കറിയ എന്ന എഴുത്തുകാര ന്റെയും സാമൂഹിക വിമർശകന്റെയും പ്രസക്തമായ സംഭാഷണങ്ങളുടെ പുസ്തകം.

കൃഷ്ണദാസ്
മാനേജിങ് എഡിറ്റർ

ഉള്ളടക്കം

ഇനി ആ ഇടം ഇല്ല
പി. ജയലക്ഷ്മി – സക്കറിയ 09

എഴുത്തിന് ഇങ്ങനെയൊരു
അറിവ് ആവശ്യമാണ്
എ.കെ. അബ്ദുൽ ഹക്കീം – സക്കറിയ 23

സരിതയെ കൈവെയ്ക്കാൻ
കഴിഞ്ഞില്ല എന്ന വിഷമം
പി.എം. ബിനുകുമാർ – സക്കറിയ 43

യൂണിയനുകളുടെ
ഒന്നാമത്തെ ജോലി
പി.എം. ബിനുകുമാർ – സക്കറിയ 57

എന്റെ സമരം
ജനങ്ങളുടെ നെഞ്ചത്താണ്
റോസി തമ്പി – സക്കറിയ 64

മതം ചെന്നുതൊടാത്ത
ഒരു സാധനവുമില്ല
പ്രദീപ് പനങ്ങാട് – സക്കറിയ 72

എല്ലാം നഷ്ടമാവാനുള്ളത്
ജനങ്ങൾക്കു മാത്രമാണ്
എൻ. സുഗതൻ – സക്കറിയ 90

കഥയെഴുതുന്ന ഞാൻ
ജനാധിപത്യവാദിയായിരിക്കണം
കെ. കണ്ണൻ – സക്കറിയ 114

മനസ്സിനെ ചെറുപ്പമാക്കി വെയ്ക്കണം
സുനിൽ സി.ഇ. – സക്കറിയ 138

ഇനി ആ ഇടം ഇല്ല
പി. ജയലക്ഷ്മി - സക്കറിയ

ആഗോളീകരണം, സാംസ്കാരികമായ അപചയങ്ങൾ. രാഷ്ട്രീയ സാമൂഹികമണ്ഡലങ്ങളിലെ ജീർണതകൾ എന്നിവയുടെ പശ്ചാത്തലത്തിൽ എഴുത്തുകാർ മുന്നോട്ടുവയ്ക്കേണ്ട രാഷ്ട്രീയം എന്തായിരിക്കണമെന്ന് ചോദിച്ചപ്പോൾ സക്കറിയ പറഞ്ഞു:

എഴുത്തുകാർ മുന്നോട്ടുവയ്ക്കേണ്ട രാഷ്ട്രീയം ഇവിടത്തെ രാഷ്ട്രീയ പാർട്ടികളുടെ രാഷ്ട്രീയമായിരിക്കരുത്. ആ രാഷ്ട്രീയം അവരുടെ അധികാര അജണ്ടയുടെ രാഷ്ട്രീയമാണ്. എഴുത്തുകാരെ സംബന്ധിച്ചിടത്തോളം അവർ അവരുടെ മണ്ഡലത്തിൽ നിന്നുകൊണ്ട്. ചിന്തയുടേയും ചരിത്രബോധത്തിന്റേയും പൗരനോടുള്ള പ്രതിബദ്ധതയുടേയും മണ്ഡലത്തിൽ നിന്നുകൊണ്ട്, സ്വതന്ത്രമായിട്ട് എഴുത്തുകാരൻ നിർമിക്കുന്ന ഒരു ചിന്താപദ്ധതിയായിരിക്കണം അവന്റെ രാഷ്ട്രീയം. അത് തീർച്ചയായും എല്ലാ അധികാരപദ്ധതികളേയും ചോദ്യം ചെയ്യുകയും എതിർക്കുകയും ചെയ്യുന്നതായിരിക്കണം. മതത്തിന്റെ അധികാരം, രാഷ്ട്രീയപാർട്ടികളുടെ അധികാരം, ഉദ്യോഗസ്ഥ മേധാവിത്വത്തിന്റെ അധികാരം, മാധ്യമങ്ങളുടെ അധികാരം... കേരളം പോലെയൊരു സമൂഹത്തിൽ ഇവരെയാണ് നമ്മൾ ഏറ്റവും ഭയപ്പെടേണ്ടത്. ഇവരാണ് ഏറ്റവും കൂടുതൽ ജനങ്ങളുടെമേൽ ഒരുതരം സ്വേച്ഛാധിപത്യം നിർമിച്ചുവച്ചിരിക്കുന്നത്. മതത്തിന്റെകൂടെ ജാതിയുംകൂടി പെടും.

അപ്പോൾ എഴുത്തുകാരന്റെ രാഷ്ട്രീയം എന്നു പറയുന്നത് ഈ അവസ്ഥ മനസ്സിലാക്കി ജനങ്ങളുടെ പക്ഷത്തുനിന്നുകൊണ്ട് ഈ കൂട്ടരെ ചോദ്യം ചെയ്യുകയും കഴിയുമെങ്കിൽ തിരുത്താൻ ശ്രമിക്കുകയുമാണ്. തിരുത്തുവാനുള്ള ശക്തി എഴുത്തുകാർക്കുണ്ടെന്ന് എനിക്കു തോന്നിയിട്ടില്ല. കാരണം, അത് എഴുത്തുകാരന്റെ ഉള്ളിൽ നിന്നുവരണം. പക്ഷേ, അവന്റെ മനസ്സാക്ഷിക്കനുസരണമായി പറയാൻ കഴിയണം. ഇതിനു വേണ്ടി ഇവരുടെയെല്ലാം രാഷ്ട്രീയം മനസ്സിലാക്കി - മതങ്ങളുടെ രാഷ്ട്രീയം, ജാതികളുടെ രാഷ്ട്രീയം, മാധ്യമങ്ങളുടെ രാഷ്ട്രീയം - ഇതിനൊക്കെ പുറത്തുനിന്നുകൊണ്ടുള്ള സ്വതന്ത്രമായിട്ടുള്ള രാഷ്ട്രീയമായിരിക്കണം എഴുത്തുകാരന്റേത്.

എഴുത്തുകാരന് പറയാനുള്ളത്

- എഴുത്തുകാരുടെ ഭാഗത്തുനിന്നുള്ള തിരുത്തലുകൾ, ഇടപെടലുകൾ... കേരളത്തിൽ ഉണ്ടായിട്ടില്ലേ?

ഉണ്ട്. വളരെയധികം ഉണ്ടായിട്ടുണ്ട്. പക്ഷേ, എന്ന്? നവോത്ഥാന കാലത്ത്.

നാണുഗുരുവിനെ ചിന്തകനും സാഹിത്യകാരനുമായി കാണുന്ന യാളാണ് ഞാൻ. അതിമനോഹരമായി കവിതയെഴുതിയിരുന്നു എന്നതുകൊണ്ടു മാത്രമല്ല. ഒരു മതേതരഭാവന നിർമിച്ചതുകൊണ്ടു കൂടിയാണ്. കുമാരനാശാന് നാണുഗുരുവിന്റെ ചുവടുപിടിച്ച് ഒരു എഴുത്തുകാരൻ എന്ന നിലയിൽ മാറ്റങ്ങൾ വരുത്താൻ പറ്റി. അന്ന് ജാതിപരമായ പിടിമുറുക്കമേ ഉണ്ടായിരുന്നുള്ളൂ. പക്ഷേ, അന്ന് ഇതു പോലെ മതപരമായ പിടിമുറുക്കമോ രാഷ്ട്രീയപ്പാർട്ടികളുടെ പിടി മുറുക്കമോ ഉണ്ടായിട്ടില്ല. സ്വാതന്ത്ര്യത്തിനു മുമ്പുള്ള ആ കാലഘട്ട ത്തിൽ നവോത്ഥാന ചിന്ത ഉയർന്നുവന്നപ്പോൾ കേസരി ബാല കൃഷ്ണപിള്ള, സഹോദരൻ അയ്യപ്പൻ, സ്വദേശാഭിമാനി, തകഴി, കേശവദേവ്, ബഷീർ, പൊൻകുന്നം വർക്കി തുടങ്ങിയ ചിന്തകരും എഴുത്തുകാരും പത്രപ്രവർത്തകരുമൊക്കെയുണ്ടായിരുന്നു. അന്ന് അവർക്ക് ഈ സമൂഹത്തിൽ ഒരു ഇടമുണ്ടായിരുന്നു. ആ ഇടം ഉപയോഗിച്ച് അന്നവർക്ക് മാറ്റങ്ങളും ചലനങ്ങളും സൃഷ്ടിക്കാൻ കഴിഞ്ഞു. കേരളത്തിൽ ഒരു പുരോഗമന സമൂഹമുണ്ടായതിന്റെ പിന്നിൽ എഴുത്തുകാരുടെ ശക്തി വളരെ വലുതായിരുന്നു എന്നു പറഞ്ഞത് ശരിയാണ്.

പക്ഷേ, ഇന്ന് ആ ഇടം അപ്രത്യക്ഷമായിരിക്കുന്നു. കാരണം. ആ നവോത്ഥാനം തകർക്കപ്പെട്ടു. എഴുപതുകളോടും എൺപതുകളോടും കൂടിയൊക്കെ മാധ്യമങ്ങൾ മുൻകൈയെടുത്തുനിന്ന് ആചാര ങ്ങളുടേയും അനുഷ്ഠാനങ്ങളുടേയും അന്ധവിശ്വാസത്തിന്റേയും പുനഃപ്രതിഷ്ഠകൾ നടത്തി ആ നവോത്ഥാനത്തെ തകർത്തു. എല്ലാ അന്ധവിശ്വാസങ്ങളും തിരിച്ചുവന്നു. എല്ലാത്തരം ജാതിചിന്തകളും തിരിച്ചുവന്നു. രാഷ്ട്രീയപ്പാർട്ടികളും മാധ്യമങ്ങളും ഒരുമിച്ചു നിന്നു കൊണ്ട് ചെയ്തതാണിത്. ഇവർക്കെല്ലാം സമൂഹത്തിൽ അധികാരം വേണമായിരുന്നു. അധികാരത്തിനുള്ള ഏകമാർഗം ഈ തരത്തിൽ മലയാളികളുടെ കഴുത്തിൽ കുത്തിപ്പിടിത്തം പിടിക്കുക എന്നതായി രുന്നു. സങ്കുചിതമായ കോണുകളിലേക്ക് ആളുകളെ തള്ളിനീക്കി അവരെ പിടികൂടുക, അപ്പോൾ അധികാരം കിട്ടും. ഇതാണ് അവർ ചെയ്തത്. അങ്ങനെ എഴുത്തുകാർക്കും ചിന്തകർക്കും ഇവിടെ യുണ്ടായിരുന്ന ആ ഇടം രാഷ്ട്രീയപാർട്ടികളും മാധ്യമങ്ങളും അവരുടെ കൂടെ നില്ക്കുന്ന ജാതി-മത-സാമ്പത്തിക ശക്തികളും കൂടി പിടിച്ചെടുത്തു. ഇനി ആ ഇടം ഇല്ല.

- ഇതിൽനിന്നൊരു വിമോചനം ഇല്ലെന്നാണോ?

ഇതിൽനിന്ന് ഒരു വിമോചനം ഇല്ല. വിമോചനം ഉണ്ടാകണമെങ്കിൽ വിമോചനം നേടിയ സാമൂഹിക നേതൃത്വങ്ങൾ ഉണ്ടാകണം. ജനങ്ങളെ പൊതുവായിട്ട് പ്രബോധിപ്പിക്കണം: കേരളത്തിന് സംഭവിച്ചിരിക്കുന്നത് ഇങ്ങനെയൊക്കെയാണ്. ഇതു ശരിയല്ല, ഇതിനു മാറ്റമുണ്ടാക്കണം. രാഷ്ട്രീയപാർട്ടികൾ ജനങ്ങളുടെ സേവകരാണ്, യഥാർഥത്തിൽ ഓരോ ജനപ്രതിനിധിയും ജനങ്ങൾ നിയമിച്ച ഒരു ഉദ്യോഗസ്ഥൻ മാത്രമാണ്, അവൻ ജനങ്ങളുടെ മേലാളനല്ല, മത പുരോഹിതൻ ജനങ്ങളുടെ മേലാളനല്ല, ഒരു പുരോഹിതനും സന്ന്യാസിയും ആരും ജനങ്ങൾക്കുമേലെയല്ലെന്ന സന്ദേശം ജന ങ്ങളിൽ എത്തിക്കേണ്ടത് മാധ്യമങ്ങളാണ്. അതിനാണ് അവർക്ക് മാധ്യമസ്വാതന്ത്ര്യം കൊടുത്തിരിക്കുന്നത്. പക്ഷേ, അവർ അത് ദുരുപയോഗപ്പെടുത്തിക്കൊണ്ട് ജനങ്ങളെ വഞ്ചിച്ചുകൊണ്ടിരിക്കുക യാണ്. ജനങ്ങളുടെ കണ്ണിൽ പൊടിയിട്ട് അധികാരശക്തികളുടെ കൂടെനിന്ന്... ഇംഗ്ലീഷിൽ ഒരു ചൊല്ലുണ്ട്... Running with the hare and hunting with the dog... മുയലിന്റെ കൂടെ ഓടുക. ഒപ്പം വേട്ടപ്പട്ടി യുടെ കൂടെ അതിനെ വേട്ടയാടുക. രണ്ടും ഒരേ സമയം ചെയ്യുക. അതാണ് മാധ്യമങ്ങൾ ചെയ്യുന്നത്. വലിയ പ്രയാസമാണ്. ഇതിനു വേണ്ടി മഹാനായ ഒരു ജനനേതാവ് ജനിക്കണം. അതെപ്പോഴുണ്ടാ കുമെന്ന് പറയാൻ കഴിയില്ല.

• എഴുത്തുകാരുടെ പ്രതികരണശേഷിയെക്കുറിച്ച് ഏറെ ചർച്ച നടക്കുന്ന കാലമാണല്ലോ. സമൂഹത്തിലെ എതിർക്കപ്പെടേണ്ട പ്രവണത കൾക്കെതിരെ നിർഭയം പ്രതികരിക്കുന്ന വ്യക്തി എന്ന നിലയിൽ എഴുത്തുകാരൻ ആക്ടിവിസ്റ്റ് കൂടിയാകണമെന്നു വിശ്വസിക്കു ന്നുണ്ടോ?

ഇതിനൊരു നിയമമുണ്ടാക്കാൻ കഴിയില്ല. അത് ഓരോ എഴുത്തു കാരനും അവനവന്റെ മനസ്സാക്ഷിയോട് ചോദിക്കേണ്ട ചോദ്യമാണ്. ചിലർക്ക് അവരുടെ സ്വഭാവ രൂപീകരണം കൊണ്ടുതന്നെ അത് അസാധ്യമായിരിക്കും. അത്തരത്തിലൊരു പൊതുനിലപാട് സ്വീകരി ക്കുക, അതു പ്രഖ്യാപിക്കുക, അതിനെ ന്യായീകരിക്കുക, അതിനെ എതിർക്കുമ്പോൾ അതിനെതിരെയുള്ള വാദമുഖങ്ങൾ ഉയർത്തുക... അത് കഷ്ടപ്പാടുള്ള പ്രക്രിയയാണ്.

• അങ്ങനെ ചെയ്യാതിരിക്കുന്നത് എഴുത്തുകാരുടെ ഭീരുത്വമാണോ?

ഭീരുത്വമാണെന്ന് പറയാൻ കഴിയില്ല. അത് അവരുടെ സ്വഭാവമായതു കൊണ്ട് അവരുടെ വ്യക്തിത്വം അതിന് അനുവദിക്കുന്നില്ല. അവരെ ക്കൊണ്ട് അതിനു കഴിയില്ല. എനിക്കു പ്രസംഗിക്കാനറിയില്ലെങ്കിൽ അറിയില്ല, അത്രതന്നെ. പക്ഷേ, ഇതെല്ലാം സാധ്യമാണ്. പ്രതി കരണവും എതിർപ്പും സംവാദവും വാദവുമെല്ലാം വളരെ ശക്തമായി

ചെയ്യാൻ കഴിവുള്ളയാളുകൾ ഇതുപോലുള്ള പ്രശ്നങ്ങൾ വരുമ്പോൾ മൗനം പാലിക്കുമ്പോഴാണ് നമുക്കു സംശയം തോന്നുന്നത്. അവർ എന്തുകൊണ്ട് മൗനം പാലിച്ചുവെന്ന്. പക്ഷേ, സമൂഹം എല്ലാ ആദരവും എല്ലാതരത്തിലുള്ള പദവികളും കൊടുത്ത്, നിങ്ങൾ എന്തു പറഞ്ഞാലും ഞങ്ങൾ കേൾക്കാമെന്ന മട്ടിൽ കൈകൂപ്പി പിടിച്ചു നില്ക്കുമ്പോഴും ചില വ്യക്തികൾ ഒരു നിലപാട് സ്വീകരിക്കാത്തത് അദ്ഭുതമുണ്ടാക്കുന്നു.

- അവരുടെ വാക്കുകൾക്ക് സമൂഹത്തിൽ ചലനം സൃഷ്ടിക്കാൻ കഴിയും. പക്ഷേ, അവർ ചെയ്യുന്നില്ല എന്നാണോ?

അതെ. അവരതിനു ന്യായീകരണങ്ങൾ കൊണ്ടുവരുന്നുമുണ്ട്.

- സൃഷ്ടികളിലൂടെ ഞങ്ങൾ പ്രതികരിച്ചുകൊള്ളാമെന്ന് ചില എഴുത്തുകാർ പറയുന്നുണ്ടല്ലോ?

ആക്ടിവിസം എന്നു പറഞ്ഞാൽ സത്യാഗ്രഹമിരിക്കുക, സെക്രട്ടറിയേറ്റിനു മുന്നിൽ സമരം ചെയ്യുക എന്നൊന്നുമല്ല. സ്വതന്ത്രമായി അഭിപ്രായങ്ങൾ പുറപ്പെടുവിക്കുക. അങ്ങനെ അഭിപ്രായങ്ങൾ പുറപ്പെടുവിക്കുമ്പോൾ അധികാരികളെ വകവയ്ക്കാതെയുള്ള സ്വതന്ത്രമായ അഭിപ്രായപ്രകടനങ്ങൾ നടത്തുകയാണ് ആവശ്യം. അധികാരികൾ എന്നൊരു വർഗ്ഗത്തിൽ ഞാൻ വിശ്വസിക്കുന്നില്ല. ജനാധിപത്യത്തിൽ ജനം തന്നെയാണ് അധികാരി. മറ്റാരോ ആണ് അധികാരി എന്നൊരു മിഥ്യാബോധം ഇവിടെ സൃഷ്ടിച്ചിരിക്കുന്നു. വഴിയേ നടന്നുപോകുന്ന സാധാരണക്കാരായ മനുഷ്യരാണ് അധികാരി. അല്ലാതെ പൊലീസുകാരാണ്, മന്ത്രിയാണ്, ഉദ്യോഗസ്ഥനാണ്, പുരോഹിതനാണ്, പള്ളിയിലെ അച്ചനാണ്, പൂജാരിയാണ് എന്നത് വരുത്തിവച്ചിരിക്കുന്നതാണ്. അധികാരത്തെ നിരന്തരം, എവിടെയും ചോദ്യം ചെയ്യുന്ന നില വരണം.

- എഴുപതുകളിലും എൺപതുകളിലുമുണ്ടായിരുന്ന ചലനാത്മകമായ സമൂഹത്തിൽനിന്ന് കേരളം വളരെ പിന്നിലേക്കു പോയിരിക്കുന്നു. മദ്യാസക്തി, ആത്മഹത്യാ നിരക്കിലെ വർധനവ്, ക്വട്ടേഷൻ കൊലകൾ, വിവിധ മാഫിയാസംഘങ്ങൾ എന്നിവയുടെ പിടിയിലകപ്പെട്ട് ജീർണതയുടെ നാടായി മാറിയിരിക്കുന്നുവെന്നതിനോട് എങ്ങനെ പ്രതികരിക്കുന്നു?

ഞാൻ മദ്യാസക്തിയിലും ആത്മഹത്യയിലുമൊന്നും ഭയപ്പെടുന്നയാളല്ല. ക്വട്ടേഷൻ സംഘങ്ങൾ വന്നത് എന്നെ ഭയപ്പെടുത്തുന്ന കാര്യമല്ല. ഏതു സമൂഹത്തിലും ധനം വർധിക്കുമ്പോൾ ഒരു ചെറിയ പങ്ക് ആളുകൾ ധനത്തിന്റെ സൗകര്യങ്ങളും സുഖഭോഗങ്ങളും കൂടുതൽ തേടിപ്പോകും. ക്വട്ടേഷൻ സംഘങ്ങളെ കൊണ്ടുവന്ന് ധനം

എളുപ്പത്തിൽ സമ്പാദിക്കാനുള്ള കുറുക്കുവഴികൾ തേടും. എന്നെ സംസ്ഥിച്ചിടത്തോളം അതെല്ലാം ചെറിയ പോക്കറ്റുകളിൽ നടക്കുന്ന വൈകൃതങ്ങളാണ്.

- ഇക്കാര്യത്തിൽ സാമാന്യവത്കരണം പാടില്ലെന്നാണോ?

അതെ. കേരളത്തിൽ മദ്യപാനം കൂടി എന്നു പറഞ്ഞാലും ജന സംഖ്യാനുപാതത്തിൽ നോക്കുമ്പോൾ ഞാൻ മനസ്സിലാക്കുന്നത് മുപ്പതുകൊല്ലം മുമ്പുള്ള മദ്യപാനികളുടെ തോതും ഇപ്പോഴുള്ള മദ്യപാനികളുടെ തോതും ഒരുപോലെയാണെന്നാണ്. വില വർധിക്കു ന്നതുകൊണ്ടാണ് അതിനുവേണ്ടി ചെലവഴിക്കുന്ന തുക വർധിക്കു ന്നത്. കഴിഞ്ഞകൊല്ലം മദ്യത്തിന്റെ വില 100 രൂപയായിരുന്നത് ഈ കൊല്ലം 250 രൂപയായാൽ അത്രയും വലിയൊരു ചിലവ് വർധന യുണ്ടാകുന്നു. എന്നെ സംബന്ധിച്ചിടത്തോളം കേരളത്തിലെ നവോത്ഥാനത്തെ അട്ടിമറിച്ചത് ഇവയൊന്നുമല്ല, രാഷ്ട്രീയമാണ്. രാഷ്ട്രീയം ഇവിടെ അന്യഗ്രഹ ഭീകരജീവികളെപ്പറ്റിയുള്ള സിനിമ കളിലെപ്പോലെ ഏതു സുഷിരത്തിൽച്ചെന്നാലും അവന്റെ വാലോ നഖമോ പല്ലോ നമ്മെ പിടിക്കുവാനായിട്ടിരിക്കുകയാണ്. അവൻ കൈയേറാത്ത ഒരു മേഖലയുമില്ല. എല്ലായിടത്തും ന്യായമായോ അന്യായമായോ അവൻ കയറിപ്പറ്റുന്നു. പഞ്ചായത്തുകൾപോലെ രാഷ്ട്രീയപാർട്ടികൾക്ക് ന്യായമായി ചെന്നുകയറാൻ പറ്റിയ ഇട ങ്ങളുണ്ട്. എന്നാൽ, ഏറ്റവും നിസ്സാരമായ ഒരു കലാസമിതിയിൽ പ്പോലും അവർ കടന്നുകയറും. ഒരു ഭീകരജീവിയെപ്പോലെ ഇവർ എല്ലായിടത്തും കയറി ആക്രമിച്ചിരിക്കുന്നു. അതുപോലെ ജാതി രാഷ്ട്രീയവും. ജാതിസ്പർദ്ധ, മതസ്പർദ്ധ എന്നിവയുടെ തിരിച്ചു വരവാണ് ഇന്നു കാണുന്ന സാംസ്കാരികമായ തകർച്ചയുണ്ടാക്കി യത്. ഈ സാംസ്കാരികമായ തകർച്ചയെയാണ് നാം ഭയപ്പെടേണ്ടത്.

- മലയാളികളുടെ ജീവിതസാഹചര്യങ്ങളിലും സങ്കല്പങ്ങളിലുമുണ്ടാ യിട്ടുള്ള മാറ്റം നമ്മുടെ സാഹിത്യത്തിൽ പ്രതിഫലിക്കുന്നുണ്ടോ?

എം. സുകുമാരനെപ്പോലെ കമ്മ്യൂണിസത്തിന്റെ, മാർക്സിസ ത്തിന്റെ തകർച്ച ആദ്യം വിവരിച്ചയാളുകളുമുണ്ട്. ഒ.വി. വിജയന്റെ വിമർശനങ്ങളുണ്ട്. പക്ഷേ, ഇന്നത്തെ നല്ല എഴുത്തിൽ രാഷ്ട്രീയം പശ്ചാത്തലത്തിലുണ്ട്.

- പണത്തിന്റെ ധാരാളിത്തത്തിൽ അല്ലലില്ലാതെ സംതൃപ്തമായ ഒരു ജീവിതം നയിക്കുമ്പോഴും ഒറ്റപ്പെട്ട അവസ്ഥയിലൂടെയാണ് എല്ലാ വരും കടന്നുപോകുന്നത്. ഈ ഒറ്റപ്പെടൽ സർഗപരമായി സാഹിത്യ കാരനെ എങ്ങനെ പരുവപ്പെടുത്തുന്നുവെന്നാണ് കരുതുന്നത്?

അങ്ങനെയൊരു സങ്കീർണമായ പ്രശ്നമൊന്നും വാസ്തവത്തിൽ ഇവിടെ സാഹിത്യകാരനില്ല. അവന്റെ ആന്തരികമായ ഏകാന്തത അവന്റെ ജോലിയുടെ ഭാഗമാണ്. അതിനെ കാല്പനികവൽക്കരിക്കേണ്ടതില്ല. സാഹിത്യകാരന് അവന് ഇഷ്ടമുണ്ടെങ്കിൽ സമൂഹത്തിൽ നിന്ന് ഒറ്റപ്പെട്ടുനില്ക്കാം. അല്ലെങ്കിൽ സമൂഹത്തിന്റെ കൂടെ നില്ക്കാം. പണ്ട് ബഷീറിനേയും തകഴിയേയും പോലെയുള്ളവരിൽ തകഴി ഒരു കർഷകനായിരുന്നതുകൊണ്ട് പട്ടിണി ഇല്ലായിരുന്നു. മറ്റു പലരും നല്ലതുപോലെ പട്ടിണി അനുഭവിച്ചുവന്നവരാണ്. ഇപ്പോൾ പോലും വളരെ ബുദ്ധിമുട്ടി ജീവിക്കുന്ന ഒന്നുരണ്ടെഴുത്തുകാരെയെങ്കിലും എനിക്കറിയാം. പക്ഷേ, പൊതുവിൽ ശരാശരി മലയാളി എഴുത്തുകാരൻ ഇവിടത്തെ മധ്യവർഗത്തിന്റേയും ഉന്നത മധ്യവർഗത്തിന്റേയും ഭാഗമാണ്. കാരണം, ഒന്നുകിൽ അവൻ ഒരു സർക്കാരുദ്യോഗസ്ഥനാണ്. അല്ലെങ്കിൽ കോളേജ് പ്രൊഫസറാണ്, അല്ലെങ്കിൽ ഒരു നല്ല കമ്പനിയിൽ ജോലി ചെയ്യുന്നയാളാണ്. മലയാളി എഴുത്തുകാർ ഒരുപക്ഷേ, ഇന്ത്യയിലെ ഏറ്റവും സാമ്പത്തികശേഷിയുള്ള എഴുത്തുകാരാണ്. മറുവശത്ത് സമൂഹത്തിൽ സാധാരണക്കാരിൽ നിന്ന് ഇത്രയേറെ ബഹുമാനവും സ്നേഹവും ലഭിക്കുന്ന മറ്റൊരു എഴുത്തുകാരുടെ വർഗവും ഇന്ത്യയിലില്ല. കുമാരനാശാൻ, സി.വി. രാമൻപിള്ള തുടങ്ങിയവരുടെ കാലംതൊട്ട് ഇങ്ങോട്ടുവന്ന ഒരു പാരമ്പര്യമാണ് എഴുത്തുകാരനെ ബഹുമാനിക്കുക എന്നുള്ളത്. ആ കാര്യത്തിൽ മലയാളി എഴുത്തുകാരൻ ഏറ്റവും ഭാഗ്യവാനാണ്. ലോകത്തിലൊരു സ്ഥലത്തും ഈ ബഹുമാനം സാഹിത്യകാരനു കിട്ടുന്നുവെന്നു തോന്നുന്നില്ല. അതിൽ മാധ്യമങ്ങൾ ഒരു വലിയ പങ്കു വഹിച്ചിട്ടുണ്ട്. എഴുത്തുകാർക്ക് പൊതുസാന്നിധ്യം കൊടുക്കുന്നതിൽ.

- എഴുത്തിലുടനീളം സൂക്ഷിക്കുന്ന പരിഹാസത്തിന്റെയോ ആക്ഷേപഹാസ്യത്തിന്റെയോ ഒരു അന്തർധാരയുണ്ടല്ലോ? അതേക്കുറിച്ച്?

ഞാൻ അങ്ങനെയാണ് വായിച്ചുവന്നത്. ഞാൻ വായിച്ച ഫലിത പുസ്തകങ്ങൾ, ചെറുപ്പത്തിൽ വീട്ടിലുണ്ടായിരുന്ന വായനയുടെ അന്തരീക്ഷമായിരുന്നു. എന്റെ പിതാവ് നർമ്മം ധാരാളം വായിക്കുന്നയാളായിരുന്നു. എന്നെ സംബന്ധിച്ചിടത്തോളം അക്ഷരം കൂട്ടിവായിച്ചു വരുന്നതുതന്നെ സി. മാധവൻപിള്ളയുടെ മലയാളത്തിലെ ഒരുപക്ഷേ ആദ്യത്തെ ഫലിതമാസിക “വിജയഭാനു” വായിച്ചിട്ടായിരുന്നു. അദ്ദേഹമായിരുന്നു ഇംഗ്ലീഷ് - മലയാളം നിഘണ്ടുവും ദേശസേവിനി പോലുള്ള ഡിറ്റക്ടീവ് നോവലുകളും എഴുതിയത്. ആദ്യം ആ തമാശകളൊന്നും മനസ്സിലായില്ല. പിന്നെ എന്താണെന്നു മനസ്സിലാകാൻ തുടങ്ങി. സഞ്ജയന്റെ എല്ലാ വാല്യങ്ങളും വീട്ടിലുണ്ടായിരുന്നു. അന്നൊന്നും സഞ്ജയനെ വായിച്ചാൽ ഒന്നും മനസ്സിലാവില്ലായിരുന്നു. പക്ഷേ, അങ്ങനെ വായിച്ചുവന്നതുകൊണ്ടായിരിക്കണം.

എനിക്ക് നർമ്മബോധമുണ്ടായത്. പിന്നീട് പി.ജി. വോഡ് ഹൗസിന്റെ പുസ്തകങ്ങളിലൂടെ ഫലിത വായന ഇംഗ്ലീഷിലേക്ക് മാറുകയായിരുന്നു. അടിസ്ഥാനപരമായി എന്നെ സംബന്ധിച്ചിടത്തോളം എന്റെ എഴുത്തിന്റെ സ്ഥായിയായ ഒരു സ്ഥലത്ത് നർമ്മം കിടപ്പുണ്ട്.

● എഴുത്തിൽ ബൈബിളിന്റെ സ്വാധീനത്തെക്കുറിച്ച്? പ്രത്യേകിച്ച് ഭാഷയുടെ കാര്യത്തിൽ?

പാരഡി ഉണ്ടാക്കാനാണ് ഞാൻ ബൈബിൾ ഭാഷ ഉപയോഗിച്ചത്. കൂടാതെ പ്രാർത്ഥനാപുസ്തകങ്ങളിലെ ഭാഷയും ഉപയോഗിച്ചു. ബൈബിളിലെ ഭാഷയ്ക്ക് സുന്ദരമായ ഒരു ലാളിത്യം ഉണ്ട്. ഞാൻ ജീവിച്ചിരുന്ന പ്രദേശത്തെ കത്തോലിക്കാ പാരമ്പര്യം വളരെ യാഥാസ്ഥിതികമായിരുന്നു. വീടുകളിൽ ബൈബിൾ സൂക്ഷിക്കാൻ അനുവദിച്ചിരുന്നില്ല. ബൈബിളിൽ നിന്ന് ആവശ്യമുള്ള ഭാഗം പള്ളിയിൽ പുരോഹിതർ വായിച്ചുതരുന്നത് കേൾക്കുക എന്നതു മാത്രമേ സാധ്യമാകുമായിരുന്നുള്ളൂ.

● അന്നൊക്കെ ക്രിസ്ത്യൻ വീടുകളിൽ ബൈബിൾ സൂക്ഷിക്കാറില്ലായിരുന്നു എന്നാണോ?

കത്തോലിക്കേതര ഭവനങ്ങളിൽ ബൈബിൾ ഉണ്ടായിരുന്നുവെങ്കിലും കത്തോലിക്കാ വീടുകളിൽ ബൈബിൾ ഇല്ലായിരുന്നു. ഞാൻ ബൈബിൾ ആദ്യം വായിക്കുന്നത് മൈസൂരിൽ ബി.എ. ഇംഗ്ലീഷ് ലിറ്ററേച്ചറിന് പഠിക്കുമ്പോഴാണ്. ബി.എ. ഇംഗ്ലീഷിന് ബൈബിൾ ഒരു പേപ്പറിൽ - ബൈബിൾ ഇംഗ്ലീഷ് സാഹിത്യത്തിന്റെ ഭാഗമാണല്ലോ - പഠിക്കണമായിരുന്നു. അങ്ങനെയാണ് ബൈബിൾ ആദ്യം വായിച്ചത്.

● ഇന്നത്തെ കഥകൾ പ്രമേയത്തിലും ആഖ്യാനത്തിലും ജീവിതത്തോട് കൂടുതൽ യാഥാർഥ്യബോധത്തോടെയും സത്യസന്ധതയോടെയും രാഷ്ട്രീയമായ ഉൾക്കാഴ്ചയോടെയും ചേർന്നുനില്ക്കുന്നവയാണെന്ന് താങ്കൾക്ക് തോന്നുന്നുണ്ടോ?

ഉണ്ട്. അതിപ്പോൾ ഉണ്ടായി വന്നിട്ടുണ്ട്. ചെറുപ്പക്കാരായ എഴുത്തുകാരുടെ കഥകളിൽ ആ അടിസ്ഥാന രാഷ്ട്രീയബോധവും യാഥാർത്ഥ്യബോധവും ഉണ്ടായിട്ടുണ്ട്. വളരെ അബ്സ്ട്രാക്റ്റായിട്ടുള്ള ട്രീറ്റ്മെന്റിൽ നിന്നു മാറിയിട്ടുണ്ട്. എത്രയോ പേരുടെ സൃഷ്ടികളിൽ... ഈയിടെ വന്ന സന്തോഷ്കുമാറിന്റെ നോവൽ, കെ.ആർ. മീരയുടെ കഥകൾ തൊട്ട് എല്ലാത്തിലും ഒന്നുകിൽ അധികാരരാഷ്ട്രീയത്തിന്റെ ചില മുഖങ്ങൾ വരുന്നു. അതല്ലെങ്കിൽ ജെൻഡർ രാഷ്ട്രീയം. രേഖയുടേയും ഇന്ദുമേനോന്റെയുമൊക്കെ കഥകളിൽ ലിംഗപരമായ രാഷ്ട്രീയത്തിന്റെ സംഭവം വരുന്നുണ്ട്. സ്ത്രീപുരുഷ

അഭിമുഖീകരണത്തിന്റെ - പുരുഷമേധാവിത്വത്തിനെതിരെയുള്ളത്. ഇപ്പോഴുള്ള എഴുത്തുകാരിൽ ഒരു തരത്തിൽ അല്ലെങ്കിൽ മറ്റൊരു തരത്തിൽ, ചെറുപ്പക്കാരുടെ കഥകളിലും സച്ചിദാനന്ദന്റെ കവിതകളിലുമൊക്കെ വളരെ നന്നായി രാഷ്ട്രീയം പ്രയോഗിക്കപ്പെടുന്നുണ്ട്.

- ലിംഗപരമായ എഴുത്തിന് ഇവിടെ സ്വീകാര്യത ഉണ്ടാകുന്നുണ്ടെന്നാണോ?

തീർച്ചയായും. ലിംഗപരമായ രാഷ്ട്രീയത്തെ അടിസ്ഥാനമാക്കിയുള്ള എഴുത്തിന് ഒരു സ്വീകാര്യത വന്നിട്ടുണ്ട്. പ്രാധാന്യം വന്നിട്ടുണ്ട്. സ്ത്രീകളുടെ അവബോധം തീർച്ചയായും പൊതുവിലുള്ള അടിമത്ത മനോഭാവത്തേക്കാൾ അല്പംകൂടി മെച്ചപ്പെട്ടിട്ടുണ്ട്. പൂർണമായിട്ട് റിബൽ ചെയ്യാൻ കഴിയുന്ന സ്ത്രീകളുണ്ട്. അതെല്ലാവർക്കും കഴിഞ്ഞെന്നുവരില്ല. എങ്കിലും ഇതായിരിക്കണമോ എന്റെ അവസ്ഥ എന്ന് അവർ ചിന്തിച്ചുതുടങ്ങിയിരിക്കുന്നു. ഇതിലും എനിക്ക് കുറച്ചുകൂടി സ്വതന്ത്രമായിട്ട് ജീവിച്ചുകൂടേ എന്ന ചിന്ത അവരിലുണ്ടാകുന്നുണ്ട്. വളരെ ലളിതമായി പറഞ്ഞാൽ സ്ത്രീക്ക് സഞ്ചാര സ്വാതന്ത്ര്യം പോലുമില്ലാത്ത നാടാണ് കേരളം. ഇന്നു കേരളത്തിൽ ഒരുപക്ഷേ, പട്ടാപ്പകൽ ഒഴികെ വേറൊരു സമയത്തും ഒറ്റയ്ക്ക് സ്ത്രീക്ക് യാത്ര ചെയ്യാൻ കഴിയാത്ത അവസ്ഥയുണ്ട്. അതു യാഥാർഥ്യമാണോ എന്നു ചോദിച്ചാൽ ചിലപ്പോൾ ഒരു സ്ത്രീ ഒറ്റയ്ക്കു സഞ്ചരിച്ചാൽ ഒന്നും സംഭവിക്കില്ലായിരിക്കും. എങ്കിലും സ്ത്രീകളുടെ ഉള്ളിൽ ഒരു പേടി കിടപ്പുണ്ട്. സംഭവിക്കുമെന്ന്. സ്ത്രീകൾ ഇത്തരം കാര്യങ്ങളെക്കുറിച്ച് ചിന്തിക്കുകയും എഴുതുകയും ചെയ്യുന്നുണ്ട്. അതൊരു മാറ്റമാണ്. അതോടൊപ്പം അവർക്ക് സാമ്പത്തികസ്വാതന്ത്ര്യം കൂടി കിട്ടിയാൽ അവരുടെ അവസ്ഥ മെച്ചപ്പെടും. എല്ലാ ദിവസവും രാവിലെ ഭർത്താവിന്റെ അടുത്തുചെന്ന് അന്നന്നേക്കുള്ള വക ചോദിക്കേണ്ട സ്ത്രീക്ക് യാതൊരു കാരണവശാലും ഒരു ചെറിയ സ്വാതന്ത്ര്യപ്രഖ്യാപനംപോലും നടത്താൻ പറ്റില്ല. യൂറോപ്പിലും അമേരിക്കയിലും സ്ത്രീകൾക്ക് സമ്പൂർണ സ്വാതന്ത്ര്യമുണ്ട്. അവിടെ ഭരണകൂടങ്ങൾ ആ സ്വാതന്ത്ര്യം ഉറപ്പാക്കി. നിയമപരമായി, സാമൂഹികമായി മറുവശത്ത് അവർക്ക് അവരുടെ സ്വന്തം സാമ്പത്തികസ്വാതന്ത്ര്യം ഉണ്ട്. അതിപ്പോൾ കേരളത്തിൽ ഏതാണ്ട് ഉണ്ടായിവരുന്നു.

- കേരളത്തിൽ ഒരു വലിയ വൈരുധ്യം നിലനില്ക്കുന്നുണ്ട്. ഇവിടെ സ്ത്രീകൾ ധാരാളമായി ജോലി ചെയ്യുന്നുണ്ടെങ്കിലും നേരത്തെ പറഞ്ഞ ആ സ്വാതന്ത്ര്യം ഉണ്ടെന്നു കരുതാമോ?

ഇല്ല. ഇവിടെ ഒരുപാട് സ്ത്രീകൾ ജോലി ചെയ്യുന്നുണ്ട്. എങ്കിലും ഓരോ കുടുംബത്തിലെയും സ്ത്രീകളുടെ അവസ്ഥ പ്രത്യേകമാണ്.

സ്ത്രീ ജോലി ചെയ്ത് ശമ്പളം അങ്ങനെതന്നെ ഭർത്താവിന്റെ കൈയിൽ കൊടുത്തിട്ട് മാറിനില്ക്കും. ചിലപ്പോൾ അങ്ങനെ ചെയ്യുന്നതിൽ കുഴപ്പമില്ല. പക്ഷേ, ആ കുടുംബത്തിനുള്ളിൽ സ്ത്രീയുടേയും പുരുഷന്റേയും അവസ്ഥകൾക്ക് ഒരു സംതുലിതാവസ്ഥ ഇല്ലയെങ്കിൽ ഈ സ്ത്രീ ഭയഭക്തി ബഹുമാനങ്ങളോടെ അവളുടെ പൈസ ഏല്പിക്കുന്നത് - ഈ സിസ്റ്റത്തിൽ ഇതേ പറ്റൂ. അങ്ങനെ ഏല്പിച്ചില്ലെങ്കിൽ ജീവിതം തകരാറിലാകുമെന്നുള്ള ഭയം കൊണ്ട് - അതിൽ വലിയ പ്രോബ്ലമുണ്ട്.

- കേരളത്തിൽ സ്ത്രീകൾ വിദ്യാഭ്യാസപരമായി മുൻപന്തിയിൽ നില്ക്കുകയും ജോലിയെടുക്കുകയും ചെയ്യുന്നു. എന്നിട്ടും ലേഡീസ് കമ്പാർട്ടുമെന്റ് ട്രെയിനിന്റെ മധ്യത്തിലാകണം. സന്ധ്യക്ക് സ്ത്രീകൾക്ക് പുറത്തു പോകാൻ കഴിയില്ല. ഭർത്താവല്ലാത്ത പുരുഷനോടൊപ്പം യാത്ര ചെയ്താൽ പ്രശ്നം... അങ്ങനെയൊക്കെ വരുമ്പോൾ?

ഭർത്താവിനൊപ്പം പുറത്തുപോയാലും പ്രശ്നമാണ്. പിടിച്ചുനിർത്തി മാര്യേജ് സർട്ടിഫിക്കറ്റ് എവിടെ എന്നു സദാചാരഗുണ്ടകളും പൊലീസും ചോദിക്കുന്ന അവസരങ്ങളുണ്ട്.

- സദാചാര ഗുണ്ടായിസം നിയമംകൊണ്ട് നിരോധിക്കാൻ കഴിയുമെന്ന് വിശ്വസിക്കുന്നുണ്ടോ?

നിയമം കൊണ്ട് നിരോധിക്കാം. ഇന്ത്യൻ നിയമങ്ങൾ പ്രകാരം പ്രായപൂർത്തിയായ സ്ത്രീയും പുരുഷനും തമ്മിലുള്ള ശാരീരികബന്ധം ചോദ്യം ചെയ്യാനാർക്കും സാധ്യമല്ല. ഈ അവബോധം ഇവിടത്തെ നിയമപാലകർക്കുകൂടി ഉണ്ടായിരിക്കണം. പക്ഷേ, ഇവിടത്തെ രീതിയും ശൈലിയും ചരിത്രവും നോക്കിയാൽ പൊലീസുകാരാണ് ആദ്യം ഗുണ്ടായിസത്തിന് മുൻകൈ എടുത്തിറങ്ങുക. പാർക്കിൽ വർത്തമാനം പറഞ്ഞ് ഇരിക്കുന്ന ആൺകുട്ടികളേയും പെൺകുട്ടികളേയും പൊലീസ് സ്റ്റേഷനിലേക്ക് കൊണ്ടുപോകുന്നതിനെതിരെ ആരും ഒരു മന്ത്രിയും പ്രതികരിക്കുകയോ അവർക്കെതിരെ നടപടിയെടുക്കുകയോ ചെയ്യുന്നില്ല. അപ്പോൾ പൊലീസുകാരനല്ലാതെ മറ്റൊരാൾ ചെയ്താലേ പ്രശ്നമാകുന്നുള്ളൂ എന്നു വരുന്നു. ഈയിടെ ട്രെയിനിൽ സ്ത്രീയെ ഉപദ്രവിച്ചയാളിനെ അടുത്ത സ്റ്റേഷനിൽ മാനസികരോഗിയാണെന്ന പേരിൽ ഇറക്കിവിട്ട സംഭവം ഉണ്ടായിട്ടുണ്ട്. നിയമംകൊണ്ട് നിരോധിക്കാം. പക്ഷേ, നിയമം നടപ്പിലാക്കാനുള്ള മാനസികാവസ്ഥ പൊലീസിന് ഉണ്ടാകണം. അത് പൊലീസുകാർക്കില്ല.

- നമുക്ക് സാഹിത്യത്തിലേക്കുതന്നെ തിരിച്ചുവരാം. നിരവധി എഡിഷനുകൾ പിന്നിട്ട ആടുജീവിതം എന്ന പുസ്തകത്തിന്റെ

പശ്ചാത്തലത്തിൽ സുഖവായന സാധ്യമാക്കുന്ന എഴുത്തുരീതിക്കപ്പുറം കടക്കാൻ മലയാളി എഴുത്തുകാർക്കാവുന്നില്ല എന്ന എൻ.പ്രഭാകരന്റെ നിരീക്ഷണത്തോട് അങ്ങ് യോജിക്കുന്നുണ്ടോ?

ടി.വി. കൊച്ചുബാവയാണ് ഗൾഫിലേക്കു പോയ മലയാളികളിൽ നിന്നാദ്യമായിട്ട് രംഗപ്രവേശം ചെയ്ത എഴുത്തുകാരൻ. എക്കാലത്തും ഒരു പരാതി ഉണ്ടായിരുന്നു പ്രവാസികളിൽ നിന്ന് വേണ്ടത്ര എഴുത്തുകാർ ഉയർന്നു വരുന്നില്ല എന്ന്. അതിനൊരു മറുപടിയെന്നോണമാണ് ബെന്യാമിലെപ്പോലെയൊരാൾ ആടുജീവിതം ചെയ്തത്. പണ്ട് എം.ടിയുടെ നാലുകെട്ട് എന്താണ് ചെയ്തത്? മലബാർ പ്രദേശത്തെ തകർന്ന തറവാടുകളിലെ മരുമക്കളുടെ കഥയാണ് പറഞ്ഞത്. അവരുടെ ഹൃദയത്തിന്റെ കഥ. വലിയമ്മാവന്റെ സ്വേച്ഛാധിപത്യത്തിന്റെ ഇരയായി ജീവിക്കുന്ന മരുമക്കളുടെ കഥ പറഞ്ഞപ്പോൾ അതൊരു ഐക്കണിക് വർക്കായിത്തീർന്നു. ആടുജീവിതം ചെയ്തത് ആദ്യമായിട്ട് ഗൾഫ് പ്രവാസികളുടെ ജീവിതത്തിന്റെ ഒരു മുഖം വളരെ ഹൃദയസ്പർശിയായി പറഞ്ഞുവച്ചു. അത് വളരെ നന്നായി നരേറ്റ് ചെയ്തിട്ടുണ്ട്. ഗൾഫ് മേഖലയിലെ ലക്ഷക്കണക്കിന് മലയാളികളിൽ ആയിരം പേർക്കു പോലും ഇത്തരമൊരവസ്ഥ അനുഭവിക്കേണ്ടിവന്നിട്ടുണ്ടോ എന്നു ചോദിച്ചാൽ ചിലപ്പോൾ ഇല്ലായിരിക്കും. പക്ഷേ, ഇതൊരു ഐക്കണിക് വർക്കായിത്തീർന്നു. കാരണം, അവിടെയുള്ളവർക്കെല്ലാം എനിക്കും ഇങ്ങനെ സംഭവിച്ചേക്കാമായിരുന്നു എന്ന് ഐഡന്റിഫൈ ചെയ്യാൻ കഴിഞ്ഞു. പത്തുലക്ഷം രൂപ പ്രതിമാസം സമ്പാദിക്കുന്നവർപോലും. ഒരുപക്ഷേ, എന്റേതും ഒരു ആടുജീവിതത്തിലേക്ക് പോകാമായിരുന്നിരിക്കാം എന്നവർ തിരിച്ചറിയുന്നു. ആ റിലേഷൻഷിപ്പാണ് അതിനെ പ്രസക്തമാക്കിയത്. എന്നാൽ, ഗൾഫ് റിയാലിറ്റിയെ അത് പൂർണമായും ചിത്രീകരിക്കുന്നില്ല.

- മലയാളത്തിൽ വർധിച്ചുവരുന്ന പ്രസാധന സ്ഥാപനങ്ങളുടെ വളർച്ച സാഹിത്യത്തെ വളർത്തുകയാണോ തളർത്തുകയാണോ ചെയ്യുന്നത്?

ആ പ്രസാധനസ്ഥാപനങ്ങൾ തളരുന്നുണ്ടോ എന്നു നോക്കിയാൽ മതി! എങ്കിൽ എഴുത്തുകാരുടെയും കൂടി കാശാണല്ലോ പോകുന്നത്! പുതിയൊരാൾ വാരികകളിലൊക്കെ എഴുതി പ്രശസ്തി നേടിക്കഴിഞ്ഞാലേ മുഖ്യധാരാ പ്രസാധകർക്ക് സ്വീകാര്യനാകുന്നുള്ളൂ. അല്ലാതെ ഒരാളിന് നല്ല കഥകൾ/കവിതകൾ/നോവലുകൾ എഴുതിയാലും പ്രസിദ്ധീകരിക്കാൻ പ്രയാസമാണ്. മാർക്കറ്റിനെക്കുറിച്ച് അവർ ചിന്തിക്കും. മാർക്കറ്റിലേക്ക് അറിയപ്പെടുന്ന ആളുകളെ ഇറക്കാനാണ് അവർക്ക് താത്പര്യം. അത് സ്വാഭാവികമാണ്. എങ്കിലും

പുതിയ എഴുത്തുകാർക്ക് ഈ പ്രസാധന സ്ഥാപനങ്ങൾ സഹായ കരമാകുന്നുണ്ട്.

- മാധ്യമങ്ങൾക്ക് മലയാളികളോട് കൂറില്ലെന്ന താങ്കളുടെ നിരീക്ഷണം മാധ്യമങ്ങളെ അടച്ചാക്ഷേപിക്കുകയല്ലേ?

പൂർണമായും അടച്ചാക്ഷേപിച്ചതു തന്നെയാണ്. നൂറു ശതമാനം അത് ബോധപൂർവം തന്നെയാണ്. അവരുടെ എല്ലാ ലോയൽറ്റിയും ആ സ്ഥാപനത്തിന്റെ ലാഭനഷ്ടങ്ങളോടും ആ ഉടമകളോടും മാത്രമാണ്, മലയാളികളോടല്ല. രണ്ടിനെയും ബാലൻസ് ചെയ്യാൻ കഴിയണം.

- മറ്റുള്ള രംഗങ്ങളിലുള്ള അപചയങ്ങൾ ഇവരിലും പ്രതിഫലിക്കുന്ന തായി കണ്ടുകൂടേ?

അതല്ലല്ലോ അവരുടെ ജോലി. ഇവർക്ക് മാധ്യമ സ്വാതന്ത്ര്യം എന്നു പറയുന്ന വളരെ ശക്തിമത്തായ സ്വാതന്ത്ര്യം കൊടുത്ത് ജനാധിപത്യ ത്തിന്റെ നാലാം നെടുംതൂണായി അവരെ അവരോധിച്ചിരിക്കുന്നത് ഇവർ മറ്റുള്ള അപചയങ്ങളെ കണ്ടു മനസ്സിലാക്കി അതിനെതിരെ പ്രവർത്തിക്കാനാണ്. അല്ലാതെ, ആ അപചയങ്ങൾക്ക് ഇരയായി മാറാനല്ല. ജയലക്ഷ്മി പറഞ്ഞതുപോലെ ആ അപചയങ്ങൾ അവരെ ബാധിക്കുന്നുണ്ടായിരിക്കും. ഇവർ ഒരിക്കലും അതു സമ്മതിക്കുന്നില്ല. അവർ എല്ലാ അപചയങ്ങൾക്കും അതീതരാണ്. പരിശുദ്ധരാണ്. സത്യസന്ധരാണ് എന്നാണ് അവർ അവകാശപ്പെടുന്നത്. ഇവർ ഓരോ രുത്തരും രണ്ടുമൂന്നു കാര്യങ്ങൾക്കുവേണ്ടിയാണ് നിലകൊള്ളുന്നത്. ഒന്നാമതായി ആ മാധ്യമക്കമ്പനിയുടെ ലാഭം. രണ്ട്, അവർ പിന്തുണ യ്ക്കുന്ന രാഷ്ട്രീയപ്പാർട്ടിയുടെ അധികാരതാത്പര്യങ്ങൾ മൂന്ന്, അവർ പിന്തുണയ്ക്കുന്ന മതത്തിന്റെ രാഷ്ട്രീയതാത്പര്യം. നാല്, അവർ പിന്തുണയ്ക്കുന്ന ജാതിയുടെ അധികാര താത്പര്യം. ഈ നാലെണ്ണം വിട്ടൊഴിഞ്ഞ് യാതൊരു കാരണവശാലും അവർ പുറത്തേക്കു വരില്ല. അഞ്ചാമത്തെ ഒരു താത്പര്യം കൂടിയുണ്ട്. ധനികരായിത്തീർന്നു കഴിയുമ്പോൾ പലതരത്തിൽ അവരുമായി ബന്ധപ്പെടുന്ന സാമ്പത്തിക ലോബികളുണ്ട്. ആ സാമ്പത്തിക ലോബികളുടെ താത്പര്യങ്ങൾ കൂടി ഉൾക്കൊണ്ടുകൊണ്ടേ ഇവർ പ്രവർത്തിക്കൂ. ഇതിന്റെയെല്ലാം ഉള്ളിൽ നിന്നുകൊണ്ട് ആളുകൾക്ക് സത്യസന്ധമായ, സ്വതന്ത്രമായ വാർത്തകൾ ലഭിക്കുന്നു എന്ന തോന്നലുണ്ടാക്കുകയാണ് ഇവർ ചെയ്യുന്നത്. ഇതാണ് ഇന്ന് കേരളത്തിലെ പത്രങ്ങളും ചാനലുകളും ചെയ്യുന്നത്.

- അങ്ങയെപ്പോലെ എസ്റ്റാബ്ലിഷ്ഡായ ഒരു എഴുത്തുകാരന്

മാധ്യമങ്ങളുടെ സഹായം ആവശ്യമില്ല. പക്ഷേ, പല സാഹിത്യകാരന്മാരും മാധ്യമങ്ങളെ ആശ്രയിക്കുകയും ഉപയോഗിക്കുകയും ചെയ്യുന്നുണ്ട്.

അത് അങ്ങനെയാണെന്നു തോന്നുന്നില്ല. ആരു പറഞ്ഞു എനിക്ക് മാധ്യമങ്ങളുടെ സഹായമാവശ്യമില്ലെന്ന്? എനിക്കും മാധ്യമങ്ങളുടെ സഹായമില്ലാതെ പറ്റില്ല. മാതൃഭൂമിക്ക് എന്റെ കഥ ഇഷ്ടമല്ലെങ്കിൽ അവർക്കത് നിഷ്കരുണം ഉപേക്ഷിക്കാം. അവരത് പ്രസിദ്ധീകരിച്ചില്ലെങ്കിൽ ഞാനെന്തു ചെയ്യും? എനിക്കു സ്വന്തമായി പ്രസിദ്ധീകരിക്കാൻ കഴിയുമോ? സാഹിത്യകാരന് അവരുമായി ഒരു ഇക്വിറ്റബിൾ റിലേഷൻഷിപ്പാണ് വേണ്ടത്. എനിക്കവരെ വേണം. അവർക്കെന്നെയും. സംവേദനത്തിന്റെ തലത്തിൽ, സ്വാതന്ത്ര്യത്തിന്റെ തലത്തിൽ. ഞാനെഴുതുന്നത് അവർക്ക് ഇഷ്ടമുണ്ടെങ്കിൽ അവർ പ്രസിദ്ധീകരിക്കുന്നതുകൊണ്ടാണ് ഞാനെഴുതുന്ന കഥ ഒരായിരം പേർ വായിക്കുന്നത്. നല്ല കഥകൾ പ്രസിദ്ധീകരിക്കുമ്പോൾ അവരുടെ മാർക്കറ്റ് വർധിക്കുന്നു. അതിനപ്പുറം അവരെ ആശ്രയിക്കേണ്ട കാര്യമില്ല. നമ്മളെന്തിന് അവരെ ആശ്രയിക്കണം?

- അത് സാഹിത്യകാരന്റെ വലിപ്പനുസരിച്ചല്ലേ നിലകൊള്ളുക?

അല്ല. അവർക്കാരെയും നിഷ്കരുണം വലിച്ചെറിയാം.

- അവാർഡുകൾ ഒരു കാലത്ത് നിഷേധിച്ചിരുന്നവർപോലും അത് സ്വീകരിക്കാൻ തുടങ്ങിയിരിക്കുന്നു. അവാർഡുകളെക്കുറിച്ചുള്ള താങ്കളുടെ വിലയിരുത്തൽ?

അതിൽ ഒരു കാര്യവുമില്ല. ഇറ്റ്സ് സിംപ്ലി ഇമ്മെറ്റീരിയൽ. അവാർഡുകൾ ഒരുതരത്തിലും നമ്മുടെ എഴുത്തിനെയോ ജീവിതത്തെയോ ആനന്ദത്തെയോ ബാധിക്കുന്ന കാര്യമല്ല. വിശ്വാസ്യതയുള്ള ഒരവാർഡ് തന്നാൽ സ്വീകരിക്കുന്നു. പക്ഷേ, അവാർഡിനുവേണ്ടി കാത്തിരിക്കുന്നതുപോലെ ലജ്ജാകരവും വൃത്തികെട്ടതുമായ പണി വേറെയുണ്ടെന്ന് എനിക്കു തോന്നുന്നില്ല.

- പക്ഷേ, അവാർഡുകൾക്കൊരു സാമ്പത്തികവശം കൂടിയില്ലേ?

അതിന്റെ സാമ്പത്തികവശം വളരെ പരിമിതമാണ്. പതിനായിരം രൂപ കിട്ടിയാൽ ഇന്ന് എന്തു ചെയ്യാനാണ്? അല്ലെങ്കിൽ ഒരു ലക്ഷം രൂപ കിട്ടിയാൽ എന്തു ചെയ്യാനാണ്? എഴുത്തുകാരുടെ പുസ്തകങ്ങൾ നന്നായി വിൽക്കുന്നുണ്ടോ എന്നതാണ് പ്രധാന കാര്യം. ലേഖനമെഴുതുമ്പോഴുള്ള വരുമാനം. പ്രസംഗിക്കുമ്പോഴുള്ള വരുമാനം. അതിലൂടെയുള്ള വരുമാനമാണ് സാമ്പത്തികവശം. അവാർഡുകൾ വില്പനയെ സഹായിക്കും. അത് പ്രധാനമാണ്.

- **ഇന്ത്യൻ ഇംഗ്ലീഷ് എഴുത്തുകാരുടെ എഴുത്തുമായി താരതമ്യപ്പെടുത്തുമ്പോൾ പ്രാദേശികമായ സാഹിത്യം എന്തുകൊണ്ടും മെച്ചമാണ്. പ്രാദേശികഭാഷയിൽ എഴുതുന്നതുകൊണ്ടു മാത്രം വേണ്ടത്ര പരിഗണന കിട്ടാതെ പോകുന്നതിനെക്കുറിച്ച്?**

മലയാളത്തിലൂടെ നമ്മൾ അഡ്രസ് ചെയ്യുന്നത് മൂന്നേകാൽ കോടിയോളം വരുന്ന മലയാളി സമൂഹത്തെയാണ്. ഒരു പുസ്തകമിവിടെ ബെസ്റ്റ് സെല്ലറാകുന്നതെപ്പോഴാണ്? പുസ്തകത്തിന്റെ രണ്ടായിരം കോപ്പി ഏഴെട്ടുമാസത്തിനുള്ളിൽ വിറ്റുപോയാൽ അത് ഭയങ്കരവിജയമാണ്. മൂന്നേകാൽ കോടി മലയാളികളുള്ളപ്പോൾ ഏറ്റവും വിജയിക്കുന്ന പുസ്തകംപോലും വിൽക്കുന്നത് ഒരു ലക്ഷത്തിൽ താഴെയാണ്. അതെത്ര ശതമാനമുണ്ടാകും? ഈ പ്രാദേശികതയ്ക്കുള്ളിൽ മാത്രമാണ് അത് സിഗ്നിഫിക്കന്റായിട്ടുള്ളത്. മലയാളം എന്ന ഭാവുകതയുടെ ഒരു വലയമുണ്ട്. അതിന്റെയുള്ളിൽ മാത്രമാണ് അത് അർഥവത്താകുകയും തിളങ്ങുകയും ചെയ്യുന്നതായി കാണുന്നത്. ഒരു വിശാല ലോകവീക്ഷണത്തിലേക്ക് നമുക്ക് ഉയരാൻ കഴിയുന്നില്ല. മാർക്വിസ് കൊളംബിയ പോലുള്ള ഒരു കുഞ്ഞുരാജ്യത്തിരുന്ന് എഴുതിയത് ലോകമൊട്ടാകെ പ്രചരിച്ചു. സ്പാനിഷ് ഭാഷയുടെ ശക്തി കൂടിയാണത്. ഇംഗ്ലീഷിനെപ്പോലെ പഴക്കമുള്ള സാഹിത്യമാണ് സ്പാനിഷ്. അറുന്നൂറുകൊല്ലം മുമ്പ് സ്പാനിഷ് ഭാഷയിൽ നോവൽ വന്നുകഴിഞ്ഞു. ഡോൺ ക്വിക്സോട്ട്. 20-ാം നൂറ്റാണ്ടിന്റെ ആരംഭത്തിലേ ആദ്യ മലയാള നോവൽ പുറത്തുവരുന്നുള്ളൂ. മലയാളത്തിൽ പ്രോപ്പറായി ലക്ഷണമൊത്ത ഒരു ചെറുകഥ വന്നത് 1930കളിലാണ്. അതും കേസരി ബാലകൃഷ്ണപിള്ള, തകഴി, കേശവദേവ്, ബഷീർ തുടങ്ങിയവരെക്കൊണ്ട് മോപ്പസാങ്ങിനേയും കൂട്ടരേയുമൊക്കെ വായിപ്പിച്ച് ഇങ്ങനെയാണ് കഥയെഴുതേണ്ടതെന്നു കാണിച്ചു കൊടുത്തു. വിജയനൊക്കെ എഴുതിയ കാലത്തുപോലും അതൊന്നും മനസ്സിലാകുന്നില്ലല്ലോ, ഇങ്ങനെയല്ലല്ലോ കഥയെഴുതേണ്ടത് എന്നു പറഞ്ഞിരുന്നവരുണ്ട്. അതുപോലും ഉൾക്കൊള്ളാൻ ഒരു 30-40 കൊല്ലം മുമ്പ് മലയാളത്തിനു കഴിഞ്ഞിരുന്നില്ല. അവിടന്നാണ് നാം കഷ്ടപ്പെട്ട് ഈ നിലയിലെത്തിയത്. ഇത്രയേയുള്ളൂ നമ്മുടെ ചരിത്രം. ഇതുവെച്ചുകൊണ്ട് ആഗോളസാഹിത്യവുമായി താരതമ്യപ്പെടുത്താൻ കഴിയില്ല.

- **ആഗോളസാഹിത്യത്തിലുപരി ഇന്ത്യൻ ഇംഗ്ലീഷ് എഴുത്തുകാരുമായി താരതമ്യപ്പെടുത്തുമ്പോൾ എന്നാണുദ്ദേശിച്ചത്. ഇപ്പോൾ ചേതൻ ഭഗത്തിനെപ്പോലെയുള്ളവർ ഒരുപാട് വായിക്കപ്പെടുന്നുണ്ട്.**

അയാൾ ലിറ്ററേച്ചറിന്റെ ഭാഗമല്ല. ആണെന്ന് അയാൾ പോലും അവകാശപ്പെടില്ല.

- ഇന്ത്യൻ ഇംഗ്ലീഷിൽത്തന്നെ റുഷ്ദി, വിക്രം സേഥ്, അമിതാവ് ഘോഷ് അങ്ങനെയുള്ളവരുമുണ്ടല്ലോ?

അവർ അഡ്രസ് ചെയ്യുന്ന വായനക്കാർ ലോകമാസകലമുള്ള നഗര വാസികളാണ്. ഇന്ത്യയിൽത്തന്നെ മെട്രോനഗരങ്ങളിലുള്ളവരെയാണ് അവർ സംബോധന ചെയ്യുന്നത്. അത്തരമൊരു ആഗോള വായനാ ലോകം അവർക്കു സൃഷ്ടിക്കാൻ കഴിയുന്നുവെന്നതാണ് നാമു മായുള്ള വ്യത്യാസം.

- സാഹിത്യത്തിലെ കോർപ്പറേറ്റ്വത്കരണത്തെക്കുറിച്ച്?

കോർപ്പറേറ്റ്വത്കരണം ഉണ്ട്. ഡി.സി ബുക്സും മാതൃഭൂമിയു മൊക്കെ കോർപ്പറേറ്റാണ്. ഞാനൊരു പുസ്തകമെഴുതി അവർക്കി ഷ്ടപ്പെട്ടാൽ അവരതു പ്രസിദ്ധീകരിക്കും. അവർ അതു വിറ്റ് കാശാക്കിത്തരുന്നു. അവരുടെ കോർപ്പറേറ്റ് വില്പന സംവിധാനമാണ് എഴുത്തുകാരനെ വായനക്കാരന്റെ പക്കലെത്തിക്കുന്നത്.

- വളരെ താഴ്ന്ന നിലയിലുള്ള സാഹിത്യകാരന്, പ്രത്യേകിച്ച് മത്സ്യ വില്പന നടത്തുന്ന ഒരു സാഹിത്യകാരന് ഹേ ഫെസ്റ്റിവൽ പോലെ യുള്ള സാഹിത്യകാർണിവലിനോട് റിലേറ്റ് ചെയ്യാൻ സാധിക്കുമോ?

റിലേറ്റ് ചെയ്യാനൊന്നുമില്ല. അവർക്കാണ് എഴുത്തുകാരനെ ആവശ്യം. മറിച്ചല്ല. എഴുത്തുകാരന് ആത്മവിശ്വാസമില്ലാതെ വരുമ്പോൾ പ്രശ്നമാകുന്നു. ഇങ്ങനെയുള്ള ഫെസ്റ്റിവലുകളിൽ യാചനാ മനോഭാവമില്ലാതെ കൈകാര്യം ചെയ്യണം. ദേശീയവും അന്തർ ദ്ദേശീയവുമായ ഓഡിയൻസിന്റെ മുന്നിലെത്തുമ്പോൾ ചിലപ്പോൾ മലയാളിയുടെ കൈയിൽ ഭാഷയുണ്ടാവില്ല. പക്ഷേ, അവർ പരിഭാഷ കരെ നല്കും. ഞാനോർക്കുന്നു, ഒരു ജയ്പൂർ ഫെസ്റ്റിവലിൽ നളിനി ജമീലയുടെ റീഡിംഗ് ഉണ്ടായിരുന്നു. ഞാനും സച്ചിദാനന്ദനും കൂടിയാണ് അത് ഇംഗ്ലീഷിൽ പരിഭാഷപ്പെടുത്തിയത്. നളിനി ജമീല ഒരു സെക്സ് വർക്കറാണ്. നോബൽ ജേതാവ് വി.എസ്. നയ്പോളിനെ അവതരിപ്പിച്ച സ്റ്റേജിലാണ് നളിനി ജമീലയും അവതരി പ്പിക്കപ്പെട്ടത്. കോർപ്പറേറ്റ്വത്കരണത്തിന്റെ ഒരു ഗുണം ഇത്തരം കാര്യങ്ങളിൽ അവർ നിഷ്പക്ഷരാണ് എന്നതാണ്. കാരണം. ചീത്തപ്പേര് കിട്ടാൻ അവരും ആഗ്രഹിക്കുന്നില്ല. പക്ഷേ അതേ മനോഭാവത്തോടെതന്നെ അവർ ഒരു വർഗീയവാദിയെയും ഫാസിസ്റ്റി നെയും വേദിയിൽ ആനയിക്കും.

കലാകൗമുദി ഓണപ്പതിപ്പ് 2012

എഴുത്തിന് ഇങ്ങനെയൊരു അറിവ് ആവശ്യമാണ്

എ.കെ. അബ്ദുൽ ഹക്കീം - സക്കറിയ

- എ.കെ. അബ്ദുൽ ഹക്കീം: അമ്പതു വർഷം മുമ്പ്, കൃത്യമായി പറഞ്ഞാൽ 1964 ജനുവരിയിലാണ് താങ്കളുടെ ആദ്യത്തെ കഥ ആഴ്ചപ്പതിപ്പിൽ വരുന്നത്. പ്രസിദ്ധീകരിക്കപ്പെട്ടിരുന്നില്ലെങ്കിലും, 'ഉണ്ണി എന്ന കുട്ടി'ക്കു മുമ്പായി വേറെ കഥകളെഴുതിയിരുന്നോ? ഒരു കഥാകൃത്തായതീർന്നതിന്റെ പിന്നിലുള്ള കഥകളെന്തൊക്കെയാണ്?

'ഉണ്ണി എന്ന കുട്ടി'യാണ് ഞാനെഴുതിയ ആദ്യത്തെ കഥ. പ്രസിദ്ധീകരിക്കപ്പെട്ട കഥയും അതുതന്നെ. അപ്പനും അമ്മയും വായനക്കാരായിരുന്നതുകൊണ്ട്, വീട്ടിൽ ഒരു ചെറിയ പുസ്തകശേഖരമുണ്ടായിരുന്നു. കത്തോലിക്കാ കുടുംബങ്ങളിൽ പുസ്തകവായന അനുവദിക്കപ്പെട്ട കാലമായിരുന്നില്ല അത്. അപ്പൻ ഇടതുപക്ഷ അനുഭാവിയായിരുന്നതുകൊണ്ട് സഭയെ ഗൗനിക്കാത്ത ആളായിരുന്നു. പൊൻകുന്നം വർക്കിയുടേയും തകഴിയുടേയും കാരൂരിന്റേയും പൊറ്റെക്കാട്ടിന്റേയുമൊക്കെ പുസ്തകങ്ങൾ അപ്പൻ വാങ്ങിക്കൊണ്ടുവന്നിരുന്നു. അതേപോലെ, മനോരമ പബ്ലിഷിങ് ഹൗസിന്റെ സാഹസിക കഥകളൊക്കെ ഇഷ്ടംപോലെ വായിക്കാൻ കിട്ടിയിരുന്നു. സി. മാധവൻപിള്ളയുടെ ദേശസേവിനി എന്ന ഡിറ്റക്ടീവ് നോവൽ ആവേശത്തോടെയാണ് ഞാൻ വായിച്ചുതീർത്തത്. സി.വി. കുഞ്ഞുരാമന്റെ അറബിക്കഥകളും വീട്ടിലുണ്ടായിരുന്നു. എന്നെ പരിപൂർണമായും ഹിപ്പ്നോട്ടൈസ് ചെയ്ത്, പുസ്തകത്തിനുള്ളിലേക്ക് പിടിച്ചുകൊണ്ടുപോയ വായനാനുഭവമായിരുന്നു അറബിക്കഥകളുടേത്. സിൻദ്ബാദിന്റെ യാത്രയൊക്കെ വായിച്ചപ്പോഴുള്ള ആവേശം പറഞ്ഞറിയിക്കാനാവാത്തതാണ്. ജീവിതത്തിന്റെ മാന്ത്രിക സ്വഭാവം മനസ്സിലാക്കിത്തന്ന വായനാനുഭവമായിരുന്നു 'മാന്ത്രികനായ മാൻഡ്രേക്' എന്ന ചിത്രകഥയുടേത്. അതേപോലെ മാതൃഭൂമി ആഴ്ചപ്പതിപ്പിന്റെ

ഫോളിയോ വലിപ്പത്തിലുള്ള ബൈൻഡ് ചെയ്ത പഴയ വോള്യങ്ങൾ ഉണ്ടായിരുന്നു വീട്ടിൽ. അഞ്ചോ, ആറോ വയസ്സുള്ളപ്പോൾ മുതൽ എന്റെ മുമ്പിൽ കിട്ടിയിരുന്നത് ഇതൊക്കെയായിരുന്നു. തരവത്ത് അമ്മാളു അമ്മയുടെ 'അമൃതപുളിനം' എന്ന നോവൽ വായനയെ ഹരം പിടിപ്പിച്ചിരുന്നു. സി.വി. രാമൻപിള്ളയുടെ മാർത്താണ്ഡവർമ ആദ്യമായി വായിക്കുന്നത് ഏഴാമത്തെയോ എട്ടാമത്തെയോ വയസ്സിലാണ്. നൂറ് തവണയെങ്കിലും പലപ്പോഴായി മാർത്താണ്ഡ വർമ ഞാൻ വായിച്ചിട്ടുണ്ട്. വീട്ടിലെ ഇത്തരമൊരന്തരീക്ഷത്തിൽ നിന്നാണ്, 10-ഓ 11-ഓ വയസ്സുള്ള ഞാൻ നാട്ടിലെ വായന ശാലകളിലേക്കിറങ്ങുന്നത്. ആ പ്രായത്തിലുള്ള ഒരു കുട്ടിയെ വായന ശാലയിലേക്ക് വിടുക എന്നത് ചെറിയ കാര്യമായിരുന്നില്ല. പുസ്തക ശാലയിൽ എന്തൊക്കെ ഒളിഞ്ഞിരിപ്പുണ്ടാവും, കുട്ടികൾ ചീത്ത പുസ്തകങ്ങൾ വായിച്ച് വഴിതെറ്റിപ്പോകും എന്നൊക്കെ വിചാരിക്കുന്ന വരായിരുന്നു കൂടുതൽ രക്ഷിതാക്കളും. അപ്പനുമമ്മയും എന്നെ പോകാനനുവദിച്ചു എന്നു മാത്രമല്ല അവർക്ക് വായിക്കാനുള്ള പുസ്തകങ്ങൾകൂടി എടുത്തുകൊണ്ടുവരാനും എന്നെ ഏല്പിച്ചി രുന്നു.

മുട്ടത്തുവർക്കി, കാനം ഇ.ജെ., വല്ലച്ചിറ മാധവൻ - വായനയുടെ രസകരമായ ലോകത്തേക്കുള്ള പ്രവേശനമായിരുന്നു ഇവരുടെ നോവലുകൾ. ദീപികയുടെ വാരാന്തപ്പതിപ്പിലായിരുന്നു മുട്ടത്തുവർക്കി യുടെ രചനകൾ സ്ഥിരമായി വന്നുകൊണ്ടിരുന്നത്. 'പാടാത്ത പൈങ്കിളി' പുസ്തകമായി വീട്ടിലെത്തിയപ്പോൾ അതുകാണാൻ വേണ്ടി അടുത്തുള്ള വീട്ടുകാരെല്ലാം വന്നത് എനിക്കിപ്പോഴും നല്ല ഓർമയുണ്ട്. പുസ്തകം ഇറങ്ങിയിട്ടുണ്ട് എന്നറിഞ്ഞപ്പോൾ കോട്ടയത്ത് എൻ.ബി.എസ്സിൽ പോയി പുസ്തകം വാങ്ങി വരികയാ യിരുന്നു അപ്പൻ. പിന്നീട് മനോരമ ആഴ്ചപ്പതിപ്പ് തുടങ്ങിയതോടെ കാനത്തിന്റേയും വല്ലച്ചിറയുടേയും കഥകളും വായിച്ചുതുടങ്ങി. എന്നെ സംബന്ധിച്ചിടത്തോളം ഞാനിതെല്ലാം അരച്ച് കലക്കി കുടിക്കുകയായിരുന്നു. ഇതോടൊപ്പം ചേർത്ത് പറയേണ്ടതാണ് യാത്രാവിവരണങ്ങളുടെ വായനയും. എസ്.കെ. പൊറ്റെക്കാട്ടിന്റെ മുഴുവൻ യാത്രാവിവരണങ്ങളുടേയും ആദ്യകോപ്പികൾ തന്നെ അപ്പൻ വീട്ടിൽ വാങ്ങി സൂക്ഷിച്ചിരുന്നു. ആർത്തിയോടെയാണ് പൊറ്റെക്കാട്ടി നേയും ഞാൻ വായിച്ചുതീർത്തത്.

- അപ്പനും നന്നായി വായിച്ചിരുന്നോ?

നന്നായി വായിക്കുമായിരുന്നു. ദിവസവും ബൈബിൾ പോലെ അപ്പൻ വായിച്ചിരുന്നത് ഇന്ദുചൂഡന്റെ 'കേരളത്തിലെ പക്ഷികൾ' എന്ന പുസ്തകമായിരുന്നു. യാത്രാവിവരണങ്ങളും കഥകളുമൊക്കെ

വായിക്കുമായിരുന്നെങ്കിലും ഒരനുഷ്ഠാനം പോലെയായിരുന്നു 'കേരളത്തിലെ പക്ഷി'കളുടെ വായന. വൈകീട്ടത്തെ മദ്യപാനമൊക്കെ കഴിഞ്ഞ്, കുളിച്ച്, ഭക്ഷണം കഴിച്ച ശേഷം തിണ്ണയിൽ ഒരു പായും വിരിച്ച് അപ്പൻ കിടക്കും. അടുത്തുതന്നെ കത്തിച്ചുവെച്ച ഒരു മണ്ണെണ്ണ വിളക്കും. ആ കിടപ്പിലാണ് കേരളത്തിലെ പക്ഷികളുടെ വായന അപ്പൻ നടത്തിയിരുന്നത്. പൊറ്റെക്കാട്ടിനേയും അതുപോലെ അപ്പൻ വായിച്ചിരുന്നു ഈ അന്തരീക്ഷത്തിൽ വളർന്നതുകൊണ്ടായിരിക്കണം ഞാനൊരു കഥാകാരനായി മാറിയത്.

● സറ്റയർ നന്നായി ഉപയോഗിക്കുന്ന എഴുത്തുകാരനാണ് താങ്കൾ. ഹാസ്യം വായിച്ചുതുടങ്ങുന്നത് എപ്പോഴാണ്?

ഇ.വി. കൃഷ്ണപിള്ളയിൽനിന്നാണ് ഞാൻ ചിരിക്കാൻ പഠിക്കുന്നത്. ഇ.വിയുടെ ചിരിയും ചിന്തയും എന്ന സീരീസ് വീട്ടിലുണ്ടായിരുന്നു. ആക്ഷേപഹാസ്യം എന്താണ് എന്ന് ഞാൻ പഠിക്കുന്നത് ഇ.വിയെ വായിച്ചിട്ടാണ്. എന്റെ പില്ക്കാല രചനകളിൽ സറ്റയർ ഉപയോഗിക്കപ്പെട്ടിട്ടുണ്ടെങ്കിൽ, അതിൽ ഇ.വിക്ക് നല്ല സ്വാധീനമുണ്ട്. അതേപോലെ മലയാളത്തിലെ ആദ്യത്തെ നർമമാസികയായ സി. മാധവൻപിള്ളയുടെ 'വിജയഭാനു'വിന്റെ ബൈൻഡ് ചെയ്ത കോപ്പിയും വീട്ടിലുണ്ടായിരുന്നതുകൊണ്ട് ചെറുപ്പത്തിലേ നർമത്തെപ്പറ്റി അവബോധമുണ്ടായി. 'സഞ്ജയ'നെയും അന്ന് വായിച്ചുതുടങ്ങി – പലതും മനസ്സിലായില്ലെങ്കിലും.

ഹൈസ്കൂൾ ക്ലാസുകളിലെത്തിയതോടെ പുറംലോകത്തേക്കുള്ള യാത്ര കുറെക്കൂടി വർധിച്ചു. പാലാ പബ്ലിക് ലൈബ്രറിയുമായുള്ള ബന്ധം തുടങ്ങുന്നതും ഹൈസ്കൂൾ പഠനകാലത്താണ്. ജീവിതത്തെ വലിയ രീതിയിൽ സ്വാധീനിച്ച കാലമായിരുന്നു അത്. അതുവരെ വായിക്കാത്ത, പുതിയ ഒരുപാട് എഴുത്തുകാരെ പാലാ പബ്ലിക് ലൈബ്രറിയിൽ വെച്ച് എനിക്ക് കിട്ടി. അന്നത്തെ ലൈബ്രേറിയന്മാരായിരുന്ന രവിയേയും എബ്രഹാമിനേയും മറക്കാനാവില്ല.

കുഞ്ഞുകുട്ടി ചേട്ടൻ എന്ന ഒരു കൃഷിക്കാരനായിരുന്നു പൂവരണി ഗ്രാമീണ വായനശാലയിലെ ലൈബ്രേറിയൻ. പുതിയ പുസ്തകങ്ങൾ വാങ്ങിക്കാൻ കുഞ്ഞുകുട്ടി ചേട്ടൻ കോട്ടയത്തിനു പോകും. അദ്ദേഹം തിരിച്ചുവരുന്നതും കാത്ത് ഞാനും വേറെ രണ്ടുമൂന്നുപേരും കവലയിൽ നിൽക്കും. പുതിയ പുസ്തകങ്ങൾ ആദ്യമായി കാണാനും തൊട്ടുനോക്കാനും വേണ്ടി.

● ഇംഗ്ലീഷിലേക്കും മറ്റു യൂറോപ്യൻ ഭാഷകളിലേക്കും വായനയെത്തിയ സാഹചര്യമെന്താണ്?

സ്കൂൾ പഠനം കഴിഞ്ഞ്, മൈസൂരിലെ സെയിന്റ് ഫിലോമിനാസ് കോളേജിൽ എത്തിയതോടെയാണ് ലോകസാഹിത്യവുമായുള്ള ബന്ധം തുടങ്ങുന്നത്. മലയാളത്തിലെ ഒട്ടുമിക്ക ഫിക്ഷനും നോൺ ഫിക്ഷനുമൊക്കെ നാട്ടിൽവെച്ചുതന്നെ വായിച്ചുതീർത്തിരുന്നതു കൊണ്ട് നേരെ ഇംഗ്ലീഷ് വായനയിലേക്ക് കടക്കാൻ സാധിച്ചു. സത്യത്തിൽ പതിനഞ്ച് വയസ്സിന് മുമ്പ് വായിച്ചതല്ലാതെ മലയാള ത്തിൽ അധികമൊന്നും ഞാൻ വായിച്ചിട്ടില്ല. അന്നത്തെ വായനയുടെ അടിത്തറയിലാണ് ഇന്നും പിടിച്ചുനില്ക്കുന്നത്. എഴുത്തുകാരനാവുക എന്ന പ്രോസസ് വേറെയാണെങ്കിലും എഴുത്തുകാരനായതിന്റെ പശ്ചാത്തലം എന്നു പറയുന്നത് കുട്ടിക്കാലം മുതലേ ലഭിച്ച പുസ്തക ങ്ങളുടേയും വായനയുടേയും ലോകമാണ്.

- ‘കഥയുടെ ഭാണ്ഡക്കെട്ടഴിക്കുന്ന മുത്തശ്ശി’യും ‘കൗതുകത്തോടെ കഥയ്ക്ക് ചെവിയോർക്കുന്ന കുട്ടി’യും എന്ന അവസ്ഥ തീരെ ഉണ്ടായിരുന്നില്ലേ?

കഥ കേൾക്കുക എന്നത് എന്റെ ജീവിതത്തിൽ അധികം ഉണ്ടായി ട്ടില്ലാത്ത സംഗതിയാണ്. അക്ഷരം പഠിച്ച കാലം മുതൽ വായന യോടായിരുന്നു കമ്പം. അതിനുമുമ്പ്, മൂന്നോ നാലോ വയസ്സുള്ള പ്പോൾ ചില കഥകളൊക്കെ കൗതുകത്തോടെ കേട്ടിരുന്നിട്ടുണ്ട്. മുത്തശ്ശിയുടേയോ മുത്തശ്ശന്റെയോ വായിൽ നിന്നല്ല, വീട്ടിൽ പണിക്ക് വന്നിരുന്നവരിൽനിന്നുമായിരുന്നു എന്നു മാത്രം. റബ്ബർ വെട്ടാനും വീട്ടുപണിയെടുക്കാനുമൊക്കെ വന്നിരുന്ന അയലത്തുകാരായ ആളുകൾ വീട്ടിലുണ്ടാകുമായിരുന്നു. ചീട്ടുകളിയും ചതുരംഗവു മൊക്കെയായി കൂട്ടുകൂടുമ്പോൾ അവർ പറയുന്ന കഥകൾ ഞാനും കേൾക്കുമായിരുന്നു. ഇവർ പറയുന്ന കടങ്കഥകൾ കേട്ടിരിക്കാൻ രസമായിരുന്നു. ഇതൊന്നുമല്ലാതെ കഥകൾ കേട്ടിരിക്കുന്ന സംഭവ മൊന്നും ഉണ്ടായിട്ടില്ല. അമ്മയോ അപ്പനോ എനിക്കുവേണ്ടി കഥ പറഞ്ഞുതന്നതായി ഓർമയില്ല. അപ്പൂപ്പനോ അമ്മൂമ്മയോ ഞങ്ങളുടെ വീട്ടിലില്ലായിരുന്നു. അവർക്ക് നല്കേണ്ട സ്ഥാനംകൂടി പുസ്തകങ്ങൾ സബ്സ്റ്റിറ്റ്യൂട്ട് ചെയ്യുകയായിരുന്നു.

- സ്വാധീനിച്ച അധ്യാപകർ കാണുമല്ലോ?

അപ്പന്റെ സുഹൃത്തുക്കളായിരുന്ന രണ്ട് അധ്യാപകർ. വീട്ടിൽവന്ന് ട്യൂഷൻ എടുത്തുതരുമായിരുന്നു. ഇ.എസ്. നാരായണപിള്ളസാർ നല്ല അധ്യാപകനും കഥാപ്രസംഗകാരനുമായിരുന്നു. അപ്പൻ കുടിയും കൂട്ടുകൂടലുമായി സമ്പത്തിന്റെ ഒട്ടുമുക്കാലും കളഞ്ഞിരുന്നെങ്കിലും ശുദ്ധഹൃദയനും സഹൃദയനുമായിരുന്നു. തറവാട്ടിലെ ഏക ഔട്ട് സൈഡറായിരുന്നു അദ്ദേഹം. കമ്മ്യൂണിസ്റ്റുകാരുമായി കൂട്ടുകൂടുക

എന്നത് 'തറവാട്ടു'കാരായ കത്തോലിക്കർക്ക് ആലോചിക്കാൻ പോലും പറ്റാത്ത കാര്യമായിരുന്നു. പള്ളിയിലും അപ്പൻ പോയിരുന്നില്ല. അച്ചന്മാരേയും സഭയേയും വളരെ കൃത്യമായി അദ്ദേഹം എതിർത്തിരുന്നു. നാരായണപിള്ളസാറാണ് എന്നെ എഴുത്തിനിരുത്തിയത്. ചേട്ടനേയും പെങ്ങളേയും എഴുത്തിനിരുത്തിയതും അദ്ദേഹമായിരുന്നു. എഴുത്തിലും വായനയിലും എനിക്കിത്തിരി താത്പര്യമുണ്ടെന്ന് അദ്ദേഹം മനസ്സിലാക്കിയിരുന്നു. അതിന്റേതായ ഒരു പരിഗണനയും എനിക്കു ലഭിച്ചു. അപ്പന്റെ സുഹൃത്തായ ആളുറുമ്പിൽ രാമകൃഷ്ണൻ നായർ സാർ എന്ന അധ്യാപകനും എന്നെ വീട്ടിൽ വന്ന് പഠിപ്പിച്ചിരുന്നു. നാട്ടിലെ ഇടതുപക്ഷ പ്രവർത്തകരിൽ ഒരാളായിരുന്നു രാമകൃഷ്ണൻ നായർ സാർ. വൈകീട്ട് വീട്ടിലെത്തി, ഭക്ഷണമൊക്കെ കഴിഞ്ഞ് കുറെനേരം എന്നെ പഠിപ്പിക്കും. എനിക്കന്ന് അഞ്ചുവയസ്സാണ്. രാവിലെ സാറിന്റെകൂടെയാണ് ഞാൻ സ്കൂളിലേക്ക് പോകുന്നത്. വലിയ അടുപ്പമായിരുന്നു എനിക്കദ്ദേഹത്തോട്. രാവിലെ വെളിക്കിരിക്കാൻ പോകുന്നതും കുളിക്കുന്നതുമൊക്കെ ഒന്നിച്ചാണ്. കാപ്പികുടിയും കഴിഞ്ഞ് ഒന്നിച്ചിറങ്ങിയാൽ സംസാരിച്ചുകൊണ്ടുള്ള നടത്തമാണ്. നാലു കിലോമീറ്ററോളം നടന്നാലാണ് എന്റെ സ്കൂളിലെത്തുക. ഇതിനിടയിൽ ഞാനിങ്ങനെ ഓരോന്ന് ചോദിച്ചുകൊണ്ടിരിക്കും. അതിനൊക്കെ അദ്ദേഹം മറുപടിയും പറയും. വൈകീട്ട് മറ്റു കുട്ടികളോടൊപ്പമാണ് എന്റെ മടക്കം. കുറെ കഴിഞ്ഞിട്ടാണ് സാറ് വീട്ടിലെത്തുക. ഈ സാറന്മാർ രണ്ടുപേരുമാണ് എന്റെ കുട്ടിക്കാലത്തിൽ വലിയ സ്വാധീനം ചെലുത്തിയവർ. കുട്ടിക്കാലത്തുതന്നെ ജീവിതത്തിന് നല്ല അടിത്തറയിട്ടുതന്നവരാണവർ.

- സ്കൂൾ അന്തരീക്ഷം എങ്ങനെയാണ് സ്വാധീനിച്ചത്?

ഭാഷാപഠനത്തിൽ നല്ല താത്പര്യമായിരുന്നു എനിക്ക്. ഇംഗ്ലീഷിലും മലയാളത്തിലും ഞാനായിരുന്നു പൊതുവിൽ ഒന്നാമൻ. എഴുതുന്നതിൽ എന്തെങ്കിലുമൊക്കെ വ്യത്യാസം കണ്ടതുകൊണ്ടായിരിക്കണം സാറന്മാർക്കും എന്നെ ഇഷ്ടമായിരുന്നു. പലതരത്തിലും അപ്പനുമായി സൗഹൃദമുള്ളവരുമായിരുന്നു സാറന്മാർ അധികവും. അതുകൊണ്ട് എല്ലാവരുടേയും ഒരു കണ്ണ് എപ്പോഴും എന്നോടൊപ്പമുണ്ടായിരുന്നു. അവരുടെയൊക്കെ ശ്രദ്ധ ഉണ്ടായിരുന്നതുകൊണ്ട് ഞാൻ നന്നായി പഠിക്കുകയും ചെയ്തു.

സക്കറിയാസ് പൂവത്തിങ്കൽ എന്ന അച്ചനായിരുന്നു ഞാൻ ചേരുമ്പോൾ വിളക്കുമാടം ഹൈസ്കൂളിൽ ഹെഡ്മാസ്റ്റർ. എന്നെ നന്നായി പ്രോത്സാഹിപ്പിച്ച ആളാണ് അദ്ദേഹം. വരാന്തയിൽ വെച്ച് കാണുമ്പോൾ തോളത്ത് കൈയിട്ട് അദ്ദേഹം ചോദിക്കും- "എന്നാടാ

നീ ഈയിടെ വായിച്ച പുസ്തകം?" എന്ന്. എനിക്ക് വലിയ അഭിമാനം തോന്നുന്ന നിമിഷമായിരുന്നു അത്. അത്യാവശ്യം എഴുതുന്നവനാണ് ഞാൻ എന്ന പരിഗണനയും അദ്ദേഹം തന്നിരുന്നു. സ്കൂൾ ലൈബ്രറിയിൽ നിന്ന് പുസ്തകമെടുക്കുന്ന അപൂർവം പിള്ളേരിലൊരാളായിരുന്നു ഞാൻ. മറ്റു ലൈബ്രറികളിൽനിന്നും പുസ്തകമെടുത്ത് വായിക്കുന്നുണ്ട് എന്നും അവർക്കൊക്കെ അറിയാമായിരുന്നു.

- അമ്മയുടെ റോൾ എന്തായിരുന്നു?

സ്കൂളിലെ സാറന്മാർ പഠിപ്പിച്ചുതുടങ്ങുന്നതിനു മുമ്പേതന്നെ, അമ്മ എന്നെ വായിക്കാൻ പഠിപ്പിച്ചിരുന്നു. നാരായണപിള്ളസാറ് വരാൻ തുടങ്ങിയശേഷവും എന്റെ പ്രധാന ഗുരു അമ്മയായിരുന്നു. പത്രങ്ങൾ വായിപ്പിക്കുന്ന പതിവും അമ്മയാണ് തുടങ്ങിയത്. പള്ളിയിൽ പോകുന്ന സ്വഭാവമുണ്ടായിരുന്നു അമ്മയ്ക്ക്. വിശ്വാസവും ഭക്തിയും ഉള്ള ആളായിരുന്നിട്ടും, ഞാനെന്തുതരം പുസ്തകമാണ് വായിക്കുന്നതെന്ന് അമ്മ പരിശോധിക്കാൻ നിന്നില്ല. മറ്റു പലരുമായും തട്ടിച്ചു നോക്കുമ്പോൾ അസാധാരണമായ ഒരു പശ്ചാത്തലമായിരുന്നു എന്റേത്. കർഷകരായ ആളുകൾക്ക് പൊതുവെ വായിക്കാൻ സമയം കിട്ടില്ല. കത്തോലിക്കരും കൂടിയാവുമ്പോൾ വായിക്കാൻ അനുവാദവുമില്ല. ബൈബിൾപോലും വായിക്കാൻ ക്രിസ്ത്യാനികൾക്കനുവാദമുണ്ടായിരുന്നില്ല എന്നോർക്കുമ്പോഴാണ് എനിക്കു കിട്ടിയ കുടുംബപശ്ചാത്തലത്തിന്റെ അസാധാരണത്വം മനസ്സിലാവുക.

- കള്ളുകുടിക്കുന്ന അപ്പൻ എങ്ങനെയാണ് കമ്യൂണിസ്റ്റുകാരനായത്?

തിരിഞ്ഞുനോക്കുമ്പോൾ ഒരു കാര്യം മനസ്സിലാകുന്നു. ഹി വാസ് എ റെബൽ. അച്ചന്മാർക്കും സഭയ്ക്കും എതിരെ കൃത്യമായ സ്റ്റാൻഡുണ്ടായിരുന്നു അപ്പന്. കുടുംബത്തിന്റെ അരിസ്റ്റോക്രസിയെയും അദ്ദേഹം പൊളിച്ചിരുന്നു. അപ്പന്റെ സഹോദരന്മാരൊക്കെ നല്ല വീടുകളിലായിരുന്നു താമസം. അപ്പനും ഞങ്ങളും താമസിച്ചിരുന്നത് ഗ്രാൻഡ് ഫാദർ ഉണ്ടാക്കിക്കൊടുത്ത ഓലമേഞ്ഞ, ചാണകം മെഴുകിയ തറയുള്ള വീട്ടിലായിരുന്നു. കമ്യൂണിസ്റ്റുകാരുമായിട്ടായിരുന്നു അപ്പന് കൂട്ട്. ഈഴവരായ കൃഷിക്കാരോടും ദളിത് വിഭാഗത്തിൽപ്പെട്ട കൂലിപ്പണിക്കാരോടുമൊപ്പം കൂട്ടുകൂടി കുടുംബത്തിലെ മറ്റുള്ളവരിൽനിന്ന് വ്യത്യസ്തനായി അപ്പൻ.

- ആശയപരമായി ചേർന്നുനിന്നു എന്നല്ലാതെ, പാർട്ടിയിൽ ചേർന്ന് പ്രവർത്തിച്ചിരിക്കാൻ ഇടയില്ലല്ലോ?

അങ്ങനെയൊരു ആക്ടിവിസ്റ്റായിരുന്നില്ല അദ്ദേഹം. പാർട്ടിയിൽ മെമ്പർഷിപ്പും ഉണ്ടായിരുന്നില്ല. ലെഫ്റ്റ് ആശയങ്ങളോടുള്ള അടുപ്പം

എങ്ങനെയാണുണ്ടായതെന്നും എനിക്കറിയില്ല. സൗഹൃദങ്ങളിലൂടെയും വായനകളിലൂടെയുമായിരിക്കണം അപ്പൻ ലെഫ്റ്റായി മാറിയത്. വർക്കിസാറുമായുള്ള ബന്ധവും കാരണമായിട്ടുണ്ടാവാം. വർക്കിസാർ വീട്ടിൽ വരുമായിരുന്നു. അദ്ദേഹത്തിന്റെ പുസ്തകങ്ങളുമായിട്ടായിരിക്കും വരവ്. ധനികരായ ആളുകളുമായി അപ്പനുള്ള ബന്ധമുപയോഗിച്ച് വർക്കിസാറിന്റെ പുസ്തകം വിൽക്കലാണ് ലക്ഷ്യം. പുസ്തകക്കെട്ടുമായി രാവിലെ ഇറങ്ങിയാൽ വൈകീട്ടാണ് തിരിച്ചെത്തുക. കിട്ടിയ കാശിന്റെ നല്ലൊരു പങ്കിന് രണ്ടാളുംകൂടെ കള്ളടിക്കും. ഹി വാസ് ആൻ അൺബിലീവർ. ലിവർ സിറോസിസ് വന്ന് മരിക്കാൻ കിടക്കുമ്പോൾ അന്ത്യകൂദാശ അർപ്പിക്കാൻ വന്ന അച്ചന്റെ 'കുമ്പസാരിക്കേണ്ടേ?' എന്ന ചോദ്യത്തിന് 'വേണ്ട' എന്ന് തലകുലുക്കിക്കാണിക്കുകയാണ് അപ്പൻ ചെയ്തത്.

- താങ്കളുടെ ആദ്യകഥ അച്ചടിച്ചുവന്നപ്പോൾ അപ്പൻ എങ്ങനെയാണ് പ്രതികരിച്ചത്?

അപ്പന്റെ ചെറുപ്പംമുതലേ അപ്പനും എന്റെ ചെറുപ്പം മുതലേ ഞാനും വായിച്ചുവരുന്ന പ്രസിദ്ധീകരണമാണ് മാതൃഭൂമി ആഴ്ചപ്പതിപ്പ്. അതിൽ എന്റെ കഥ അച്ചടിച്ചുവന്നപ്പോൾ വലിയ സന്തോഷമായിരുന്നു അപ്പന്. 1976-ലാണ് അപ്പൻ മരിക്കുന്നത്. പന്ത്രണ്ട് വർഷക്കാലം എന്റെ കഥകൾ അച്ചടിച്ചുവരുന്നതു കണ്ട്, അതിൽ ഏറെ അഭിമാനിച്ചാണ് അപ്പൻ ജീവിച്ചത്. എന്നെ ഉപദേശിക്കുകയോ ഏതെങ്കിലുമൊരു ജീവിതശൈലിയിലേക്ക് നയിക്കുകയോ ചെയ്തിട്ടില്ലെങ്കിലും അപ്പൻ എന്നെ ഒരു പ്രത്യേക രീതിയിൽ സ്വാധീനിച്ചു.

- എഴുതിയ ആദ്യത്തെ കഥതന്നെ അച്ചടിച്ചുവരിക, അതും മാതൃഭൂമി ആഴ്ചപ്പതിപ്പിൽ എന്നത് അവിശ്വസനീയമായി തോന്നുന്നുണ്ട്?

എനിക്കും അതിൽ അദ്ഭുതമുണ്ട്. പക്ഷേ, അതായിരുന്നു യാഥാർഥ്യം. ഒരുപാട് കാലത്തെ വായനാനുഭവം അസംസ്കൃത വസ്തുവായി മനസ്സിൽ കിടന്നതുകൊണ്ടാവണം അങ്ങനെ സംഭവിച്ചത്. കഥയും കവിതയും നോവലും നാടകവും യാത്രാവിവരണവും എന്നുവേണ്ട, സകല കുണ്ടാമണ്ടികളും വായിച്ച്, കലക്കിക്കുടിച്ചുവെച്ചിരുന്നല്ലോ. മാത്രവുമല്ല, മൈസൂരിലെത്തി അഡിഗാസാറിന്റെ ക്ലാസിലിരുന്നതോടെ സാഹിത്യസൃഷ്ടിക്ക് പിറകിലുള്ള രാസപ്രവർത്തനങ്ങളെക്കുറിച്ചും പഠിച്ചുകഴിഞ്ഞിരുന്നു.

- എഴുത്തിനെ ഏറ്റവുമധികം സ്വാധീനിച്ച എഴുത്തുകാർ ആരൊക്കെയാണ്?

അങ്ങനെ ഏതെങ്കിലും പേരെടുത്തു പറയുന്നതിൽ കാര്യമില്ല. എഴുത്തച്ഛനെ വായിച്ചിട്ടില്ല, പാഠപുസ്തകങ്ങളിലൊഴിച്ച്. കുഞ്ചൻ

നമ്പ്യാരെ ആസ്വദിച്ച് വായിച്ചിട്ടുമുണ്ട്. ആശാനെയും വള്ളത്തോളിനെയും വൈലോപ്പിള്ളിയെയും നന്നായി വായിച്ചു. കെ.പി.എ.സിയുടെ നാടകഗാനങ്ങളുണ്ടാക്കിയ അനുഭൂതികൾ എന്റെ ജീവിതത്തെ മാറ്റിമറിച്ചു. ഷേക്സ്പിയറിനെ വീണ്ടും വീണ്ടും വായിച്ചത് പരീക്ഷയ്ക്ക് പഠിക്കാനായിരുന്നില്ല. ടാഗോറിന്റെ ഓർമ്മകളുടെ പുസ്തകത്തിൽ സാഹിത്യാനുഭൂതിയുടെ ആഴങ്ങൾ അനുഭവിച്ചിട്ടുണ്ട്. മിൽട്ടനേയും ഷെല്ലിയേയും കീറ്റ്സിനേയും ടി.എസ്. എലിയട്ടിനെയും എനിക്കിനിയും വായിച്ചു മതിയായിട്ടില്ല. മാക്ബത്തിലെ ഓരോ വരിയും എനിക്കിന്നും മനഃപാഠമാണ്. പരന്ന വായന സൃഷ്ടിച്ച സൗന്ദര്യാനുഭൂതിയെക്കുറിച്ച് പറയാനാണ് ഞാനിത്രയും പറഞ്ഞത്. ആദ്യമായി എഴുതിയ കഥ 'ഉണ്ണി എന്ന കുട്ടി'യാണെങ്കിലും എന്റെ ആദ്യത്തെ എഴുത്ത് അതായിരുന്നില്ല. കഥയെഴുതുന്നതിന്റെ ഒരു വർഷം മുമ്പ് ഏലിയട്ടിന്റെ കവിതകൾ ട്രാൻസ്ലേറ്റ് ചെയ്തുകൊണ്ടാണ് എന്റെ എഴുത്ത് ആരംഭിക്കുന്നത്. അക്കാലത്ത്, ആ പ്രായത്തിൽ സാധിക്കുമായിരുന്നതിന്റെ മാക്സിമം അരാജകത്വത്തിലായിരുന്നു എന്റെ ജീവിതം. ഒരു രസത്തിന്, സന്തോഷത്തിനുവേണ്ടി എഴുതി എന്നല്ലാതെ പ്രസിദ്ധീകരിക്കണമെന്നൊന്നും ആഗ്രഹിച്ചിട്ടേ ഇല്ലായിരുന്നു. ഒഴിവുകിട്ടിയപ്പോഴൊക്കെ ഇങ്ങനെയൊരു പണിയെടുക്കുന്നതിൽ ഗൂഢമായ ഒരാനന്ദം ഞാൻ കണ്ടെത്തുകയായിരുന്നു. ഇതിനിടയിലെപ്പോഴോ ആണ് 'ഉണ്ണി എന്ന കുട്ടി' എഴുതുന്നത്. ഞാനെഴുതുന്നത് ഒരു കഥയാണ് എന്നുപോലും എനിക്കന്ന് നിശ്ചയമില്ലായിരുന്നു എന്നതാണ് സത്യം. എഴുതിവന്നപ്പോൾ അതൊരു കഥയായിരുന്നു എന്ന് തോന്നുകയും മാതൃഭൂമിക്ക് അയച്ചുകൊടുക്കുകയുമാണുണ്ടായത്.

- ആദ്യത്തെ കഥയെഴുതുമ്പോൾത്തന്നെ സക്കറിയ എന്ന പേര് സ്വീകരിച്ചിരുന്നല്ലോ?

കഥയെഴുതിക്കഴിഞ്ഞതോടെ മാതൃഭൂമി ആഴ്ചപ്പതിപ്പിലേക്കയയ്ക്കാൻ തീരുമാനിച്ചു. കഥാകൃത്തിന്റെ പേരെഴുതേണ്ടിടത്ത് എം.പി.സ്കറിയ എന്നെഴുതാനൊരു മടി. പേരിന് ഭംഗിയില്ല എന്നൊരു തോന്നൽ. അങ്ങനെ മിനുക്കിയെടുത്ത പേരാണ് സക്കറിയ എന്നത്. ഇംഗ്ലീഷ് സാഹിത്യപഠനത്തിന്റെ ഭാഗമായി കോളേജിൽ ബൈബിൾ പഠിക്കേണ്ടിയിരുന്നു. ബൈബിളിലെ ഒരു ചാപ്റ്ററിന്റെ പേരുതന്നെ 'സക്കറിയ' എന്നാണല്ലോ. എൻ.വിയായിരുന്നു ആഴ്ചപ്പതിപ്പിന്റെ എഡിറ്റർ. എം.ടി. സഹപത്രാധിപരും. ഇവന് ഭാവിയിലും എഴുതാൻ കഴിയും എന്ന തോന്നൽ അവരിലുണ്ടായതുകൊണ്ടാവണമല്ലോ അവരാ കഥ പ്രസിദ്ധീകരിക്കാൻ തീരുമാനിച്ചത്. എന്നെ സംബന്ധിച്ചിടത്തോളം അദ്ഭുതകരവും അവിശ്വസനീയവുമായ

ഒരനുഭവമായിരുന്നു 'കഥ താമസിയാതെ പ്രസിദ്ധീകരിക്കുന്നതാണ്' എന്നറിയിച്ചുകൊണ്ട് എൻ.വി. എനിക്കയച്ച കത്ത്.

- ബൈബിൾ പഠിക്കുന്നത് കോളേജിൽ എത്തിയശേഷമാണെന്ന് പറഞ്ഞു. കുട്ടിക്കാലം മുതലേ പള്ളിയോടും പട്ടക്കാരോടുമുള്ള സമീപനം നിഷേധാത്മകമായിരുന്നോ?

പള്ളിയിൽ പോകുകയും ബൈബിൾ വായിക്കുന്നത് കേൾക്കുകയും ചെയ്യാറുണ്ടായിരുന്നു. ബൈബിളിലെ കഥകളും കേട്ടിരുന്നു. ഹൈസ്കൂളിൽ പഠിക്കുന്ന കാലമായപ്പോഴേക്കും പള്ളിക്ക് ചില കുഴപ്പങ്ങളുണ്ടെന്ന് തോന്നിത്തുടങ്ങിയിരുന്നു. അപ്പനും അപ്പന്റെ കൂട്ടുകാരുമൊക്കെ പറയുന്നതിൽ കാര്യമുണ്ടെന്ന ഒരു തോന്നൽ. പള്ളിയേയും അച്ചന്മാരേയും പരിഹസിക്കുന്ന തരത്തിലുള്ള കഥകൾ സ്കൂൾപിള്ളേരായിരിക്കുമ്പോഴേ ഞങ്ങൾ പറയുമായിരുന്നു. സെക്സിന്റെ കാര്യത്തിൽ അച്ചന്മാരെ ശ്രദ്ധിക്കണമെന്ന രീതിയിൽ അമ്മപോലും പറയുമായിരുന്നു. 'അച്ചന്മാരുമായി അധികം അടുക്കാൻ നിൽക്കണ്ട' എന്ന് ആൺകുട്ടികളായ ഞങ്ങളെപ്പോലും അമ്മ ഉപദേശിച്ചിരുന്നു. എന്തുദ്ദേശിച്ചാണ് അമ്മ അങ്ങനെ പറയുന്ന തെന്ന് എനിക്കോ കസിൻസായ മറ്റു പിള്ളേർക്കോ കൃത്യമായി മനസ്സിലായിരുന്നില്ല എന്നുമാത്രം.

- ബൈബിളിനെ വിമർശനാത്മകമായി വായിച്ചുതുടങ്ങുന്നത് എപ്പോഴാണ്?

കുട്ടിയായിരിക്കുമ്പോൾ വേദപാഠ ക്ലാസുകളിൽ വെച്ച് ബൈബിൾ കഥകൾ കേൾക്കുകയും പ്രാർഥനകൾ പഠിക്കുകയുമാണ് ചെയ്തത്. ഫിലോമിനാസ് കോളേജിൽ വെച്ചാണ് ബൈബിൾ ഒരു പഠനവിഷയ മായി എന്റെ മുമ്പിലെത്തുന്നത്. ആദ്യമായി ബൈബിൾ വായിക്കു ന്നതും ഭാഷാപഠനത്തിന്റെ ഭാഗമായിട്ടായിരുന്നു അത്. ഇംഗ്ലീഷ് ഭാഷയും സാഹിത്യവുമായിരുന്നു ഡിഗ്രിക്ക് എന്റെ ഐച്ഛികവിഷയം. ഇംഗ്ലീഷ് ഭാഷയുടെ ചരിത്രവും വികാസവും പഠിക്കണമെങ്കിൽ ബൈബിൾ കൂടി പഠിക്കണമല്ലോ. പിന്നീട് പോസ്റ്റ് ഗ്രാജ്വേഷന് ബൈബിൾ പഠിക്കേണ്ടി വന്നപ്പോഴാണ് ബൈബിളിനെ ഞാൻ ക്രിട്ടിക്കലായി വായിക്കുന്നത്. 'ഏദൻതോട്ടത്തിൽ സംഭവിച്ചതെന്ത്?' എന്ന ലേഖനം മാതൃഭൂമിയിൽ എഴുതുന്നത് 1968-ലാണ്. എന്നു പറഞ്ഞാൽ പോസ്റ്റ് ഗ്രാജ്വേഷൻ കഴിഞ്ഞപ്പോഴേക്കും ബൈബിളിനെ എന്റേതായ രീതിയിൽ വായിച്ചുതുടങ്ങിയിരുന്നു.

- പള്ളിയെ എതിർത്തു, സഭയെ എതിർത്തു; യേശുവിനെ എന്നും സ്നേഹിക്കുകയും ചെയ്തു. സ്നേഹത്തിന്റെ, കാരുണ്യത്തിന്റെ,

രക്തസാക്ഷിത്വത്തിന്റെ ഐക്കൺ എന്ന രീതിയിലാണോ യേശു വിനെ സ്നേഹിച്ചത്?

പള്ളികളിലെ പ്രസംഗങ്ങളിൽ അച്ചന്മാർ വിവരിക്കുന്ന യേശു വിനെയേ എല്ലാരും അറിയൂ. എനിക്കും അതേ അറിയുമായിരുന്നുള്ളൂ. ബൈബിൾ സ്വതന്ത്രമായി വായിക്കാൻ തുടങ്ങിയപ്പോഴാണ് എനിക്ക് കാര്യം മനസ്സിലായത്. അച്ചന്മാർ പറഞ്ഞുതന്നതിനേക്കാളുമധികം ഗംഭീരനായ ഒരു മനുഷ്യനായിരുന്നു ശരിക്കും യേശുക്രിസ്തു. ധീരൻ, വിപ്ലവകാരി, ഒരു നിയമത്തിനും വഴങ്ങാത്ത ധിക്കാരി, അതോടൊപ്പം കാരുണ്യവാനും. ജീസസ്: സൺ ഓഫ് മാൻ എന്ന ജിബ്രാൻ കൃതി യിലൂടെയാണ് യേശുവിനെ ഒരു മനുഷ്യനായി ഞാനാദ്യം പരിചയ പ്പെടുന്നത്. ഇങ്ങനെയാണ് യേശുവെങ്കിൽ ആ യേശു ബൈബിളിലും ഉണ്ടായിരിക്കണമല്ലോ. അങ്ങനെയാണ് ബൈബിളിൽ ഞാൻ യഥാർഥ യേശുവിനെ തിരഞ്ഞുതുടങ്ങുന്നതും പുരോഹിതന്മാർ വേഷംമാറ്റി ഒളിപ്പിച്ചുവെച്ച യഥാർഥ യേശുവിനെ കണ്ടെത്തുന്നതും.

• ഇത്രയും കുഞ്ഞുങ്ങളെ കൊന്നൊടുക്കിക്കൊണ്ടാണോ ഒരു രക്ഷകൻ അവതരിക്കേണ്ടത് എന്ന വലിയ ചോദ്യമാണ് 'ആർക്കറിയാം' എന്ന കഥയുടെ ബേസിക് തീം. ഇത്തരം വിമർശനാത്മക വായനകൾ ഏത് വേദഗ്രന്ഥത്തിനു നേരെയും സാധ്യമല്ലേ?

ബൈബിൾ വായനയുടെ ഒരു പ്രത്യേക ഘട്ടത്തിലാണ് എനിക്കി ങ്ങനെയൊരു സംശയമുണ്ടാവുന്നത്. മനസ്സിൽ മുളപൊട്ടുന്ന ഇത്തരം സംശയങ്ങളെ, അല്ലെങ്കിൽ ആശയങ്ങളെ ഒരു കഥാസന്ദർഭമാക്കി വളർത്തിയെടുക്കാൻ കഴിയുന്ന അവസ്ഥയിലേക്ക് വളർന്ന ശേഷമാണ് 'ആർക്കറിയാം' എന്ന കഥ ഞാനെഴുതുന്നത്.

അഞ്ചോ ആറോ തവണ മാറ്റിയെഴുതിയ കഥയാണ് ആർക്കറിയാം. പട്ടാളക്കാരനും വേശ്യയും തമ്മിലുള്ള സംഭാഷണങ്ങൾ പലതവണ മാറ്റിയെഴുതിയിരുന്നു. കഥയെ ഏറ്റവും സ്ട്രോങ് ആയി പ്രസന്റ് ചെയ്യാൻ കഴിയുന്നവിധം ഒരു ക്രാഫ്റ്റ് ഉണ്ടാക്കിയെടുക്കുക എന്നത് പ്രധാനമാണ്. ഏതെല്ലാം സാഹചര്യങ്ങൾ കോർത്തിണക്കണം. എന്തെല്ലാം സംഭവങ്ങൾ കഥയിലേക്ക് കൊണ്ടുവരണം എന്നൊക്കെ തീരുമാനിക്കുന്നതിൽ വിജയിക്കുമ്പോഴാണ് ഒരു കഥാസന്ദർഭം നല്ല ഒരു കഥയായി മാറുക.

• ക്രാഫ്റ്റിനെക്കുറിച്ച് പറയുമ്പോൾ തീർച്ചയായും വ്യക്തമാക്കേണ്ട ഒരു സംജ്ഞയാണ് 'റിഡക്ഷൻ' എന്നത്. ബഷീറിനെ വെല്ലുന്ന ഈ ന്യൂനീകരണവിദ്യ എവിടന്നാണ് കിട്ടിയത്?

ബഷീറിൽ നിന്ന് തന്നെയാണ് ഈ വിദ്യ നന്നായി പഠിക്കാവുന്നത്. മാധവിക്കുട്ടിയും റിഡക്ഷൻ നന്നായി ഉപയോഗിച്ചിട്ടുണ്ട്. ഫലിതവും

കൂടി ഉൾപ്പെടുത്തിക്കൊണ്ടുള്ള ന്യൂനീകരണവിദ്യ മലയാളത്തിൽ ഭംഗിയായി കൊണ്ടുവന്നത് ബഷീർ തന്നയാണ്. മറ്റൊരു വശത്ത് വി.കെ.എൻ. ഹിമാലയംപോലെ ഉയർന്നുനിൽക്കുന്നു. ന്യൂനീകരണത്തിന്റെ മാസ്റ്റർ മൈൻഡായ ഹെമിങ്ങ്‌വേയും എന്റെ റോൾ മോഡലാണ്. എന്റെ തലമുറയിൽ വി.പി. ശിവകുമാറും ഈ രീതിയിൽ കഥകളെഴുതിയിരുന്നു.

● ചിന്തയിൽ, എഴുത്തിൽ, ജീവിതത്തിൽ - എല്ലായിടത്തുമുണ്ടായിരുന്നു തികഞ്ഞ അനാർക്കിസം. പക്ഷേ, ഒരു കുഴിയിലും വീണു തകർന്നുപോകാതെ 'വിദഗ്ധ'മായിത്തന്നെയാണിതുവരെ ജീവിച്ചത്. കോളേജ് അധ്യാപകൻ, മാധ്യമ പ്രവർത്തകൻ, എഴുത്തുകാരൻ എന്നീ നിലകളിലൊക്കെ വിജയിക്കാനുമായി. പാലാക്കാരൻ ക്രിസ്ത്യാനിയുടെ അഭ്യാസമികവ് എന്നു കരുതിയാൽ മതിയോ?

കർഷകരുടെ ഒരു ശേഷിയാണത്. പ്രത്യേകിച്ചും ക്രിസ്ത്യാനികളായ കർഷകരുടെ. ഹിന്ദുക്കളായ കർഷകർ പൊതുവെ ക്രിസ്ത്യാനികളോടൊപ്പം പ്രായോഗികതയുള്ളവരല്ല. മുസ്ലീങ്ങളാവട്ടെ പുനത്തിൽ കുഞ്ഞബ്ദുള്ള പറയുന്നതുപോലെ വഴിതെറ്റിപ്പോയാൽ പിന്നെ അതിർ കടന്ന റൊമാന്റിക്കായിപ്പോവും. എനിക്കാവട്ടെ, വളരെ റോബസ്റ്റായിട്ടുള്ള ഒരുസംവേദന ബാക്ക്ഗ്രൗണ്ട് അമ്മയുടെ കുടുംബത്തിലൂടെ കിട്ടിയിരുന്നു. മാസത്തിൽ രണ്ടു തവണയെങ്കിലും ഇപ്പോഴും ഞാൻ പാലായിൽ ചെല്ലുന്നത് വെറുതെയല്ല. വളരെ പോസിറ്റീവ് ആയ ആളുകളാണ് അവിടെയുള്ളത്. ഉച്ചത്തിൽ സംസാരിച്ച്, ചിരിച്ച് മറിഞ്ഞ് നടക്കുന്ന സ്വഭാവമാണ് എന്റെ അമ്മവീട്ടുകാർക്ക്. ഉരുളികുന്നം തികച്ചും ഐസൊലേറ്റഡ് ആയിട്ടുള്ള സ്ഥലമാണ്. പാലായിലാകട്ടെ ആളും തിരക്കും വള്ളംകളിയും സൈക്കിൾചവിട്ടുമൊക്കെയായി ആകെ ബഹളമാണ്. ആദ്യമായി പരിചയപ്പെടുന്ന ഒരാളെപ്പോലും കളിയാക്കി കൊന്നുകളയും എന്റെ അമ്മവീട്ടുകാർ. തൊലിക്കട്ടി ഉണ്ടാക്കികൊടുക്കുക എന്നതാണ് അവരുടെ പ്രധാന പണിതന്നെ. നാണംകുണുങ്ങിയായിരുന്ന എന്നെ കളിയാക്കി, കൊന്ന്, കൊലവിളിച്ച് ഇപ്പരുവത്തിലേക്ക് മാറ്റിയെടുത്തത് അവരാണ്. ജീവിതത്തെ എങ്ങനെയും നേരിടാനുള്ള പ്രാപ്തി എനിക്കുണ്ടായതും അങ്ങനെയാണ്. എല്ലാ അനാർക്കിസ്റ്റ് അവസ്ഥകളിൽ നിന്നും ബൗൺസ് ചെയ്ത് കയറിവരാൻ സാധിച്ചത് ക്യാരക്ടറിലുള്ള ഈ ഫണ്ടമെന്റൽ ബോൾഡ്നെസ് കൊണ്ടാണ്. പിടിച്ചാൽ കിട്ടാത്തവിധം തകർന്നുപോകേണ്ടിയിരുന്ന അവസ്ഥകൾ ജീവിതത്തിൽ ഉണ്ടായിരുന്നു എന്നത് സത്യം തന്നെയാണ്. എന്റെ അപ്പൻ വീട്ടുകാർ സ്നേഹമുള്ളവരും എന്നാൽ അന്തർമുഖരുമാണ്.

- കള്ളുകുടിയിലുമുണ്ടല്ലോ ഇപ്പോൾ ഡിസിപ്ലിൻ. രാത്രിയിൽ കൃത്യമായ അളവ് വെച്ച് മാത്രമേ കുടിക്കാറുള്ളൂ എന്ന് കേട്ടിട്ടുണ്ട്?

എന്റെ സ്വന്തം സർക്കിളിൽ നിന്ന് തന്നെ ഒരുപാട് പേരെ മദ്യം കൂട്ടിക്കൊണ്ടുപോകുന്നത് ഞാൻ കണ്ടുകഴിഞ്ഞു. പകൽ മുഴുവനും കള്ളുകുടിച്ച ഒരു കാലമുണ്ടായിരുന്നു. അതിൽ നിന്നൊക്കെ രക്ഷപ്പെട്ടുപോരാനുള്ള ഒരു സെൽഫ് പ്രിസർവേഷൻ കപ്പാസിറ്റി ഉണ്ടായി എന്നത് വലിയ കാര്യം തന്നെയാണ്.

- എഴുത്തിലുമുണ്ടോ കടുത്ത അച്ചടക്കം? സമകാലീനരുമായി തട്ടിച്ചുനോക്കുമ്പോൾ താരതമ്യേന കുറച്ചല്ലേ എഴുതിയിട്ടുള്ളൂ?

കഥയുടേയും നോവലിന്റേയും കാര്യത്തിൽ ശരിയായിരിക്കാം. മുകുന്ദനൊക്കെ എഴുതിയതിന്റെ പകുതിപോലും എനിക്കെഴുതാൻ കഴിഞ്ഞിട്ടില്ല. എന്നാൽ ജീവിക്കുന്ന ലോകത്തോട്, സമൂഹത്തിൽ സംഭവിച്ചുകൊണ്ടിരിക്കുന്ന കാര്യങ്ങളോട് പ്രതികരിച്ചുകൊണ്ട് ഞാനെഴുതിയതുപോലെ മറ്റാരും എഴുതിയിട്ടില്ല എന്ന് എനിക്കുറപ്പുണ്ട്. പൊടിപടലങ്ങളെല്ലാം തട്ടിക്കിഴിച്ചശേഷവും 1200 പേജുള്ള ലേഖന സമാഹാരമാണ് താമസിയാതെ ഇറങ്ങാൻ പോകുന്നത്. ആഴ്ചയിൽ നാല് കോളം വരെ ഞാൻ എഴുതിയ കാലമുണ്ട്.

- അഴിമതിക്കും വർഗീയതയ്ക്കും ഫാസിസത്തിനുമെതിരെയാണ് താങ്കളുടെ പേന ഏറ്റവുമധികം മഷിയൊഴുക്കിയിട്ടുണ്ടാവുക. 'ഫാസിസത്തോട് ഒരുതരത്തിലും കോംപ്രമൈസ് ചെയ്യാത്ത എഴുത്തുകാരൻ' എന്ന് ചരിത്രത്തിൽ മാർക്ക് ചെയ്യാവുന്ന നിലപാടിന്റെ രാഷ്ട്രീയം രൂപപ്പെട്ടതെങ്ങനെയാണ്?

എന്റെ വായന തിരിച്ചുവിടപ്പെട്ട ഒരു വഴിത്തിരിവിൽ വെച്ചാണ് എന്നിലെ ഫാസിസ്റ്റ് വിരുദ്ധ രാഷ്ട്രീയ സമീപനം ഷാർപ്പാവുന്നത്. ഫിലോമിനാസിൽ വെച്ച് ഇംഗ്ലീഷിനോടൊപ്പം ഇക്കണോമിക്സും ഹിസ്റ്ററിയുമായിരുന്നു പഠിച്ചത്. ഫസ്റ്റ് വേൾഡ് വാർ പഠിച്ചു. സെക്കൻഡ് വേൾഡ് വാർ പഠിച്ചു. ഹിറ്റ്ലറെയും മുസ്സോളിനിയെയും പഠിച്ചു. പഠിച്ചു എന്നല്ലാതെ, ഇവരൊക്കെ ആരായിരുന്നു എന്ന് യഥാർഥത്തിൽ അന്ന് മനസ്സിലായിരുന്നില്ല. പഠനം കഴിഞ്ഞ് കാഞ്ഞിരപ്പള്ളി കോളേജിൽ അധ്യാപകനായി. ഇതിനുശേഷമാണ് എന്റെ വായനയേയും ചിന്തയേയും തിരിച്ചുവിട്ട കെ.ജെ. അബ്രഹാമിനെ പരിചയപ്പെടുന്നത്. അരുവിത്തറ സെന്റ് ജോർജ് കോളേജിൽ മാത്തമാറ്റിക്സിന്റെ പ്രൊഫസറായിരുന്നു അദ്ദേഹം. ഒരു അസാധാരണ പുസ്തകപ്പുഴുവായിരുന്നു അദ്ദേഹം. പുള്ളിയുടെ ഒബ്സഷൻ ഫാസിസമായിരുന്നു. ഞാനാദ്യമായി കത്തോലിക്കാ സഭയെ

പഠിക്കുന്നതും അതിന്റെ ചരിത്രം വായിച്ച് അതെന്താണെന്ന് മനസ്സിലാക്കുന്നതും അവറാച്ചന്റെ പ്രേരണകൊണ്ടാണ്. "മാർപാപ്പമാരുടെ ചരിത്രം, ഇൻക്വിസിഷന്റെ ചരിത്രം എന്നിവയൊന്നും വായിക്കാത്ത താനെവിടത്തെ എഴുത്തുകാരനാണെടോ?" എന്ന അവറാച്ചന്റെ ചോദ്യമാണ് എന്റെ വായനയുടെ ഗതി തിരിച്ചുവിടുന്നത്. അതേപോലെ സെക്കൻഡ് വേൾഡ് വാറിന്റേയും ഹിറ്റ്ലറുടെ തേർഡ് റൈഷിന്റേയും മാസ്റ്റർ എൻസൈക്ലോപീഡിയ കൂടിയായിരുന്നു അവറാച്ചൻ. ഹിറ്റ്ലറുടെ മുഴുവൻ ചരിത്രവും മനഃപാഠമായിരുന്നു അദ്ദേഹത്തിന്. ഭാഷകൊണ്ടുള്ള ചില കസർത്തുമായി എഴുത്തുകാരൻ എന്ന പേരുമായി നടന്നിരുന്ന എന്നെ, ലോകത്തിന് ഇങ്ങനെയൊരു മുഖമുണ്ട്, എഴുത്തിന് ഇങ്ങനെയൊരു അറിവ് ആവശ്യമാണ് എന്ന് പഠിപ്പിച്ച് തന്നത് അവറാച്ചനാണ്. സ്റ്റാലിന്റെ ഫാസിസത്തെക്കുറിച്ച് പഠിക്കുന്നതും ഇദ്ദേഹത്തിൽ നിന്നാണ്. കമ്മ്യൂണിസ്റ്റ് ഫാസിസത്തിൽ മനംനൊന്ത് പാർട്ടിയിൽ നിന്നകന്ന് ജീവിക്കുകയായിരുന്നു അവറാച്ചനെപ്പോലെയുള്ളവർ. വിശ്വാസത്തിന്റേയും രാഷ്ട്രീയത്തിന്റേയും ഫാസിസത്തെക്കുറിച്ച് എന്നെ പഠിപ്പിച്ചതും എന്റെ വായനയേയും ചിന്തയേയും ഫാസിസ്റ്റ് വിരുദ്ധമാക്കിയതും അവറാച്ചന്റെ സ്വാധീനമാണ്.

- ഇന്ത്യൻ രാഷ്ട്രീയത്തിലെ അധികാര ജീർണതകളെക്കുറിച്ച് ഗൗരവമായി പഠിച്ചുതുടങ്ങിയത് എപ്പോഴാണ്?

കാഞ്ഞിരപ്പള്ളിയിലെ കോളേജുദ്യോഗം കളഞ്ഞിട്ടാണ് ഞാൻ ഡൽഹിയിലേക്ക് വണ്ടികയറുന്നത്. ഇന്ദിരാഗാന്ധി ഇന്ത്യൻ രാഷ്ട്രീയത്തിന്റെ നേതൃനിരയിലെത്തുകയും അധികാര രാഷ്ട്രീയം ഏറ്റവും ജീർണമാവുകയും ചെയ്ത കാലമായിരുന്നു അത്. ഇന്ത്യയിലെ രാഷ്ട്രീയ ഫാസിസത്തിനെതിരെ ശക്തമായ നിലപാടെടുത്തുകൊണ്ടാണ് അക്കാലത്ത് ഒ.വി. വിജയൻ കാർട്ടൂണുകൾ വരച്ചിരുന്നത്. വിജയൻ തന്നെയായിരുന്നു ഡൽഹിയിലെ എന്റെ രാഷ്ട്രീയ ഗുരു. അധികാരത്തിനു പിന്നിൽ പ്രവർത്തിക്കുന്ന ഫിലോസഫിയായി ഫാസിസത്തെ വായിച്ചെടുക്കാൻ എന്നെ പഠിപ്പിച്ചത് വിജയനാണ്. നേരിട്ട് ഒന്നും പറഞ്ഞുതരികയായിരുന്നില്ല. ചർച്ചകളിലൂടെ എന്റെ ധാരണകളെ വിജയൻ നവീകരിക്കുകയായിരുന്നു.

- ഫാസിസത്തെ ഫിലോസഫിക്കലായി വായിച്ചെടുക്കുകയും അതിനനുസരിച്ച് നിലപാടുകളിൽ കൃത്യത ഉറപ്പുവരുത്തുകയും ചെയ്യുന്ന ആളാണ് താങ്കൾ. ഫാസിസ്റ്റ് വിരുദ്ധ രാഷ്ട്രീയം ഉച്ചത്തിൽ വിളിച്ചു പറയുന്നതിൽ മുന്നിൽ നില്ക്കുന്ന എഴുത്തുകാരൻ എന്നും താങ്കളെ വിശേഷിപ്പിക്കാം. ഇങ്ങനെയൊക്കെയുള്ള ആളായിട്ടും നിസ്സാരമായ ചില വിവാദങ്ങളിൽ താങ്കളെങ്ങനെയാണ് പെട്ടുപോകുന്നത്?

'തപസ്യ'യുടെ ഒരവാർഡ് വാങ്ങിയതിന്റെ പേരിൽ സുഭാഷ് ചന്ദ്രനെതിരെ നടത്തിയ ക്യാംപെയിൻ ഉദാഹരണം.

സമൂഹത്തെ ബാധിച്ചുകഴിഞ്ഞ ഫാസിസം എന്ന കൊടിയ രോഗത്തിന്റെ ചില ചെറുലക്ഷണങ്ങളായാണ് നമ്മളിതുപോലുള്ള സംഭവങ്ങളെ മനസ്സിലാക്കേണ്ടത്. എം.കെ. സാനു, സംഘപരിവാരത്തിനോടൊപ്പം നില്ക്കുകയാണെന്ന് ആദ്യം പറയാൻ തയ്യാറായത് ഞാനാണ്. മതേതരത്വം, ജനാധിപത്യം മുതലായ ആശയങ്ങളിൽ വിശ്വസിക്കുന്ന ആളുകളാണ് നമ്മളെങ്കിൽ, അതനുസരിച്ചുള്ള നിലപാട് എല്ലാ കാര്യത്തിലുമുണ്ടാകണം. ആവിഷ്കാര സ്വാതന്ത്ര്യത്തിന്റെ ആനുകൂല്യം പറ്റുന്ന എഴുത്തുകാരും ബുദ്ധിജീവികളും മറ്റു കലാകാരന്മാരുമൊക്കെ അറിഞ്ഞോ അറിയാതെയോ ഫാസിസ്റ്റ് ക്യാമ്പുകളിൽ എത്തിച്ചേരുന്നത് സമൂഹത്തിന് വലിയ അപകടമാണ്.

- തെഹൽക്കയിൽ എഴുതിയ ഇറോട്ടിക് കഥ ഏറെ ഒച്ചപ്പാടുണ്ടാക്കിയിരുന്നല്ലോ?

തെഹൽക്ക ആരംഭിക്കുന്നത് ഒരു നെറ്റ് മാഗസിൻ ആയിട്ടാണ്. ഒരുപക്ഷേ, ഇന്ത്യയിലെ ആദ്യത്തെ നെറ്റ് മാഗസിൻ. തെഹൽക്ക ആരംഭിച്ച തരുൺ തേജ്പാലും ഷോമയും എന്റെ നല്ല സുഹൃത്തുക്കളാണ്. ഇംഗ്ലീഷിലുള്ള എന്റെ എഴുത്തിനെ അവർ നന്നായി പ്രോത്സാഹിപ്പിച്ചിട്ടുണ്ട്. തെഹൽക്കയിൽ എനിക്കൊരു കോളമുണ്ടായിരുന്നു. 'ഇറോട്ടിക് ഫിക്ഷൻ' എന്ന പേരിൽ തെഹൽക്കയിൽ അവരൊരു കോളം തുടങ്ങി. അതിലേക്ക് ഒരു കഥയെഴുതണമെന്ന് ഷോമ എന്നെ നിർബന്ധിച്ചു. മലയാളത്തിൽ ഞങ്ങൾക്കങ്ങനെയൊരു രീതിയില്ല എന്നൊക്കെ പറഞ്ഞുനോക്കിയെങ്കിലും ഷോമ വിട്ടില്ല. മാർകേസടക്കം ഇറോട്ടിക്ക് കഥകൾ എഴുതിയിട്ടുണ്ടെന്ന് പറഞ്ഞ് തരുണും പ്രകോപിപ്പിച്ചു. അങ്ങനെയാണ് 'ഇല്ല്യുമിനേഷൻസ്' എന്ന കഥ ഞാനെഴുതുന്നത്. സെക്സിനെ എക്സ്പ്ലിസിറ്റ് ആയി വിവരിക്കുന്ന കഥയായിരുന്നെങ്കിലും വൾഗറായിരുന്നു എന്നെനിക്കഭിപ്രായമില്ല. സെക്സിനെ വൾഗറായിട്ട് കാണുന്നവർക്ക് കഥയും വൾഗറാണെന്നു തോന്നിയിട്ടുണ്ടാവും എന്നേയുള്ളൂ. സ്ത്രീപുരുഷന്മാർക്കിടയിൽ സ്വാഭാവികമായി സംഭവിക്കുന്ന ഒരു കാര്യം എന്ന് സെക്സിനെക്കുറിച്ച് ചിന്തിക്കുന്നവർക്ക്, തരക്കേടില്ലാത്ത ഒരു കഥ എന്ന ഇംപ്രഷനാവും ഉണ്ടാവുക. മാർക്കേസിനേയും മാജിക്കൽ റിയലിസത്തേയുമൊക്കെ ഉദ്ധരിക്കുന്ന തരുണിന്റെ ആമുഖക്കുറിപ്പും കഥയോടൊപ്പം പ്രസിദ്ധീകരിച്ചിരുന്നു. നെറ്റ് മാഗസിൻ വായിക്കുന്നവരൊന്നും കേരളത്തിൽ അധികമില്ലായിരുന്നു അന്ന്. എന്നാലും നമ്മുടെ 'ശത്രു'ക്കൾ ഇതെങ്ങനെയെങ്കിലും കണ്ടുപിടിക്കുമല്ലോ. അവരത് ക്രൈം നന്ദകുമാറിനെ കാണിച്ചുകൊടുത്തു.

നന്ദകുമാറാവട്ടെ, കഥയിലെ ചില ഭാഗങ്ങളെടുത്ത് മലയാളത്തിലേക്ക് വികൃതമായി വിവർത്തനം ചെയ്ത് പ്രസിദ്ധീകരിച്ചു. അതുകഴിഞ്ഞ് കോൺഗ്രസ്സുകാർ നടത്തിയിരുന്ന ഒരു വാരികയും ഇതിനെതിരെ എന്തൊക്കെയോ എഴുതി.

● തരുണും ഷോമയും നിർബന്ധിച്ചതുകൊണ്ടെഴുതി എന്നതു ശരിയായിരിക്കാം. പക്ഷേ, നമ്മുടെ ചില സദാചാര സങ്കല്പങ്ങളോടുള്ള എതിർപ്പ് അതിന് പിന്നിലുണ്ടായിരുന്നില്ലേ?

നമ്മുടെ സദാചാര സങ്കല്പങ്ങളെ പൊളിക്കാനൊന്നും ആ കഥ യെഴുത്തുകൊണ്ട് ഞാനുദ്ദേശിച്ചിരുന്നില്ല. അവസരം ഒത്തുവന്നപ്പോൾ, എന്നോടുതന്നെയുള്ള പ്രതികാരം എന്ന ഫീൽ ആ കഥ ഉണ്ടാക്കിയിരുന്നു. മലയാളത്തിൽ ഒരിക്കലും ഇങ്ങനെയൊരു കഥ യെഴുതാൻ കഴിയില്ല എന്നതിൽ എനിക്കെന്നോടുതന്നെ പുച്ഛം തോന്നിയിരുന്നു. ഇംഗ്ലീഷിലും മറ്റു ഭാഷകളിലുമുള്ള ഇറോട്ടിക് കഥകൾ ഞാൻ ഇഷ്ടംപോലെ വായിച്ചുകൂട്ടിയിരുന്നു. എഴുത്തിലെ എത്രയോ പ്രതിഭകൾ ഇറോട്ടിക് കഥകളും എഴുതിയിരുന്നു. മറ്റെല്ലാ ആധുനികതയും നമുക്ക് പറ്റുമെങ്കിലും സെക്സിന് മാത്രം സ്വീകാര്യത ഉണ്ടായില്ല. ചുരുക്കത്തിൽ എന്റെ അവസ്ഥയോടുതന്നെയുള്ള പ്രതികരണം എന്നുകൂടി വേണമെങ്കിൽ ആ കഥയെ വിശേഷിപ്പിക്കാം. മലയാളത്തിൽ ഇങ്ങനെയൊരു കഥയെഴുതാൻ കഴിയില്ലെങ്കിലും ഇംഗ്ലീഷിന്റെ മറവിലാണ് ഞാനെഴുതുന്നതെന്നും ആ കഥ യോടൊപ്പം പ്രസിദ്ധീകരിച്ച കുറിപ്പിൽ ഞാനെഴുതിയിട്ടുമുണ്ട്. എഴുത്തുകാരൻ എന്ന സ്ഥിതിക്ക് ഇത്രയേ എനിക്ക് സാധിക്കൂ എന്ന് വെളിപ്പെടുത്തുകയായിരുന്നു ഞാൻ. ആ കഥയെഴുതിയതിൽ, ഇംഗ്ലീഷിലെങ്കിലും അങ്ങനെയൊരു കഥയെഴുതാൻ കഴിഞ്ഞതിൽ എനിക്ക് സന്തോഷമേയുള്ളൂ.

● ഈ കൃത്രിമ സദാചാര സങ്കല്പം കേരളീയമോ ഇന്ത്യനോ അല്ല എന്നതല്ലേ വാസ്തവം?

ബ്രിട്ടീഷുകാരോടൊപ്പം ഇന്ത്യയിലേക്ക് വന്ന വിക്ടോറിയൻ കപട സദാചാരത്തിന്റെ ഭാഗമായിരിക്കണം എന്ന് വിചാരിക്കുകയേ നിവൃത്തിയുള്ളൂ. ലോകത്തിൽ ഏറ്റവും കുപ്രസിദ്ധമായതാണ് വിക്ടോറിയൻ സദാചാരം. ഇംഗ്ലീഷുകാർ വരുകയും ക്രിസ്തുമതം പ്രചരിപ്പിക്കുകയും ഇംഗ്ലീഷ് സ്കൂളുകൾ സ്ഥാപിക്കുകയും എല്ലാവർക്കും അവരുടെ വിദ്യാഭ്യാസം നല്കുകയും ചെയ്തതോടെയാവണം സെക്സിനെക്കുറിച്ച് ഇത്രയും കപടമായ ഒരു ബോധം ഇവിടെ ഉണ്ടായത്. സ്ത്രീപുരുഷ ബന്ധത്തിലോ വസ്ത്രധാരണത്തിലോ ഇത്രയും കള്ളത്തരം കാണിച്ചവരായിരുന്നില്ല കേരളത്തിലെ

37

ഹിന്ദുക്കൾ. സെക്സ് പാപമാണ് എന്ന ബോധം ക്രിസ്തുമതം കുത്തിവെച്ചതായിരിക്കണം.

മുസ്ലീങ്ങളിലും ഇത്തരമൊരു മൊറാലിറ്റി ബ്രീഡ് ചെയ്യപ്പെട്ടിരുന്നില്ല എന്നാണെന്റെ വിശ്വാസം. ബഷീറിന്റെയോ ഉറൂബിന്റെയോ മുസ്ലീം കഥാപാത്രങ്ങളിൽ നമ്മളങ്ങനെയൊന്നും കാണുന്നില്ലല്ലോ.

- ഇടതുപക്ഷ സ്വാധീനം കൊണ്ടും നമുക്കതിനെ മറികടക്കാൻ സാധിച്ചില്ലല്ലോ? ഇക്കാര്യം പറഞ്ഞതിന്റെ പേരിലല്ലേ പയ്യന്നൂരിൽ വെച്ച് ഡി.വൈ.എഫ്.ഐക്കാർ താങ്കളെ കൈയേറ്റം ചെയ്തത്?

കമ്മ്യൂണിസ്റ്റ് പ്രസ്ഥാനം രൂപംകൊണ്ട ആദ്യനാളുകളിലോ അന്നത്തെ നേതാക്കളിലോ ലൈംഗികതയെ സംബന്ധിച്ച് ഇന്നത്തെപ്പോലെയുള്ള കടുംപിടിത്തങ്ങളുണ്ടായിരുന്നില്ല. കമ്മ്യൂണിസ്റ്റ് നേതാക്കളുടെ ഒളിജീവിതങ്ങളിൽ ലൈംഗികത വിലക്കപ്പെട്ട കനി ആയിരുന്നുമില്ല. പിന്നീട് സ്റ്റാലിനിസ്റ്റ് ആശയങ്ങൾ ആധിപത്യം പുലർത്താൻ തുടങ്ങിയതോടെയാണ് കമ്മ്യൂണിസ്റ്റ് പാർട്ടികളും വളരെ കൺസർവേറ്റീവ് ആയി മാറിയത്.

ആദ്യം ക്രിസ്ത്യാനികളും പിന്നീട് സ്റ്റാലിനിസവും പിന്നീടിപ്പോൾ സൗദിയിൽ നിന്നിറക്കുമതി ചെയ്യപ്പെട്ടിട്ടുള്ള ഇസ്ലാമും എല്ലാംകൂടി ചേർന്ന് കേരളത്തിൽ ലൈംഗിക യാഥാസ്ഥികത്വം ഒരു യാഥാർഥ്യമാക്കി മാറ്റിക്കഴിഞ്ഞു. മാധ്യമങ്ങളും ഇതിന് വളംവെച്ച് കൊടുക്കുന്ന സമീപനമാണ് സ്വീകരിക്കുന്നത്. 'ലൈംഗികവേഴ്ചയിലേർപ്പെട്ടവരെ നാട്ടുകാർ പിടികൂടി കൈകാര്യം ചെയ്തു' എന്ന തരത്തിലുള്ള തലക്കെട്ടുകളാണ് പല പത്രങ്ങളിലും വരാറുള്ളത്. ഇതെല്ലാം കണ്ടുകണ്ട്, ലൈംഗികബന്ധത്തിലേർപ്പെടുന്നവരെ വീട്ടിൽ കയറിച്ചെന്നിട്ടായാലും പിടികൂടൽ തങ്ങളുടെ ജോലിയാണെന്ന് തീരുമാനിച്ചാണ് നമ്മുടെ നാട്ടുകാർ ഇപ്പോൾ കഴിഞ്ഞുകൂടുന്നത്.

- നന്നായി യാത്രചെയ്യുന്ന ആളാണ് താങ്കൾ. യാത്ര കഴിഞ്ഞെത്തുമ്പോൾ അതിനെക്കുറിച്ചെഴുതണമെന്ന് വിചാരിക്കുകയാണോ പതിവ്? അതല്ല എഴുതുക എന്ന ഉദ്ദേശ്യത്തോടെയാണോ ഇത്രയധികം യാത്രകൾ നടത്തുന്നത്?

മനോഹരമായ ഒരു ഫാസിനേഷനാണ് എന്നെ സംബന്ധിച്ച് യാത്രകൾ. യാത്ര ചെയ്യാനുള്ള മോഹമാണ് മനസ്സു നിറയെ. അതുണ്ടായതാവട്ടെ, എസ്.കെ.യെ വായിച്ചതുകൊണ്ടു മാത്രം. യൂറോപ്പിലൂടെയും ആഫ്രിക്കയിലൂടെയുമൊക്കെ എസ്.കെ. നടത്തിയ യാത്രകൾ വായിച്ചിട്ട് കാല് നിലത്തുറയ്ക്കാത്ത അവസ്ഥയായിരുന്നു എനിക്ക്. ലോകത്ത് ഇത്രയേറെ സ്ഥലങ്ങളുണ്ടായിട്ട്, ഇത്രയേറെ മനുഷ്യരുണ്ടായിട്ട്, ഇതൊന്നും കാണാതെ ജീവിച്ചുപോവുകയാണല്ലോ

എന്നോർത്ത് സങ്കടമായിരുന്നു. 'പ്രപഞ്ചത്തിന്റെ അവശിഷ്ടങ്ങൾ' എന്ന കഥയിൽ ആവിഷ്കരിക്കാൻ ശ്രമിച്ചത് യാത്ര ചെയ്യാനുള്ള അദമ്യമായ മോഹമാണ്. ഹിമാലയം കാണുക, ഇന്ത്യക്കു പുറത്തുള്ള ദേശങ്ങളിലൂടെ സഞ്ചരിക്കുക എന്ന ആഗ്രഹങ്ങളൊന്നും നടക്കില്ലെന്നായിരുന്നു എന്റെ വിശ്വാസം. ഡൽഹിയിലും കൽക്കത്തയിലും ഹൈദരാബാദിലും എന്തിന് മദ്രാസിൽ പോലും പോകാൻ കഴിഞ്ഞിരുന്നില്ല. ഭാര്യക്ക് ഡൽഹിയിലായിരുന്നു ജോലി എന്നതുകൊണ്ടാണ് പോകാൻ കഴിഞ്ഞതെങ്കിലും പ്രണയത്തിനപ്പുറത്ത് ദില്ലി എന്ന മഹാനഗരത്തിലേക്ക് പോകുന്നതിന്റെ ത്രിൽ കൂടെയുണ്ടായിരുന്നു എനിക്ക്.

- ഡൽഹിയിൽ താമസമാക്കിയതോടെയാണല്ലോ യാത്രകൾ ആരംഭിക്കുന്നത്?

കോളേജ് ഉദ്യോഗം വേണ്ടെന്നുവെച്ചാണ് ഡൽഹിയിലെത്തിയത്. ആൾ ഇന്ത്യ മാനേജ്മെന്റ് അസോസിയേഷന്റെ പബ്ലിക്കേഷൻസ് എഡിറ്ററും ഇൻഫർമേഷൻ ഓഫീസറുമായി ഞാൻ ജോലിക്ക് ചേർന്നു. ജോലിയുടെ ഭാഗമായി ഇന്ത്യൻ മാനേജ്മെന്റ് എന്ന മാസിക എഡിറ്റ് ചെയ്തിരുന്നു. ഇതിലേക്കുള്ള പരസ്യം വാങ്ങിക്കാൻ ഞാൻ തന്നെയായിരുന്നു പോകേണ്ടിയിരുന്നത്. അസോസിയേഷനിൽ അംഗങ്ങളായിട്ടുള്ള സ്ഥാപനങ്ങളുടെ മേധാവികളെയാണ് പോയി കാണേണ്ടത്. ട്രെയിനിലും ഫ്ളൈറ്റിലുമായി യാത്രകൾ തരപ്പെട്ടു എന്നതായിരുന്നു എനിക്ക് സന്തോഷമുള്ള കാര്യം. ഒരു ദിവസം കൊണ്ട് പണിതീർത്ത് വരാവുന്ന സ്ഥലങ്ങളിൽപ്പോലും രണ്ടും മൂന്നും ദിവസം ഞാൻ താമസിക്കും. ഇങ്ങനെ താമസിക്കാൻവേണ്ടി പല കള്ളത്തരങ്ങളും ഞാൻ പറഞ്ഞിട്ടുണ്ട്. നമ്മുടെ ബീനാ പോളിന്റെ അച്ഛൻ എ.പി. പോൾ ആയിരുന്നു എന്റെ ബോസ്. സാക്ഷാൽ ധീരുബായ് അംബാനിയുടെ അടുത്തുപോലും ചെന്ന് പരസ്യം വാങ്ങിയിട്ടുണ്ട്. എ.ഐ.എം.എയുടെ റെപ്യൂട്ടേഷൻ അങ്ങനെയായിരുന്നതുകൊണ്ട് ഏത് സ്ഥാപനത്തിന്റേയും ബോസിനെയായിരുന്നു ഞാൻ കാണേണ്ടിയിരുന്നത്. ഓരോ യാത്രയ്ക്കും നാലും അഞ്ചും ദിവസം വെച്ച് ടൂർ ചാർട്ട് തയ്യാറാക്കിയതു കാണുമ്പോൾ പോൾ സാർ ചോദിക്കും: "എന്താ സക്കറിയാ, ഇത്രയൊക്കെ ദിവസം വേണോ, ഒന്നു ബോംബെവരെ പോയി വരാൻ?" ചിരിച്ചുകൊണ്ട് ചാർട്ടങ്ങ് പാസ്സാക്കിത്തരികയും ചെയ്യും.

- ഇന്ത്യയ്ക്ക് പുറത്തേക്കുള്ള ആദ്യയാത്ര എങ്ങനെയാണ് തരപ്പെട്ടത്?

വിജയന്റെ സുഹൃത്തായ സിംഗപ്പൂർ ഗോപൻ എന്റേയും സുഹൃത്തായി ക്കഴിഞ്ഞിരുന്നു. ഇടയ്ക്കിടെ ഇദ്ദേഹം സിംഗപ്പൂരിലും

മലേഷ്യയിലുമൊക്കെ പോയിവരും. തിരിച്ചെത്തിയാൽ ഞാൻ ഗോപന്റെ പിന്നാലെ കൂടും. യാത്രയുടെ വിശേഷങ്ങൾ എത്ര കേട്ടാലും എനിക്ക് മതിയാവില്ല. ആയിടയ്ക്കാണ് അരവിന്ദൻ വിദേശ യാത്രകൾ തുടങ്ങുന്നത്. ആരാധനയോടെയാണ് ഞാൻ വിദേശത്ത് പോയിവന്ന അരവിന്ദനെ നോക്കിയത്. ശരീരത്തിൽ തൊട്ടുനോക്കുക പോലും ചെയ്തു. വിദേശയാത്ര കഴിഞ്ഞെത്തിയ ആളല്ലേ. അവിടത്തെ കൊച്ചുകൊച്ചു കാര്യങ്ങൾ പോലും ഞാൻ തിരക്കി ക്കൊണ്ടിരുന്നു. അങ്ങനെയിരിക്കെ 1988-ലാണ് ആദ്യ വിദേശയാത്ര തരപ്പെടുന്നത്. നോർവേയിലേക്കായിരുന്നു അത്. നോർവേയിലെ എന്റെ സുഹൃത്ത് അനന്തകൃഷ്ണനും ഭാര്യ പിപ്പിയും ചേർന്ന് അറേഞ്ച് ചെയ്തുതന്ന യാത്ര. എഴുതണമെന്ന ഉദ്ദേശ്യത്തോടു കൂടിയല്ല പോയതെങ്കിലും വിശദമായ ഡയറിക്കുറിപ്പുകൾ ഞാൻ തയ്യാറാക്കിയിരുന്നു. എഴുതുന്നതിനെക്കുറിച്ചാലോചിച്ചിരുന്നില്ല എന്നു മാത്രമല്ല, യാത്രാവിവരണമെഴുതാനുള്ള കോൺഫിഡൻസില്ലായി രുന്നു എന്നതാണ് വസ്തുത.

അവറാച്ചനെക്കുറിച്ച് പറഞ്ഞതുപോലെ എന്റെ ജീവിതത്തെ കരുപ്പിടിപ്പിച്ച നെടുംതൂണുകളിലൊരാളാണ് വി.കെ. മാധവൻകുട്ടി, അദ്ദേഹമാണെന്നെ ആദ്യമായി അമേരിക്കയിലേക്ക് കൊണ്ടു പോകുന്നത്. അസാമാന്യ യാത്രക്കാരനായിരുന്നു മാധവൻകുട്ടി. ജീവിതത്തിലെന്തെങ്കിലും അന്യായം അദ്ദേഹം ചെയ്തിട്ടുണ്ടെങ്കിൽ അത് യാത്രയ്ക്കുവേണ്ടിയായിരിക്കും. യാത്ര ചെയ്യാൻ കിട്ടുന്ന ഒരവസരവും അദ്ദേഹം പാഴാക്കില്ല. അടക്കിവെച്ചിരുന്ന യാത്രാ മോഹത്തെ ജ്വലിപ്പിച്ചതിൽ പ്രധാനപ്പെട്ട ഒരു പങ്ക് മാധവൻകുട്ടി ക്കുണ്ട്.

- **യാത്രയെഴുത്തിലേക്ക് കടന്ന സാഹചര്യം പറഞ്ഞില്ല.**

സിനിമാ സംവിധായകനായ രാജീവ് വിജയ രാഘവനാണ് എന്റെ തലയിലേക്ക് ഇങ്ങനെയൊരാശയം കടത്തിവിട്ടത്. അവനന്ന് സൗത്താഫ്രിക്കയിലെവിടെയോ ആയിരുന്നു. ആയിടയ്ക്ക് അവൻ നാട്ടിൽ വന്നു. അപ്പോഴേക്കും ഡൽഹി വിട്ട് ഞാനും തിരുവനന്ത പുരത്തെത്തിയിരുന്നു. 'പൊറ്റെക്കാട് പോയ അതേ റൂട്ടിൽ ഒരു യാത്ര പോകരുതോ?' എന്നാദ്യം ചോദിക്കുന്നത് രാജീവാണ്. രാജീവ് തിരിച്ചുപോയെങ്കിലും അവനിട്ടേച്ചു പോയ തീപ്പൊരി മനസ്സിൽക്കിടന്ന് പുകയുകയായിരുന്നു. ഡൽഹിയിലായിരിക്കുമ്പോൾ കുറച്ചൊക്കെ കോളങ്ങൾ എഴുതിയിരുന്നു. കഥയല്ലാത്തതും എഴുതാമെന്നും ഗദ്യം കൈയിൽ നിൽക്കുമെന്നുമുള്ള ധൈര്യം ആയിത്തുടങ്ങിയിരുന്നു. ഈയവസ്ഥയിലാണ് യാത്രയാവാമെന്നും യാത്രാവിവരണമെഴുതാ മെന്നും തീരുമാനിക്കുന്നത്. ടി.എൻ. ഗോപകുമാറാണ് എനിക്കു

വേണ്ടി ഈ ഐഡിയയെക്കുറിച്ച് മാതൃഭൂമിയുമായി സംസാരി
ക്കുന്നത്. വിശദമായ പ്ലാനും ബഡ്ജറ്റും അറിയിക്കാൻ മാതൃഭൂമി
ആവശ്യപ്പെട്ട പ്രകാരം ഞാനത് ചെയ്യുകയും ആഫ്രിക്കൻയാത്ര
അവിശ്വസനീയമായി യാഥാർഥ്യമാവുകയും ചെയ്തു.

• യാത്രയാണോ എഴുത്താണോ പ്രയാസകരം?

ആഫ്രിക്കൻ യാത്രയ്ക്കുവേണ്ടിയാണ് ആദ്യമായി ക്യാമറ വാങ്ങി
ക്കുന്നത്. ഒരു റോളിൽ 36 പടമെടുക്കാവുന്ന ഫിലിമുകളാണ് അന്നു
ണ്ടായിരുന്നത്. അത്തരത്തിലുള്ള പത്തിരുപത് റോളുകൾ വാങ്ങി
നാലഞ്ചു മാസത്തേക്കുള്ള ഒരുക്കങ്ങളുമായാണ് ഞാൻ പുറപ്പെട്ടത്.
അമേരിക്ക വഴിയാണ് ആഫ്രിക്കയിലേക്ക് പോയത്. യാത്രയിലുടനീളം
കുറിപ്പുകൾ തയ്യാറാക്കി ആവശ്യമുള്ളിടത്തുനിന്നെല്ലാം ഫോട്ടോ
കളെടുത്തു. പൊറ്റെക്കാടിനെപ്പോലെ ഒറ്റയ്ക്കുതന്നെ യാത്ര ചെയ്തു.
തിരിച്ചെത്തിയ ഉടനെ 'ഒരു ആഫ്രിക്കൻ യാത്ര' എഴുതുകയും
ചെയ്തു. യാത്ര ആഹ്ലാദകരമാണ്. യാത്രയെഴുത്തിൽ ആനന്ദമുണ്ടെ
ങ്കിലും നല്ല അധ്വാനവും അതിനാവശ്യമാണ്.

• എഴുതാൻ വേണ്ടിയല്ലേ ഇപ്പോൾ നടത്തുന്ന യാത്രകൾ?

അതെ. പക്ഷേ, ആസ്ട്രേലിയയിൽ രണ്ടുതവണ പോയിട്ടുണ്ടെ
ങ്കിലും ഇതുവരെ ഒന്നും എഴുതിയിട്ടില്ല. ഗംഭീരമായ ഒരു പുസ്തക
മെഴുതാനുള്ള ചരിത്രവും അവർക്കുണ്ട്. യാത്രയുടെ ഇംപ്രഷൻസ്
എന്റെയുള്ളിലുണ്ട്. എന്നാൽ ഒരു മാസമെങ്കിലും പൂർണമായും
ഇരുന്നാലേ ബാക്ഗ്രൗണ്ട് സ്റ്റോറി വായിച്ചെടുക്കാനും എഴുതാനും
കഴിയൂ. അതിനുള്ള സമയമില്ലാത്തതുകൊണ്ടാണ് പല നല്ല യാത്ര
കളേയുംകുറിച്ചുള്ള എഴുത്ത് നടക്കാത്തത്. ഒരു കാര്യം തീർച്ചയാണ്.
ഞാനിപ്പോൾ നടത്തുന്ന യാത്രകളെല്ലാം ലോകം കാണുക എന്ന
ഉദ്ദേശ്യത്തോടൊപ്പം എഴുതാനും കൂടിയുള്ളവയാണ്.

• ഇനിയും പോകണമെന്നാഗ്രഹമുള്ള ദേശങ്ങൾ, യാത്രകൾ?

മരണംവരെ യാത്രകൾ തുടർന്നുകൊണ്ടിരിക്കണം എന്നാണെന്റെ
ആഗ്രഹം. പോയിട്ടില്ലാത്ത ദേശങ്ങൾ ഇനിയും ഒരുപാടുണ്ട്. പോയ
സ്ഥലങ്ങളിൽത്തന്നെ വീണ്ടും പോകണമെന്നുമുണ്ട്. ആഫ്രിക്കയിൽ
ഒരു തവണകൂടി യാത്ര ചെയ്യണമെന്നുണ്ട്. ആദ്യ യാത്രയുടെ
അമ്പരപ്പും പരിഭ്രമവുമില്ലാതെ ഒന്നുകൂടി പോയാൽ കാഴ്ചയും
അനുഭവവുമൊക്കെ വേറെയാകും എന്നുറപ്പാണല്ലോ. മംഗോളിയൻ
ദേശങ്ങളിലൂടെ പോകണമെന്നുണ്ട്. റഷ്യയിലെ പല ഭാഗങ്ങളിലും
സൈബീരിയയിലും പോകാൻ നല്ല ആഗ്രഹമുണ്ട്. ലാറ്റിനമേരിക്കൻ
രാജ്യങ്ങൾ ബാക്കി കിടക്കുന്നുണ്ട്. കംബോഡിയയും വിയറ്റ്നാമും

എഴുത്തുകാരന് പറയാനുള്ളത്

പ്രധാന ടാർഗറ്റുകളാണ്. 53 രാജ്യങ്ങളിൽ ഞാൻ യാത്ര ചെയ്തു കഴിഞ്ഞു. ഈ യാത്രകളൊക്കെയും സാധ്യമായത് മലയാളത്തിന്റെ അമ്പത്തിയൊന്ന് അക്ഷരങ്ങളുടെ ശക്തികൊണ്ടാണ്. സൗഹൃദങ്ങൾ ഏറ്റവും സഹായകരമായിട്ടുണ്ടെങ്കിലും ആ സൗഹൃദങ്ങൾപോലും എനിക്കു ലഭിച്ചത് എഴുത്തുകാരൻ എന്ന നിലയിലാണ്. ജീവിതത്തിൽ ഒരുപാട് സൗഭാഗ്യങ്ങളുള്ള ആളാണ് ഞാൻ. ഈ സൗഭാഗ്യങ്ങളെല്ലാം എന്നെ തേടിയെത്തിയത് ഞാൻ എഴുത്തുകാരനായതു കൊണ്ടാണ്. പോൾ സക്കറിയ എന്ന വ്യക്തിയെയല്ല സക്കറിയ എന്ന എഴുത്തുകാരനെയാണ് ലോകത്തിന്റെ പല ഭാഗത്തുമുള്ള മലയാളികൾ വിളിച്ചുകൊണ്ടുപോകുന്നത്. എന്റെ എല്ലാ ഭാഗ്യങ്ങൾക്കും മലയാളത്തോടും മലയാളികളോടുമുള്ള നന്ദിയോടെയാണ് ഞാൻ ജീവിക്കുന്നത്.

മാതൃഭൂമി ഓണപ്പതിപ്പ് 2014

സരിതയെ കൈവെയ്ക്കാൻ കഴിഞ്ഞില്ല എന്ന വിഷമം

പി.എം. ബിനുകുമാർ - സക്കറിയ

എഴുത്തുകാരനും ചിന്തകനുമായ സക്കറിയ ഈയിടെ കുറച്ച് ആഴ്ചകൾ കാലടിക്കടുത്ത് താമസമായിരുന്നു. അപ്പോഴാണ് കാലടിപ്പാലത്തിൽ ഒരു വിള്ളലുണ്ടായത്. സക്കറിയയുടെ ഭാഷയിൽ പറഞ്ഞാൽ ഒരു ചെറിയ പൊത്ത്. അതിനെ നാട്ടുകാർ ചേർന്നു കുത്തിപ്പൊളിച്ച് വലുതാക്കി.

വാർത്തകൾ പരന്നു. കാലടിപ്പാലം 'തകർന്ന'തിനെ ഭരണപക്ഷവും പ്രതിപക്ഷവും അപലപിച്ചു. എന്താണ് പോംവഴിയെന്ന് മന്ത്രിമാർ കൂടിയാലോചിച്ചു. ഒടുവിൽ പൊത്തടയ്ക്കാൻ തീരുമാനമായി. ബംഗാളികൾ വന്നു. വേഗം പൊത്തടച്ചു.

പാലം 'തകർന്ന' വിവരമറിഞ്ഞ് ആയിരങ്ങളാണ് പാലത്തിലെത്തിയത്. കാലടിക്കാർ ദീർഘകാല അവധിയെടുത്തെന്നപോലെ പൊത്തിനു മുമ്പിൽ കൂടിനിന്നു. അഭിപ്രായം പറഞ്ഞു. ഒരു ദിവസം ജോലി തടസ്സപ്പെടുത്തുകയും ചെയ്തു. ബാക്കി ദിവസങ്ങൾ പൊത്തടപ്പ് കണ്ടുനിന്ന് രസിച്ചു. പൊതുമരാമത്ത് വകുപ്പുമന്ത്രി തന്നെ വന്ന് അടച്ച പൊത്ത് ഉദ്ഘാടനം ചെയ്തു. സി.പി.എമ്മും ബി.ജെ.പിയും വേറെ ഉദ്ഘാടനങ്ങൾ നടത്തി. എല്ലാം നോക്കിനിൽക്കാൻ ആയിരക്കണക്കിനു മലയാളികൾ. ജോലി ചെയ്യുന്നതെല്ലാം ബംഗാളികളും. എന്തുകൊണ്ടോ ബംഗാളികളുടെ മേൽ നോക്കുകൂലി ആരും ചുമത്തിയില്ല.

മലയാളികൾക്ക് ഒരു ജോലിയുമില്ലെന്ന യാഥാർഥ്യം സക്കറിയ മനസ്സിലാക്കി.

സരിത നായർ, റുക്സാന, ബിന്ദ്യാസ് തോമസ് തുടങ്ങിയവരെ കാണാൻ മലയാളികൾ തടിച്ചുകൂടിയതിന്റെ പിന്നിൽ നോക്കിനില്പിന്റെ രസം മാത്രമല്ല, കാമാർത്തി കൂടി ഉണ്ടായിരുന്നു. ചുംബിക്കുന്നതു കാണാൻ വന്നവരും അതിനെ എതിർക്കാൻ വന്നവരും ഒരുപോലെ സദാചാരം എന്ന ഓമനപ്പേരിലറിയപ്പെടുന്ന മലയാളി രതിവൈകൃതത്തിന്റെ ഉടമകളായിരുന്നു. ഈ കപടസദാചാരത്തിന്റെ മറ്റൊരു മുഖമാണ് ഈയിടെ ഉണ്ടായിവന്ന മദ്യനിരോധനശ്രമം.

വ്യാജസദാചാരത്തിന്റെ വാൾ നമ്മുടെ തലയ്ക്കുമേൽ തൂങ്ങി നില്ക്കുന്നു. കേരളം വിവിധയിനം സദാചാരഗുണ്ടകളുടെ വധഭീഷണിയുടെ ചുവട്ടിലാണ്.

സക്കറിയയുടെ വാക്കുകൾ.

- സംസ്കാരത്തിന്റെ അളവുകോൽ ആരാണ് നിശ്ചയിക്കേണ്ടത്? പൊലീസോ യുവമോർച്ചയോ? ഇത് നിശ്ചയിക്കാൻ നാം ആരെയെങ്കിലും ചുമതലപ്പെടുത്തിയിട്ടുണ്ടോ?

സദാചാരം എന്നത് മലയാളിയുടെ മനസ്സിൽ ഒന്നോ രണ്ടോ കാര്യങ്ങൾ മാത്രമായി ചുരുക്കപ്പെട്ടിരിക്കുന്നു. ഒന്ന്, ലൈംഗികത. രണ്ട്, മദ്യപാനം. കേരളത്തിൽ മാന്യത നടിക്കാൻ ആഗ്രഹിക്കുന്നവർ മദ്യപാനത്തേയും ലൈംഗികതയേയുമാണ് സദാചാരത്തിന്റെ മാനദണ്ഡങ്ങളായി ആശ്രയിക്കുന്നത്. താൻ മദ്യപാനിയല്ലെന്നും ലൈംഗിക പുണ്യവാളനാണെന്നും അവൻ നടിക്കുന്നു. സദാചാരം എന്ന അർഥവത്തായ ധാർമികമൂല്യം എങ്ങനെയാണ് ലൈംഗികതയിലും മദ്യപാനത്തിലും ഒതുങ്ങിയത്? കഴിഞ്ഞ അഞ്ചാറു ദശകങ്ങളിലെ ഇക്കാര്യത്തിലുള്ള കാപട്യപൂർണമായ മാധ്യമസമീപനം, മതങ്ങളുടെ മസ്തിഷ്ക പ്രക്ഷാളനം, സാംസ്കാരികനായകരുടെ കാപട്യവും ഭീരുത്വവും രാഷ്ട്രീയപാർട്ടികളുടേയും ഭരണകൂടത്തിന്റേയും അവസരവാദവും കള്ളത്തരവും തുടങ്ങിയവ പഠിച്ചാൽ മാത്രമേ സദാചാരം രണ്ടു ഘടകങ്ങളിൽ ഒതുങ്ങിയതെങ്ങനെയാണെന്ന് കണ്ടെത്താൻ കഴിയൂ. അതേസമയം മറ്റു സദാചാരങ്ങളൊക്കെ എവിടെയോ ഉപേക്ഷിക്കപ്പെട്ടുപോയി. ഉദാഹരണത്തിന് രാഷ്ട്രീയപാർട്ടികൾ, ഭരണകൂടം, ഉദ്യോഗസ്ഥർ, പൊലീസ് സംവിധാനം തുടങ്ങിയവരിൽ നിന്നും പൗരൻ പ്രതീക്ഷിക്കുന്ന സത്യസന്ധമായ ഇടപെടൽ, ആത്മാർഥമായ കൃത്യനിർവഹണം, എന്ന സദാചാരത്തിന് എന്തുപറ്റി? സദാചാരം എന്നാൽ നല്ല ആചാരം അഥവാ നന്മയുള്ള പ്രവൃത്തി എന്നാണ് അർഥം. എന്നാൽ കേരളത്തിൽ അഴിമതി സദാചാരലംഘനമല്ല. അഴിമതിക്കാരനായ ഉദ്യോഗസ്ഥൻ അതിന് പിടിക്കപ്പെടുകയില്ലെങ്കിലും കൂട്ടുകാരിയുമായി ബീച്ചിൽ പോയി ഇരുന്നാൽ അതിന് പിടിക്കപ്പെടും. പൗരനെ സംബന്ധിച്ചിടത്തോളം, അവന്റെ കാര്യം നടക്കാൻ ഏത് ഉദ്യോഗസ്ഥനും അവൻ കൈക്കൂലി നല്കാൻ തയ്യാറാണ്. അവനതൊരു സദാചാരപ്രശ്നമല്ല. കാരണം കൈക്കൂലി നല്കിയില്ലെങ്കിൽ അവൻ ഭരണകൂട സംവിധാനവുമായി യുദ്ധം ചെയ്യണം. അതിനുള്ള ശേഷി അവനില്ല. സദാചാരത്തെ രണ്ടു ഘടകങ്ങളിലൊതുക്കിയതിന്റെ പ്രധാന ഉത്തരവാദികളിലൊന്ന് മതമാണ്. നാം ജനിച്ചുവീഴുമ്പോൾ തന്നെ നമ്മളിൽ സ്വാധീനം ചെലുത്തിത്തുടങ്ങുന്ന ഘടകമാണ് മതം. കുടുംബം വഴിക്കും ആരാധനാലയങ്ങളിലൂടെയും മതങ്ങൾ

സങ്കുചിതവും അവയുടെ താല്പര്യങ്ങൾക്ക് ഉപകരിക്കുന്നതുമായ ഒരു സദാചാരബോധം നമ്മിൽ കുത്തിവയ്ക്കുന്നു. മതം കഴിഞ്ഞാൽ മാധ്യമങ്ങളാണ് നമ്മെ സദാചാരം പഠിപ്പിക്കുന്നത്. എന്നാൽ ഈ ഭീകരമായ ആപത്ത് നാം ഗൗരവമായെടുക്കുന്നില്ല. മാധ്യമങ്ങൾക്ക് സ്വന്തമായി സദാചാരനിഷ്ഠയില്ലെങ്കിൽ അവ വായിക്കുന്നവനും കാണുന്നവനും കേൾക്കുന്നവനും ആ സദാചാരനിഷ്ഠയില്ലായ്മയ്ക്ക് ഇരയായിത്തീരും. ഇന്ത്യയിൽ ഏറ്റവും കൂടുതൽ വായനക്കാരുള്ള സംസ്ഥാനമാണ് കേരളം. അതുപോലെ ഏറ്റവുമധികം ചാനൽ പ്രേക്ഷകരുള്ള സംസ്ഥാനവുമാണ് കേരളം. ഇത്തരമൊരു സമൂഹത്തിൽ മാധ്യമങ്ങൾ പരത്തുന്ന സദാചാരപരമായ ഇരട്ടത്താപ്പുകളും അസത്യങ്ങളും ഒളിച്ചുവയ്ക്കലുകളും മലയാളികൾക്ക് നല്കപ്പെടുന്ന കൈവിഷമാണ്. സദാചാര കാപട്യങ്ങളുടെ ഒരുപക്ഷേ മതങ്ങളേക്കാൾ വമ്പിച്ചതും അപകടകാരിയുമായ, മൊത്ത-ചില്ലറ വില്പന നടത്തുന്നത് മലയാള മാധ്യമങ്ങളാണ്.

- അതായത് കുട്ടിക്കാലം മുതലേ കുട്ടികളെ സദാചാരം പഠിപ്പിക്കണമെന്നാണോ? അങ്ങനെയാണെങ്കിൽ അവർ മാധ്യമങ്ങളുടെ വെട്ടിൽ വീഴുകയില്ലല്ലോ?

ചെറിയ പ്രായത്തിൽ തുടങ്ങി കുട്ടികളെ സദാചാരതത്ത്വങ്ങൾ പരിശീലിപ്പിച്ച് കൊണ്ടുവരുന്ന വിദ്യാഭ്യാസ സമ്പ്രദായമാണ് സംസ്കാരസമ്പന്നങ്ങളായ സമൂഹങ്ങളിലുള്ളത്. അവിടങ്ങളിലെ വിദ്യാഭ്യാസ സമ്പ്രദായത്തിൽ മനുഷ്യനും മനുഷ്യനും തമ്മിലുള്ള പെരുമാറ്റത്തിലും ഒരുമിച്ചുള്ള ജീവിതത്തിലും ഉണ്ടാകേണ്ട നന്മകളും പാരസ്പര്യങ്ങളുമാണ് സദാചാരത്തിന്റെ അന്തസ്സത്തയായി പഠിപ്പിക്കുന്നത്. ലോകത്തിലെ പ്രമുഖ സമൂഹങ്ങളിൽ ലൈംഗികത ഒരു പാപമല്ല. മലയാളികളുടേതുപോലെയുള്ള വികൃത ലൈംഗിക മനശ്ശാസ്ത്രങ്ങളെയാണ് അവർ പ്രശ്നമായി കാണുന്നത്. ലൈംഗികതയും മദ്യപാനവുമല്ല, മനുഷ്യത്വവും നല്ല പൗരനായുള്ള പെരുമാറ്റവുമാണ് മികച്ച സമൂഹങ്ങളുടെ സദാചാര മാനദണ്ഡം. നിങ്ങൾ ശ്രദ്ധിച്ചിട്ടുണ്ടെങ്കിൽ, യൂറോപ്പിലും അമേരിക്കയിലും അതുപോലെ കുട്ടികൾക്ക് കുഞ്ഞിലേ സദാചാര പരിശീലനം നല്കുന്ന മറ്റു സമൂഹങ്ങളിലും ജനിച്ചുവളർന്ന കുട്ടികളിൽ നുണപറയുന്നവർ അപൂർവമാണ്. കാരണം സത്യം പറയാൻ സ്കൂളിലും കുടുംബത്തിലും പരിശീലിപ്പിക്കപ്പെടുന്നു. നല്ല മനുഷ്യനാവാനും നല്ല പൗരനാവാനും നല്ല സാമൂഹികജീവിയാകാനുമുള്ള പരിശീലനം നമ്മുടെ സ്കൂളുകളിൽ ലഭിക്കുന്നില്ല. നിർഭാഗ്യവശാൽ കുടുംബങ്ങളിലുമില്ല. അതിന്റെ സ്ഥാനത്ത് മാധ്യമങ്ങളുടേയും മതങ്ങളുടേയും ദുഷിച്ച സദാചാരബോധമാണ് കുട്ടികൾക്കു ലഭിക്കുന്നത്. കുടുംബങ്ങളിൽ നിന്നാവട്ടെ പലപ്പോഴും അവർക്കു കിട്ടുന്നത് സദാചാരബോധത്തിൽ

നിന്ന് അന്യമാക്കിയ ആർത്തിപൂണ്ട ഭൗതിക വിജയാന്വേഷണ ശൈലികളാണ്.

• എന്താണ് മാധ്യമങ്ങളുടെ സദാചാരം?
  വാർത്തയുടെ ഏറ്റവും സെൻസേഷണലായ വില്പനമൂല്യമാണ് അവരുടെ സദാചാരം. ലൈംഗികതയുടെ വില്പനമൂല്യം വമ്പിച്ച താണ്. മദ്യപാനം അത്ര വരില്ല. പക്ഷേ, ഒരാളെ കരിതേക്കണമെങ്കിൽ അയാളെ മദ്യപാനിയായി ചിത്രീകരിച്ചാൽ മതി. മദ്യപിക്കുന്നവരായ സാംസ്കാരിക നായകന്മാരടക്കമുള്ളവർ കടയിൽ പോയി മദ്യം വാങ്ങില്ല. ഞാൻ എനിക്കാവശ്യമുള്ള മദ്യം മദ്യക്കടയിൽ പോയി വാങ്ങാറുണ്ട്. എനിക്കാവശ്യമുള്ള എണ്ണയും അരിയും ഉപ്പും മുളകും പലവ്യഞ്ജനക്കടയിൽ പോയി വാങ്ങാമെങ്കിൽ, എനിക്കെന്തുകൊണ്ട് എനിക്കാവശ്യമുള്ള മദ്യം കടയിൽ പോയി വാങ്ങിക്കൂടാ? മദ്യം കടയിൽ പോയി വാങ്ങുന്നത് പ്രശ്നമായി കാണുകയും ഒപ്പം അത് കുടിക്കുകയും ചെയ്യുമ്പോൾ ഞാൻ ഇരട്ടത്താപ്പാണ് കാണിക്കുന്നത്. ഏറ്റവും വമ്പിച്ച അഴിമതിയിൽ പോലും ഇവിടെ സദാചാരപ്രശ്ന മില്ല. ലൈംഗികതയുടെ പേരിൽ നിങ്ങൾ ഒരു മന്ത്രിയെയോ ഒരു ദ്യോഗസ്ഥനെയോ നശിപ്പിക്കും. എന്നാൽ, അവരുടെ അഴിമതി മൂടി വെക്കാൻ മാധ്യമങ്ങളും കൂടി മുൻകൈയെടുക്കും. ഇപ്പോൾ സംഭവിച്ചു കൊണ്ടിരിക്കുന്നത് അതാണല്ലോ. അഴിമതിയും അനീതിയും സദാ ചാരവിരുദ്ധമല്ലാത്ത കേരളത്തിൽ യുവതിയും യുവാവും പാർക്കിലി രുന്ന് സല്ലപിച്ചാൽ ഒന്നുകിൽ പൊലീസ് അറസ്റ്റു ചെയ്യും അല്ലെങ്കിൽ സദാചാരഗുണ്ടകൾ ആക്രമിക്കും. അതാണ് മലയാളി! അതാണ് ദൈവത്തിന്റെ സ്വന്തം നാട്!

• കോഴിക്കോട്ടെ ഒരു ഭക്ഷണശാല യുവതീയുവാക്കളുടെ സ്നേഹ പ്രകടനത്തിന്റെ പേരിൽ അടിച്ചുതകർക്കപ്പെടുകയും അത് ചുംബന സമരത്തിന് വഴിതുറക്കുകയും ചെയ്തു. ചുംബനസമരം സദാചാര വിരുദ്ധമായിരുന്നോ അതോ സദാചാരാനുകൂലമായിരുന്നോ?
  കേരളത്തിലെ ഏറ്റവും പ്രതിലോമകാരികളായ ചില സംഘടനക ളാണ് ചുംബനസമരത്തിനെതിരെ രംഗത്തുവന്നത്. ഒരു ഇസ്ലാമിക സംഘടന, ശിവസേന, യുവമോർച്ച എന്നിവരാണ് അതിൽ പ്രധാനി കൾ. സംഘപരിവാറിന്റെ യുവമോർച്ച അടിച്ചുതകർത്തത് ഒരു മുസ്ലീ മിന്റെ കടയാണ്. കടയെപ്പറ്റിയുള്ള വ്യാജമായ വാർത്ത ആദ്യം പ്രചരി പ്പിച്ചതാവട്ടെ ഒരു കോൺഗ്രസ് ചാനലിലും! അതായത് സദാചാര ഗുണ്ടായിസത്തിന്റെ കെട്ടഴിച്ചുവിട്ടത് ഒരു കോൺഗ്രസ് മാധ്യമമാണ്. അതിനെ ഉപയോഗിച്ചത് ഹിന്ദുമത മൗലികവാദികളുടെ സംഘട നയും! സദാചാരം എന്നവർ പേരുവിളിക്കുന്ന മനോവൈകൃതത്തിന്റെ സംരക്ഷണത്തിനു വേണ്ടിയാണോ അതോ ഒരു മുസ്ലീമിന്റെ കട

അടിച്ചുതകർക്കുന്നതിന്റെ സുഖത്തിനു വേണ്ടിയാണോ സംഘ പരിവാർ അതു ചെയ്തതെന്ന് നമ്മൾ ആലോചിക്കണം. ഇതിനോ ടുള്ള പ്രതികരണമായിട്ടാണ് ചുംബനസമരം നടന്നത്. ഭക്ഷണശാല യിൽ അല്ലെങ്കിൽ ഉദ്യാനത്തിൽ അഥവാ കടൽപ്പുറത്ത്, ഭാര്യയും ഭർത്താവും അല്ലെങ്കിൽ കാമുകനും കാമുകിയും ഒരുമിച്ചിരുന്ന് സംസാരിക്കുമ്പോൾ ആക്രമിക്കപ്പെടുകയും അപമാനിക്കപ്പെടുകയും ചെയ്യുന്നതിന് യാതൊരു പ്രാധാന്യവും കൊടുക്കാത്ത മലയാള മാധ്യമങ്ങൾ ചുംബനസമരത്തിന് നല്കിയ പ്രാധാന്യം നോക്കൂ. അതാണ് സെൻസേഷണലിസം. കേരളത്തിലെ മുഖ്യധാരാപത്ര ങ്ങൾക്ക് ചുംബനസമരത്തെ മനസ്സിലാക്കുവാനോ അംഗീകരിക്കു വാനോ ഉള്ള സാംസ്കാരികമായ അന്തസ്സത്ത ഇല്ലാതെ പോയി എന്നത് ലജ്ജാകരമാണ്. 'മാതൃഭൂമി' മാത്രം വ്യത്യസ്തവും സത്യ സന്ധവുമായ നിലപാട് സ്വീകരിച്ചു. കേരളത്തിലെ സദാചാരവാദി കളും ലൈംഗിക മനോരോഗികളും ചേർന്ന് ചുംബനസമരത്തിനെ തിരെ ഇളകി. കോൺഗ്രസ് ചാനലും സംഘപരിവാറും കൂടി തുടങ്ങി വെച്ച സദാചാര അതിക്രമത്തെ പെട്ടെന്ന് കേരളത്തിലെ എല്ലാ പാരമ്പര്യവാദികളും കപടസദാചാരത്തിന്റെ വക്താക്കളും കൂടിച്ചേർന്ന് പൊലീസുകാരുടെ സജീവമായ സഹായത്തോടെ ഏറ്റെടുത്തു. അവർക്ക് യുവതീയുവാക്കളുടെ ഇത്തരമൊരു സ്വാതന്ത്ര്യ പ്രഖ്യാ പനത്തെ തകർക്കേണ്ടതുണ്ടായിരുന്നു. കാരണം, എല്ലാ യാഥാ സ്ഥിതികരേയും പോലെ, ഒരേസമയം ലൈംഗികതയെ ഭയ പ്പെടുകയും അതിനായി വെറിപൂണ്ടവരുമാണവർ. അവർ ഒളിച്ചു വച്ചിരിക്കുന്ന ചീഞ്ഞഴുകിയ മനഃശാസ്ത്രത്തിന് യുവതീയുവാക്ക ളുടെ പരസ്യചുംബനം ഒരു ഭീഷണിയായിരുന്നു. ആ ഭയംകൊണ്ടാണ് ഇവരെല്ലാം ചുംബനസമരത്തെ എതിർത്തത്. മലയാളിയുടെ ചീഞ്ഞഴുകിയ കാമത്തിന്റെ മഹാസാമ്രാജ്യത്തെയാണ് ചുംബനം എന്ന ചെറുപ്രതീകം ഭീഷണിപ്പെടുത്തിയത്!

ചുംബനത്തിനെതിരെ ആക്രോശിച്ചവർക്കുള്ളിൽ നിറഞ്ഞുനില്ക്കു ന്നത് പുരുഷമേധാവിത്തത്തിന്റേയും യാഥാസ്ഥിതികത്വത്തിന്റേയും സംസ്കാരശൂന്യതയുടേയും അഹങ്കാരവും അള്ളിപ്പിടിത്തവുമാണ്. നിർഭാഗ്യവശാൽ ഈ മനോവൈകൃതത്തിൽ പങ്കുചേരുന്ന ധാരാളം സ്ത്രീകളുമുണ്ട്. മലയാളി പുരുഷന്റെ ലൈംഗിക അസംതൃപ്തിയും ലൈംഗികമായ അക്രമാസക്തിയും കള്ളക്കാമലാക്കുമെല്ലാം ഇത്തരം നീക്കങ്ങളിൽ അടങ്ങിയിരിക്കുന്നു. ആ പുരുഷൻ വിരളുന്നതാണ് കൊച്ചിയിൽ നാം കണ്ടത്. പൊലീസുകാർ സദാചാരഗുണ്ടായിസ ത്തിന്റെ ഭാഷ പങ്കുവെക്കുന്നതും നാം കണ്ടു. അതേ ഭാഷ കൈതപ്രം ദാമോദരൻ നമ്പൂതിരി പറയുന്നതും കേട്ടു.

ചുംബനം ഒരു പ്രതീകം മാത്രമാണ്. പരസ്യമായി ഒരു സ്ത്രീക്കും പുരുഷനും സ്നേഹം പ്രകടിപ്പിക്കാനുള്ള അവകാശം

കേരളത്തിലുണ്ടാവണമെന്ന ആശയം സ്ഥാപിക്കാനാണ് ചുംബന സമരക്കാർ ശ്രമിച്ചത്. നാളെ ഒരു സ്ത്രീയും പുരുഷനും കൈകോർത്ത് പിടിക്കുന്നതിനേയും ഈ പ്രാകൃത സദാചാരക്കാർ എതിർത്തേക്കാം. തോളിൽ കൈയിടുന്നതിനെ കേസാക്കാം. അടിച്ച മർത്തിയ ലൈംഗികമോഹം നമ്മുടെ ഉള്ളിൽ നിറഞ്ഞുനില്ക്കുകയും അതേസമയം അത് മറച്ചുവയ്ക്കേണ്ടിവരികയും ചെയ്യുന്നതിൽ ഒരു ദയനീയ സംഘർഷമുണ്ട്. അതാണ് മലയാളിമനസ്സിലെ ലൈംഗിക വിഷം ഉത്പാദിപ്പിക്കുന്നത്. അങ്ങനെയാവണം മലയാളി ഒരു ഒളിച്ചുനോട്ടക്കാരനും തുറിച്ചുനോട്ടക്കാരനുമായത്. നോക്കുകൂലി വാസ്തവത്തിൽ ഈ മനോവൈകൃതത്തിന്റെ ഒരു രാഷ്ട്രീയ മുഖമാണ് എന്നുതന്നെ കരുതണം. ലൈംഗികതയോട് കാപാലിക മനോഭാവം പുലർത്തുന്ന കപട സദാചാരവാദികൾ സ്ത്രീപുരുഷ സൗഹാർദ്ദത്തിന്റെ വെറുമൊരു പ്രതീകത്തിന്റെ മുമ്പിൽ വിദ്വേഷ വെറിപൂണ്ട് പൊട്ടിത്തെറിക്കുന്ന കാഴ്ചയാണ് കൊച്ചിയിൽ കണ്ടത്. ഒരു ഉമ്മ കാണാൻ വന്നുകൂടിയ പതിനായിരക്കണക്കിന് മലയാളികളുടെ മനസ്സിന്റെയുള്ളിലെ മാലിന്യക്കൂമ്പാരം എന്തായിരുന്നിരിക്കും! ടൈംസ് ഓഫ് ഇന്ത്യ പറഞ്ഞതാണ് ശരി, നമ്മുടെ മുഖമുദ്ര ഒളിഞ്ഞുനോട്ടവും നോക്കിനില്പുമാണ്.

● നോക്കിനിന്ന് നോക്കുകൂലി ഈടാക്കുക അല്ലേ?

അതെ. ഈ മനോവൈകൃതത്തിന്റെ ഭാഗം തന്നെയാണ് നോക്കുകൂലി എന്ന നാണംകെട്ട തൊഴിൽ ബലാത്സംഗം. അതിനെ എത്ര വൈദഗ്ധ്യത്തോടെയാണ് യു.ഡി.എഫും എൽ.ഡി.എഫും സംരക്ഷിക്കുന്നത്! വി.എസ്. അച്യുതാനന്ദൻ എന്ന നാവടക്കാത്ത പ്രവാചകൻ നോക്കുകൂലിയെപ്പറ്റി ഒരു വാക്ക് പറയില്ല എന്നത് ശ്രദ്ധിക്കുക. സരിത നായരെ കാണാൻ തടിച്ചുകൂടിയ മലയാളി പുരുഷന്മാർ അവരുടെ സൗന്ദര്യത്തെ ഒരു നോക്കുകൂലിയായി ഈടാക്കുകയാണ് ചെയ്തത്. കഴുതക്കാമം കരഞ്ഞുതീർക്കുന്നതുപോലെ. കൈവെക്കാൻ കഴിയാതെപോയ സ്ത്രീശരീരത്തിൻമേൽ അവർ ചുമത്തുന്ന നോക്കുകൂലിയാണ് കണ്ടുനില്പും തുറിച്ചുനോട്ടവും കാമറയിൽ പകർത്തലും. സ്ത്രീകളെ അറസ്റ്റുചെയ്തു കൊണ്ടുവരുന്നത് കാണാൻ മലയാളി പുരുഷന്മാർ എത്ര മണിക്കൂറും കാത്തുനില്ക്കും. കുറ്റമാരോപിക്കപ്പെട്ട സ്ത്രീകളെ കാണാൻ ഒരാൾ ടെൻഷനടിച്ചുകൊണ്ട് ആളുകളുടെ കാലിനിടയിലൂടെ നോക്കുന്ന ചിത്രം ഈയിടെ കണ്ടു. മലയാളിയെ ഒരൊറ്റ ചിത്രംകൊണ്ട് വർണിക്കണമെങ്കിൽ ആ ചിത്രം കൃത്യമായി ഇണങ്ങും. അതാണ് സാക്ഷാൽ മലയാളി. ആ ചിത്രത്തെ കേരളത്തിന്റെ ആസ്ഥാനചിത്രമാക്കേണ്ടതാണ്. കഥകളിത്തലയും മറ്റും ദൂരെക്കളയട്ടെ. അത് ഫ്രെയിം ചെയ്ത് സർക്കാരാപ്പീസുകളിലും പള്ളികളിലും അമ്പലങ്ങളിലും അസംബ്ലിയിലും

വയ്ക്കുന്നത് നന്നായിരിക്കും. എന്തൊരു പ്രാകൃതസമൂഹമാണ് മാധ്യമങ്ങളും മതങ്ങളും ചേർന്ന് ഇവിടെ ഉണ്ടാക്കിയിരിക്കുന്നത്? ശ്രീനാരായണഗുരുവിനും അയ്യങ്കാളിക്കും കേസരി ബാലകൃഷ്ണ പ്പിള്ളയ്ക്കും വി.ടി. ഭട്ടതിരിപ്പാടിനുമെല്ലാം ശേഷം എന്തുകൊണ്ട് നമ്മൾ ഇങ്ങനെയായിത്തീർന്നു?

ഈയിടെ കാലടിക്കടുത്ത് ഞാൻ കുറച്ചു ദിവസമുണ്ടായിരുന്നു. അപ്പോഴാണ് കാലടിപ്പാലത്തിൽ ഒരു വിള്ളലുണ്ടായത്. ഒരടി മാത്ര മുള്ള ഒരു ചെറിയ പൊത്ത്. വിള്ളൽ പത്രങ്ങളിൽ വലിയ വാർത്ത യായി മാറി. ഇതിനിടയിൽ നാട്ടുകാർ വിള്ളൽ കുത്തി വലുതാക്കി. അത്തരം വിള്ളലുകളും കുഴികളും കേരളത്തിലെ റോഡുകളിൽ കുറച്ചു ലക്ഷങ്ങളെങ്കിലും ഉണ്ടാകും. അവയടയ്ക്കുന്നത് സാധാരണ കാഴ്ചയാണ്. പത്രങ്ങളിൽ മത്സരിച്ച് റിപ്പോർട്ടുകൾ വന്നതോടെ അടയ്ക്കുന്നതു കാണാൻ ദിവസവും ആയിരക്കണക്കിന് ജനങ്ങളാണ് എത്തിച്ചേർന്നത്. അവർക്ക് മനസ്സിലാകാത്ത ഏതോ അദ്ഭുതാ വഹമായ കാര്യം ആ വിള്ളലിലുണ്ടെന്ന ധാരണയായിരുന്നു നോക്കി നില്പുകാർക്ക് പത്രങ്ങളിൽനിന്ന് ലഭിച്ചത്. ബംഗാളികളാണ് വിള്ളൽ അടച്ചത്. ഒരു മലയാളിപോലും അവിടെ ജോലി ചെയ്യാനുണ്ടായിരു ന്നില്ല.

ഒരു ദിവസം പണി തടഞ്ഞത് മലയാളികളായിരുന്നു. പിന്നീട് വിള്ളൽ അടയ്ക്കൽ ഉദ്ഘാടനത്തിന് പൊതുമരാമത്ത് മന്ത്രി വന്നു. സി.പി.എമ്മും ബി.ജെ.പിയും വെവ്വേറെ ഉദ്ഘാടനങ്ങൾ നടത്തി. വാസ്തവത്തിൽ മലയാളിക്ക് ഒരു ജോലിയുമില്ല എന്ന് നാം മനസ്സി ലാക്കണം. സരിതയെ ഒരു നോക്കു കാണാൻ എത്ര ലക്ഷം മലയാളി പുരുഷന്മാർ എത്ര ലക്ഷം മണിക്കൂറുകളാണ് ചെലവഴിച്ചത്. തങ്ങളുടെ ഭർത്താക്കന്മാർക്ക് എന്തുപറ്റി എന്ന് മലയാളി ഭാര്യമാർ അന്വേഷിക്കുന്നത് നന്നായിരിക്കും.

- ചുംബനസമരത്തിലെ സർക്കാർ സമീപനത്തെ അങ്ങ് എങ്ങനെ യാണ് കാണുന്നത്?

ആഭ്യന്തരമന്ത്രി രമേശ് ചെന്നിത്തല ഇക്കാര്യത്തിൽ കാണിച്ച ജനാധിപത്യമര്യാദ എടുത്തുപറയേണ്ടതാണ്. ചുംബനസമരത്തിൽ നിയമലംഘനമില്ലെങ്കിൽ അതിൽ ഒരു തെറ്റുമില്ലെന്ന് അദ്ദേഹം പറഞ്ഞു. പക്ഷേ, അവിടത്തെ പൊലീസ് ഉദ്യോഗസ്ഥൻ പറഞ്ഞത് സദാചാര അക്രമിയുടെ ഭാഷയായിരുന്നു. ഏതായാലും അവിടെ സ്ഥിതിഗതികൾ വഷളാകാതിരിക്കാൻ രമേശ് ചെന്നിത്തല സ്വീകരിച്ച നിലപാട് വളരെ സഹായിച്ചിട്ടുണ്ട്. ഒരു കോൺഗ്രസ് നേതാവിൽനിന്ന് അത്തരമൊരു പ്രതികരണമുണ്ടാകുന്നത് അപ്രതീക്ഷിതവും അഭിനന്ദ നീയവുമാണ്.

- സമാനസംഭവം തിരുവനന്തപുരം യൂണിവേഴ്സിറ്റി കോളേജിലുമുണ്ടായി. എസ്.എഫ്.ഐ. സ്പോൺസർ ചെയ്ത സാംസ്കാരിക വിപ്ലവം...

എസ്.എഫ്.ഐ. അങ്ങനെ പ്രവർത്തിച്ചില്ലെങ്കിൽ അദ്ഭുതമില്ല. കാരണം കത്തോലിക്കാസഭ പോലെയോ ഇസ്ലാം പോലെയോ യാഥാസ്ഥിതികവും സങ്കുചിതവും ജീർണിച്ചതുമാണ് സി.പി.എമ്മിന്റെ സ്ത്രീ-പുരുഷ ബന്ധത്തെക്കുറിച്ചുള്ള സങ്കല്പങ്ങൾ. സി.പി.എം. ഇവിടത്തെ എല്ലാ കപടസദാചാരങ്ങൾക്കും വളംവെക്കുകയും അവയെ പങ്കുവെക്കുകയും പ്രോത്സാഹിപ്പിക്കുകയും ചെയ്യുന്നുണ്ട്. കമ്മ്യൂണിസം ഒരു മാനവിക പ്രസ്ഥാനമായിരുന്ന കാലത്ത്, എ.കെ.ജിയും കൃഷ്ണപിള്ളയുമൊക്കെ നേതൃത്വം നല്കിയിരുന്ന കാലത്ത് അതിനൊരു സാംസ്കാരികമായ പുരോഗമന സ്വപ്നം ഉണ്ടായിരുന്നു. ഇ.എം.എസിന്റേയും മറ്റും വരവോടെ പാർട്ടി സ്റ്റാനിലിസ്റ്റ് നിലപാടുകളിലേക്ക് വഴിമാറി. സി.പി.എമ്മിനുള്ളിൽ ആധുനികതയ്ക്കും മാനവികതയ്ക്കും സ്ഥാനം ഇല്ലാതായി. സ്ത്രീ-പുരുഷബന്ധങ്ങളെ പക്വതയോടെ കാണാനുള്ള ശേഷി സി.പി.എമ്മിന് നഷ്ടമായി. അധികാരത്തിലെത്തിയതോടെ സി.പി.എം. കള്ളലാക്കുകൾ നിറഞ്ഞ മറ്റൊരു രാഷ്ട്രീയപ്പാർട്ടി മാത്രമായിത്തീർന്നു. ഇത്തരം മാനസികനിലവാരത്തിൽ നിന്നും എസ്.എഫ്.ഐ. പോലെയുള്ള യുവാക്കളുടെ സംഘടനയെങ്കിലും പുറത്തുവരണം. അവർ കേരളത്തിലെ പ്രാകൃത ലൈംഗികസദാചാരം പങ്കുവെക്കുന്നവരാകരുത്. അല്ലെങ്കിൽ അവരും സംഘപരിവാര-ഇസ്ലാം തീവ്രവാദ സംഘടനകളുമായുള്ള വ്യത്യാസമെന്ത്?

- നമ്മൾ മദ്യപിക്കുകയും മദ്യപാനം തെറ്റാണെന്ന് നിരന്തരം പറഞ്ഞുകൊണ്ടിരിക്കുകയും ചെയ്യുന്നു. ഇത്തരമൊരു ഇരട്ടത്താപ്പ് തെറ്റല്ലേ?

പൗരന്മാർ നല്ലതും ചീത്തയും പ്രവർത്തിക്കും. കുടിക്കുന്നത് നല്ലതോ ചീത്തയോ എന്നതല്ല ചോദ്യം. മറ്റുള്ളവർ കുടിക്കരുതെന്ന് നിശ്ചയിക്കാൻ നിങ്ങളാര് എന്നതാണ് ചോദ്യം. രഹസ്യമായി ലൈംഗികാതിക്രമം പ്രവർത്തിച്ചുകൊണ്ടാണ് പലരും പരസ്യമായി ലൈംഗികസദാചാരം പ്രസംഗിക്കുന്നത്. മദ്യപാനത്തിന്റെ കാര്യവും അതുതന്നെ. സമൂഹത്തിലെ ഒരു പൗരൻ, എന്തു കുടിക്കണം, എന്തു കഴിക്കണം എന്നു നിർവചിക്കാനും അതിന്മേൽ വിലക്കുകൾ പ്രഖ്യാപിക്കാനുമുള്ള സ്വാതന്ത്ര്യം ആർക്കും ആരും നല്കിയിട്ടില്ല. അത്തരം വിധിന്യായങ്ങൾ ഏതോ കോടതിയുടെ വികല മനശ്ശാസ്ത്രത്തിൽ നിന്ന് വന്നിട്ടുണ്ടാവാം. പക്ഷേ, അത് ജനാധിപത്യമല്ല. എന്നാൽ ഞാൻ നേരത്തെ പറഞ്ഞതുപോലെ കേരളത്തിൽ ഒരാൾക്കെതിരെ എടുത്തു വീശാവുന്ന രണ്ടു വടിവാളുകൾ സെക്സും മദ്യവുമാണ്. മദ്യപാനത്തിന്റെ കാര്യത്തിൽ രാഷ്ട്രീയപാർട്ടികൾ

ഇത്രയേറെ ആവേശം കാണിക്കാനുള്ള കാരണവും ഇതാണ്. അമിതമായ മദ്യഉപയോഗം വ്യക്തിയേയും കുടുംബത്തേയും നശിപ്പിക്കുമെന്നത് സത്യമാണ്. പക്ഷേ, മദ്യത്തിന് യാതൊരു പങ്കുമില്ലാത്ത ജീവിതശൈലികൾകൊണ്ട് കേരളത്തിൽ നിത്യരോഗികളായി മാറിയിരിക്കുന്നവരുടെ എണ്ണമോ മദ്യപാനികളുടേതോ വലുത്? കേരളത്തിൽ മൂന്നിലൊരാൾ പ്രമേഹരോഗിയാണെന്ന് ഈയിടെ ഒരു പഠനത്തിൽ കണ്ടു. അതായത് സംസ്ഥാന ജനതയുടെ 33.89 ശതമാനം പേർ. പ്രതിമാസം 87000 പേർക്കാണ് പ്രമേഹം പിടിപെടുന്നതത്രേ. ഹൃദ്രോഗികളുടെ കണക്കും ഇതിനോട് അടുത്തെത്താനാണ് വഴി. അതേസമയം കണക്കുകളനുസരിച്ച് വിദേശമദ്യഷാപ്പുകളിൽ നിന്ന് മദ്യം വാങ്ങുന്നവരുടെ പ്രതിദിന ശരാശരി 9.5 ലക്ഷമാണ് - ജനസംഖ്യയുടെ ഏതാണ്ട് 3 ശതമാനം. ബാറിൽ പോകുന്നവരെക്കൂടി ചേർക്കുമ്പോൾ അത് 5 ശതമാനമായേക്കാം. ഈ അഞ്ചു ശതമാനത്തെ വച്ചുകൊണ്ടാണ് സുധീരനും സംഘവും അവസരവാദപരവും സ്വാർത്ഥവുമായ താത്പര്യങ്ങൾക്കുവേണ്ടി വിനാശകരങ്ങളായ ചൂതുകളികൾ നടത്തുന്നത്. പ്രതിവർഷം റോഡപകടങ്ങളിൽ മരിക്കുന്ന മലയാളികൾ നാലായിരത്തിനും അയ്യായിരത്തിനുമിടയ്ക്കാണ്. ഗുരുതരമായി പരിക്കേല്ക്കുന്നവർ പതിനായിരങ്ങളാണ്. മോശമായ പാതകൾമൂലവും ഗതാഗതനിയമങ്ങൾ കർശനമായി നടപ്പാക്കാത്തതിനാലുമുണ്ടാകുന്ന ഈ ഭീകരദുരന്തത്തിന്റെ പൂർണ ഉത്തരവാദിത്തം ഭരണകൂടത്തിനാണ്. പക്ഷേ, സുധീരനെപ്പോലെയുള്ളവർക്ക് യാതൊരു കൂസലുമില്ല. കയ്യിട്ടുനക്കാൻ മദ്യം എന്ന ശർക്കരക്കുടമുള്ളപ്പോൾ മറ്റെന്തു വേണം? കേരളം മാരകമായ രോഗങ്ങളുടെ ഒരു സാമ്രാജ്യമായിരിക്കുന്നതിന് മദ്യപാനമാണോ കാരണം? സുധീരനെപ്പോലൊരാൾ മലയാളികളെ വലിച്ചിഴയ്ക്കുന്നത് ആത്മഹത്യാപരമായ ഒരു അന്ധകൂപത്തിലേക്കാണ്. പച്ചക്കറികളിലേയും മാംസത്തിലേയും മത്സ്യത്തിലേയും അതിഭീകര വിഷത്തിനെതിരെ പൊരുതാൻ സുധീരൻ ധൈര്യപ്പെടാത്തതെന്താണ്? അത് മദ്യനിരോധനം പോലെ എളുപ്പത്തിൽ ചെലവാകുന്ന ഒരു മുദ്രാവാക്യമല്ല. ചികിത്സയ്ക്കുവേണ്ടി മലയാളികൾ വരുത്തിവയ്ക്കുന്ന ചെലവ് മദ്യപാനച്ചെലവിന്റെ ആയിരമായിരം മടങ്ങാണ്. അതോട് ചേർത്തുവായിക്കേണ്ടതാണ് പല പ്രമുഖ ആശുപത്രികളുടേയും ദ്രവ്യാർത്തിയുടെ മുന്നിൽ പിടിച്ചുപറിക്കാർ പോലും നാണിച്ചുപോകും എന്ന വസ്തുത.

മദ്യത്തെ ചൂണ്ടിക്കാട്ടി സദാചാര വിധിപ്രഖ്യാപനങ്ങൾ നടത്തുന്നവർ അറിയേണ്ട മറ്റൊരു കാര്യമുണ്ട്. മദ്യവും മയക്കുമരുന്നും ഉപയോഗിക്കാത്തവർക്കിടയിൽ കുടുംബത്തിലെ അക്രമവും കുടുംബം തകർക്കലും വൻതോതിൽ നടക്കുന്നുണ്ട്. ഒരുപക്ഷേ, അവരാണ് മദ്യപാനികളേക്കാൾ കൂടുതൽ കുടുംബനശീകരണ

വിദഗ്ധർ. എന്നാൽ അക്കാര്യം പുറത്തുവരുന്നില്ല. അത് നിശ്ശബ്ദമായും സദാചാരവാദികളുടെ അംഗീകാരത്തോടെയും നടക്കുന്ന ഒരു പരമ്പരാഗത പ്രക്രിയയാണ്. സാമ്പത്തിക അരാജകത്വംകൊണ്ട് കുടുംബം തകർത്തശേഷം ഭാര്യയേയും മക്കളേയും ആത്മഹത്യയ്ക്ക് പ്രേരിപ്പിക്കുന്ന മദ്യപാനികളല്ലാത്ത മലയാളികൾ ആയിരക്കണക്കിനുണ്ട്. പക്ഷേ, മദ്യപാനിക്കുമേൽ കുറ്റം ചാർത്തുന്നതാണ് എളുപ്പം. മദ്യപിക്കാത്തവർ മദ്യപാനികളേക്കാൾ വിനകളുണ്ടാക്കുന്ന ഒരു വിചിത്ര സമൂഹമാണ് കേരളം. ലൈംഗിക സദാചാരം ഉയർത്തിപ്പിടിക്കുന്നവരാണ് ഒളിച്ചുവെച്ച ലൈംഗിക വൈകൃതങ്ങൾക്ക് വെള്ളവും വളവും നല്കുന്നത്.

- **അതായത് ഇത്തരം വിധിപ്രഖ്യാപനങ്ങളിൽ യാതൊരു അർഥവുമില്ലെന്നല്ലേ?**

യാതൊരു അടിസ്ഥാനവുമില്ലാത്ത വിധിപ്രഖ്യാപനങ്ങളാണ് മദ്യത്തെപ്പറ്റി ഇവിടെ നടക്കുന്നത്. സാമൂഹികശാസ്ത്രപരമായ യാതൊരു സ്ഥിതിവിവരക്കണക്കുകളും ലഭ്യമല്ല. കേരളത്തിൽ നിരവധി കോടി രൂപയുടെ മദ്യം ചെലവാകുന്നുണ്ടല്ലോ. ഇത്രയധികം കോടികൾക്ക് കുടിക്കുന്നവരെല്ലാം മദ്യപസഹജമെന്ന് പറയപ്പെടുന്ന ബഹളങ്ങളുണ്ടാക്കിയിരുന്നെങ്കിൽ കേരളത്തിന്റെ അവസ്ഥ എന്താകുമായിരുന്നു! ഈ മദ്യപാനികളെല്ലാം വഴിയിൽ തുണി പറിച്ചിട്ട് നൃത്തം ചെയ്തശേഷം വീട്ടിൽചെന്ന് അടികലശൽ ഉണ്ടാക്കിയിരുന്നെങ്കിൽ എങ്ങനെ ഇവിടെ ജീവിക്കും? അങ്ങനെ ചെയ്യുന്നവരുമുണ്ട്. പക്ഷേ, മദ്യപിക്കാത്ത കുടുംബപീഡകരുടെ എണ്ണമോ? അവരാണ് ഭൂരിപക്ഷമെന്ന് പന്തയം വെക്കാൻ ഞാൻ തയ്യാറാണ്. കേരളത്തിൽ ജീവിതം ദുസ്സഹമാക്കുന്നത് രാഷ്ട്രീയപാർട്ടികളും അവരുടെ പൊതുജീവിതത്തിന്മേലുള്ള കൈയേറലുകളുമാണ് - പ്രകടനങ്ങൾ, സംഘട്ടനങ്ങൾ, ഹർത്താലുകൾ, വഴിതടയലുകൾ ഭീഷണിപ്പെടുത്തലുകൾ, നോക്കുകൂലി. എനിക്കറിയുന്ന ധാരാളം പേർ മദ്യപിക്കുന്നുണ്ട്. അതവരുടെ വിശ്രമത്തിന്റെയോ സൗഹൃദത്തിന്റെയോ ഭാഗമാണ്. വിരലിലെണ്ണാവുന്നവർ മാത്രമാണ് ഓഫീസ് സമയത്തും ജോലിസമയത്തുമൊക്കെ മദ്യപിക്കുന്നവർ. ഓഫീസ് സമയത്ത് കാപ്പിക്കടയിലും യൂണിയനിലും പോയിരിക്കുന്നതും അതുപോലെതന്നെ കുറ്റകരമല്ലേ?

- **ചാരായനിരോധനവും ഫലപ്രദമായില്ലെന്നാണോ?**

എ.കെ. ആന്റണി കൊണ്ടുവന്ന ചാരായനിരോധനം കേരളത്തിലെ പാവപ്പെട്ടവന്റെ എളിയ മദ്യപാനത്തെ ഹൃദയശൂന്യമായി കൂച്ചിക്കെട്ടി വിദേശമദ്യഷാപ്പുകാരുടെ കൈയിൽ ഏല്പിക്കുകയാണ് ചെയ്തത്.

കേരളത്തിലെ വിദേശ മദ്യവ്യാപാര പ്രളയത്തിന്റെ ആഘോഷ പൂർവമായ ഉദ്ഘാടനമായിരുന്നു ആന്റണി നടത്തിയത്. ഇന്ന് നാം കാണുന്ന ബാറുകളെല്ലാം ആന്റണിയുടെ കൈപ്പുണ്യത്തിൽ നിന്നു ണ്ടായതാണ്. ചാരായത്തിന്റെ ഒരു പാക്കറ്റിന് ഏഴോ എട്ടോ രൂപയായിരുന്നു വില. അത് ബാറിലെ എഴുപതും എൺപതും രൂപ യുള്ള ഒരു പെഗ്ഗാക്കി ആന്റണി മാറ്റി. ഇപ്പോഴത്തെ ഭരണകൂടത്തിന്റെ ഇച്ഛയനുസരിച്ച് ഫോർസ്റ്റാർ മദ്യം വന്നാൽ തൊഴിലാളി കുടിക്കുന്ന പെഗ്ഗിന്റെ വില ഇരുന്നൂറോ അതിൽ കൂടുതലോ ആകും. ചുരുക്കിപ്പറഞ്ഞാൽ മന്ത്രിസഭയിലെ ചിലർ ആർക്കോ വേണ്ടി ആസൂത്രിതമായി പ്രവർത്തിക്കുകയാണ്. ചാരായം നിരോധിച്ചാൽ അത് കുടിച്ചിരുന്നവരെല്ലാം കുടിനിർത്തുമെന്ന് എ.കെ. ആന്റണി ചിന്തിച്ചെങ്കിൽ ഇങ്ങനെയുള്ളൊരു വ്യക്തിയുടെ കൈയിലാണല്ലോ ഇന്ത്യയുടെ പ്രതിരോധ മന്ത്രാലയം കുറെക്കാലം ഏല്പിക്കപ്പെട്ടി രുന്നതെന്നോർക്കുമ്പോൾ ഭയം തോന്നുന്നു.

ഒരു സംശയവും വേണ്ട സമ്പൂർണ മദ്യനിരോധനം നടപ്പാക്കിയാൽ -എന്തിന് ബാറുകൾ അടയ്ക്കാൻ കഴിഞ്ഞാൽപോലും - യു.ഡി.എഫ്-എൽ.ഡി.എഫ് ഭേദമില്ലാതെ കേരളത്തിലെ എല്ലാ രാഷ്ട്രീയപാർട്ടി കളും അവരുടെ ദല്ലാളന്മാരും ചേർന്ന് കേരളത്തെ വ്യാജമദ്യത്തിന്റെ ഒരുപക്ഷേ ഇന്ത്യയിലെ ഏറ്റവും വലിയ ഹബ്ബാക്കി മാറ്റും. ഗുജറാത്ത് ആണത്രെ ഇന്ന് ഇന്ത്യയിലെ ഏറ്റവും വലിയ വാറ്റുകേന്ദ്രം. അതിനെ കേരളം അട്ടിമറിക്കും. കാരണം ഇത്തരം കാര്യങ്ങളിൽ നമുക്കുള്ള വൈദഗ്ധ്യം അത്യസാധാരണമാണ്. ആയിരമായിരം കോടികളുടെ വ്യാജമദ്യം ഇവിടെ വിൽക്കും. അതിൽ എല്ലാ പാർട്ടികളും ഓഹരി ചേരും. ആളുകൾ വ്യാജമദ്യം കുടിച്ചുമരിക്കുമ്പോൾ പള്ളിയും മൗലവിയും പൂജാരിയും രംഗത്തുകാണില്ല - ശവസംസ്കാരത്തി നൊഴിച്ച്. ഇതോടൊപ്പം മയക്കുമരുന്നുകളുടെ ഒരു ഹൈപ്പർ മാർക്കറ്റായി കേരളം മാറുകയും ചെയ്യുമെന്നതിൽ സംശയമെന്ത്?

● മതങ്ങൾക്ക് അത്തരമൊരു ഉത്തരവാദിത്വമുണ്ടോ?

ഒരു മതവിശ്വാസി ഒരു തെറ്റ് ചെയ്യുമ്പോൾ അതിന്റെ ധാർമിക ഉത്തര വാദിത്വം നിങ്ങൾ എന്തുകൊണ്ട് ഏറ്റെടുക്കുന്നില്ല എന്നു നാം അയാളുടെ മതമേധാവിയോട് ചോദിക്കേണ്ടതല്ലേ? ഒരു മതത്തിൽ വിശ്വസിക്കുന്ന ഒരൊറ്റ വ്യക്തിപോലും ചീത്തയായാൽ അതെന്തു കൊണ്ട് എന്നു വിശദീകരിക്കാനുള്ള ധാർമികബോധം മതമേധാവി കൾക്കുണ്ടാവണം. കാരണം, ഒരു വ്യക്തിയെ ഏറ്റവുമാദ്യവും ഏറ്റവു മധികവും സ്വാധീനിക്കുന്നത് മതങ്ങളാണ്. അവയാണ് ഒരാളുടെ സ്വഭാവരൂപീകരണം ബാല്യം മുതൽ നടത്തുന്നത്. അയാൾ തെമ്മാടിയോ കൊലപാതകിയോ ആയി മാറുമ്പോൾ മതത്തിന്റെ

ഉത്തരവാദിത്വമെന്ത്? അയാളെ മതത്തിൽനിന്നും പുറത്താക്കാനോ അല്ലെങ്കിൽ മതത്തിന്റേതായ ഒരു ശാസന നല്കാനോ എന്തുകൊണ്ട് മതമേധാവികൾ തയ്യാറാവുന്നില്ല? അയാളെ കുറ്റവിചാരണ ചെയ്യാനുള്ള ധാർമികബാധ്യത മതമേധാവികൾക്കില്ലേ? ഇത്തരം നിരുത്തരവാദികളായ മതമേധാവികളാണ് മദ്യത്തിലേക്ക് മാത്രം വിരൽ ചൂണ്ടിക്കൊണ്ട് ഒട്ടകപ്പക്ഷികളെപ്പോലെ തല കാപട്യത്തിൽ പൂഴ്ത്തി നില്ക്കുന്നത്.

● സരിതാസംഭവം ഉണ്ടായപ്പോൾ അവർ ചില പ്രമുഖ നേതാക്കൾക്കൊപ്പം നില്ക്കുന്ന ചിത്രങ്ങൾ പ്രചരിച്ചല്ലോ...?

സോളാർ കച്ചവടവുമായി കേരളമൊന്നടങ്കം സഞ്ചരിച്ച ഒരു യുവതി ഒരു പതിനായിരം പേരോടെങ്കിലും രഹസ്യമായും പരസ്യമായും സംസാരിച്ചുകാണും. അതെങ്ങനെയാണ് വാർത്തയാവുക? കാര്യ മിത്രയേ ഉള്ളൂ. മാധ്യമങ്ങൾ ഒരാളെ കുറ്റവാളിയെന്ന് മുദ്രയടിക്കാൻ തീരുമാനിച്ചുകഴിഞ്ഞാൽ അയാൾ തുമ്മിയതും മൂത്രമൊഴിക്കാൻ പോയതും ദുരൂഹമായി ചിത്രീകരിക്കപ്പെടും. സരിതാനായർ പ്രവർത്തിച്ചിരുന്നത് മറ്റേത് ബിസിനസ് പ്രൊമോട്ടറെയുംപോലെ സ്വാധീനശാലികളുടെ വലയങ്ങളിലാണ്. സരിതയ്ക്ക് ഇവരുമൊക്കെയായി ഏതുതരം ബന്ധമുണ്ടായിരുന്നു എന്നന്വേഷിക്കേണ്ട ഒരു ആവശ്യവും മലയാളിക്കില്ല. അത് സരിതയുടെ മാത്രം കാര്യമാണ്. സരിത നിയമലംഘനം നടത്തിയോ എന്നതു മാത്രമാണ് ചോദ്യം.

● സരിതയുടെ ചില ചിത്രങ്ങൾ വാട്ട്സ് ആപ്പിലൂടെ പ്രചരിച്ചിരുന്നു. ഒരേസമയം അത് കാണുകയും അതിനെ കുറ്റം പറയുകയും ചെയ്തു മലയാളി പുരുഷന്മാർ...

മലയാളിക്ക് സരിതയുടെ ചിത്രം കണ്ട് രതിമൂർച്ഛ നേടണം. കുറ്റവും പറയണം. സരിത മറ്റാരേയുംപോലെ ബിസിനസ് ചെയ്യാൻ ശ്രമിച്ച ഒരു വ്യക്തി മാത്രമാണ്. അതിൽ വിജയിക്കുന്നതിനുവേണ്ടി അവർ സ്വീകരിച്ച വഴികളിൽ നിയമലംഘനം ഉണ്ടായിട്ടുണ്ടെങ്കിൽ അത് അവരുടെ ഉത്തരവാദിത്വമാണ്. എന്നാൽ സരിതയെക്കാളും ആയിരം മടങ്ങ് നിയമലംഘനങ്ങൾ നടത്തിയവരും നടത്തിക്കൊണ്ടിരിക്കുന്നവരും നമുക്കു മുന്നിൽ വിവിധ മേഖലകളിൽ വിഹരിക്കുന്നുണ്ട്. അത് മാധ്യമങ്ങൾക്കും പൊലീസുകാർക്കുമെല്ലാം പകൽവെളിച്ചം പോലെ അറിയാവുന്നതുമാണ്. സൗന്ദര്യവും യുവത്വവുമുള്ള ഒരാളായതുകൊണ്ട് മാത്രമാണ് മലയാളി സമൂഹത്തിൽ സരിത എസ്.നായർ ഒരു കേന്ദ്രകഥാപാത്രമായിത്തീർന്നത്. സോളാർ കേസിൽ കുറ്റമാരോപിക്കപ്പെട്ടത് സരിതയ്ക്കു പകരം മാധ്യമങ്ങളുടെ കണ്ണിൽ സൗന്ദര്യമില്ലാത്ത ഒരു മധ്യവയസ്കയോ വൃദ്ധയോ ആയിരുന്നു വെന്ന് കരുതുക. സോളാർ കേസിന് പത്രങ്ങളിൽ മൂന്നു സെന്റീമീറ്റർ

പോലും ലഭിക്കുമായിരുന്നില്ല. സരിതയെ കൈവെക്കാൻ കഴിഞ്ഞില്ല എന്ന വിഷമം മാത്രമാണ് മലയാളി പുരുഷനുള്ളത്. അവന് സ്ത്രീയെ പേടിയാണ്, വെറുപ്പുമാണ്, ആർത്തിയുമാണ്. സ്ത്രീ തന്റെ അടിമയല്ലെന്നു വന്നാൽ മലയാളി പുരുഷൻ പേടിക്കുന്നു. സരിതയെ നാടൊട്ടാകെ പൊലീസുകാർ പ്രദർശിപ്പിച്ചപ്പോഴും അവർ ചാനൽ ക്യാമറകൾക്ക് മുമ്പിൽ അടിമത്തസ്വഭാവം പ്രകടിപ്പിക്കുന്ന ശരീരഭാഷ കാണിച്ചില്ല. ഇതും പുരുഷന്മാരെ പ്രകോപിപ്പിച്ചു. ഇവളെ ഞങ്ങൾ തകർത്തതല്ലേ, എന്നിട്ടും തകരുന്നില്ലല്ലോ എന്നോർത്ത് അവർ വേവലാതിപൂണ്ടു. അതേസമയം തന്നെ സരിതയോട് കൊതിയുമാണ്. ആറുകോടിയുടെ വെട്ടിപ്പാണ് സോളാറിൽ നടന്നത് എന്നാണ് ആരോപിക്കപ്പെട്ടിരിക്കുന്നത്. എന്നാൽ കേരളത്തിൽ ഒരു ദിവസത്തെ കൈക്കൂലിയുടെ ടേണോവർ എത്രയാണ്? നമ്മുടെ ചെക്ക്പോസ്റ്റുകളിൽ മാത്രം ഒരു ദിവസം ആറു കോടിയുടെ പത്തിരട്ടിയായിരിക്കും ടേണോവർ. സരിത എന്ന ബിസിനസ്സ് വനിതയും അവരുമായി ഇടപെട്ട ചില പണക്കാരും തമ്മിലുള്ള ക്രയവിക്രയം എങ്ങനെയാണ് ഇത്രയും വലിയ വാർത്തയായത്? മുഖ്യമന്ത്രിയുടെ ഓഫീസിലെ ചില വ്യക്തികളുടെ ബന്ധം മാധ്യമങ്ങൾക്കും പ്രതിപക്ഷത്തിനും അവരുടെ ലൈംഗികദാഹത്തിന്റെ വിഷംപുരട്ടിയ ഒരു രാഷ്ട്രീയ ആയുധം നല്കി എന്നത് ശരിയാണ്.

- കേരളത്തിൽ റേഷൻ വ്യാപാരികൾ സമരം ചെയ്യുന്നു. വിലക്കയറ്റം നിയന്ത്രിക്കാനാവുന്നില്ല. എന്നാൽ ഇത്തരം ചർച്ചകൾ സജീവമാകുന്നതിനു പകരം ലൈംഗികതയും മദ്യപാനവും മാത്രം കേരളത്തെ നടുക്കുന്ന വിഷയമാകുന്നു. ഇതിലൊരു അധാർമികതയില്ലേ?

മലയാളികൾക്ക് രക്ഷയില്ലാത്ത അവസ്ഥയാണുള്ളത്. പ്രമുഖ പത്രങ്ങളും ചാനലുകളും വാർത്താനിർമ്മാണത്തിൽ യാതൊരുവിധ സാമൂഹിക പ്രതിബദ്ധതയും സത്യവും പാലിക്കാതെയായിട്ട് കാലങ്ങളായി. വാർത്ത എന്നാൽ അന്നന്നത്തെ കച്ചവടം മാത്രമാണ്. മലയാളിയെ കാതലായി ബാധിക്കുന്ന ഒരു വിഷയംപോലും ഇവിടെ ചർച്ച ചെയ്യപ്പെടുന്നില്ല. അങ്ങനെ ഉണ്ടായാൽതന്നെ അത് ഫലിതരൂപേണയായിരിക്കും. മതങ്ങളെക്കാളും പാർട്ടികളെക്കാളും സ്വാധീനം കേരളത്തിൽ മാധ്യമങ്ങൾക്കാണ്. പത്രം വായിച്ചും ടെലിവിഷൻ കണ്ടുമാണ് മലയാളികൾ കേരളത്തെക്കുറിച്ചുള്ള അവരുടെ ചിത്രം സൃഷ്ടിച്ചുകൊണ്ടിരിക്കുന്നത്. അവർക്ക് സ്വന്തമായി ഇരുന്നു ചിന്തിക്കാൻ നേരമില്ല. നിർഭാഗ്യവശാൽ മാധ്യമങ്ങൾക്ക് മലയാളികളോടോ കേരളത്തോടോ കൂറില്ല. അവരുടെ കൂറ് അവരോടുതന്നെയാണ്. പിന്നെ അവരുടെ രാഷ്ട്രീയത്തോടും ജാതി-മത താത്പര്യങ്ങളോടും. ഇല്ലെങ്കിൽ ഇത്രയും ഹൃദയശൂന്യമായ ഒരു കച്ചവടം അവർ നടത്തുമായിരുന്നില്ല. അവർ മലയാളികൾക്ക്

24x7 നല്കിക്കൊണ്ടിരിക്കുന്നത് കേരളത്തിന്റെ ഒരു വളച്ചൊടിച്ച ചിത്രമാണ്. പാവം മലയാളി ആ വഞ്ചനയിൽ കണ്ണുമടച്ച് മുങ്ങിത്താഴുന്നു.

- വ്യക്തികളെ തകർക്കാൻ ഒരു മാധ്യമം വിചാരിച്ചാൽ എളുപ്പമല്ലേ? ഒരാളെ തകർക്കാൻ ഒരു വാർത്താ ബുള്ളറ്റിൻ മതിയല്ലോ?

മാധ്യമങ്ങൾ അസംഘടിത വ്യക്തികളെയാണ് മുഖ്യമായും ആസൂത്രിതമായി വേട്ടയാടുന്നത്. നാമിപ്പോൾ കാണുംപോലെ പ്രമുഖനായ ഒരാൾക്കെതിരെ ആരോപണം വന്നാൽ അവരെ വളരെ സമർത്ഥമായി സഹായിക്കും. തിരിച്ചടിക്കാൻ കഴിയാത്തവരെ വേട്ടയാടും. ഇല്ല. ഇത്തരം കാര്യങ്ങളൊന്നും ഒരിക്കലും തിരുത്തപ്പെടില്ല. നമ്മുടെ ജേർണലിസം സ്കൂളുകളിൽ കുട്ടികളെ പഠിപ്പിക്കുന്നത് 'സ്റ്റോറി'യുണ്ടാക്കി കൈയടി വാങ്ങാനാണ്. സത്യം പറയാനല്ല. മാധ്യമ സ്ഥാപനങ്ങൾ പഠിപ്പിക്കുന്നത് നിങ്ങളുടെ കൂറ് സ്ഥാപനത്തോട് മാത്രമാണെന്നാണ്. നിങ്ങളുടെ കൂറ് കേരളത്തോടും മലയാളികളോടും ആയിരിക്കണമെന്ന് അവർ പഠിപ്പിക്കുന്നില്ല. പത്രപ്രവർത്തകന്റെ ഒന്നാമത്തെ കൂറ് തന്റെ പ്രൊഫഷനോടായിരിക്കണം, ധാർമികവും സത്യസന്ധവുമായ പത്രപ്രവർത്തനം നടത്താൻ പത്രപ്രവർത്തന വിദ്യാർത്ഥികളെ പരിശീലിപ്പിക്കണം. അതിനൊപ്പം കേരളത്തോടും മലയാളികളോടും വിശ്വസ്തത പുലർത്താൻ പഠിപ്പിക്കണം. ഇന്ത്യാ ചരിത്രം പോകട്ടെ, കേരള ചരിത്രം പോലുമറിഞ്ഞു കൂടാതെയാണ് പുതിയ തലമുറകൾ മാധ്യമപ്രവർത്തകരാകുന്നത്! ഒരു കാൻസർ പോലെയാണ് ഇന്നത്തെ മാധ്യമസംസ്കാരം. മലയാളികളുടെ ഇന്നിനേയും വരുംതലമുറകളേയും അതു തകർക്കും. മതമൗലികവാദത്തേക്കാളും ഭീകരമാണത്. കേരളത്തിൽ മതഭ്രാന്തർക്കും വർഗീയവാദികൾക്കും മാന്യതയും ഗ്ലാമറും ലഭിച്ചു കൊണ്ടിരിക്കുന്നത് മാധ്യമങ്ങളിലൂടെയാണ്. അത്തരക്കാരുടെ ആശയങ്ങൾ സമൂഹം അംഗീകരിക്കുന്നു എന്ന തോന്നലുളവാക്കുന്നത് മാധ്യമങ്ങളാണ്. ഇതാണ് മാധ്യമങ്ങളുടെ ശക്തി. മാധ്യമങ്ങൾക്ക് എല്ലാം അറിയാം, എന്നാൽ അവർ ഇങ്ങനെ മാത്രമേ തുടർന്നും പ്രവർത്തിക്കുകയുള്ളൂ എന്ന് ഭയപ്പെടണം. ഒരുപക്ഷേ ലോകത്തിൽ ഒരു സമൂഹവും മാധ്യമങ്ങളിൽനിന്ന് ഇത്തരമൊരു ഭീഷണി നേരിട്ടിട്ടുണ്ടെന്ന് തോന്നുന്നില്ല.

കലാകൗമുദി, നവംബർ 2014

യൂണിയനുകളുടെ ഒന്നാമത്തെ ജോലി
പി.എം. ബിനുകുമാർ - സക്കറിയ

• ആപ്പിന്റെ വിജയം ഇന്ത്യയെ പഠിപ്പിക്കുന്നതെന്താണ്?

ഇന്ത്യയിലെ എല്ലാ രാഷ്ട്രീയപ്പാർട്ടികൾക്കും അവരെ അധികാരത്തിലെത്തിച്ച ജനങ്ങളോടുള്ളത് ഫ്യൂഡൽ മേലാളത്ത അധിനിവേശ മനോഭാവമാണ്. കോൺഗ്രസ്സും സി.പി.എമ്മും ഉൾപ്പെടെയുള്ള എല്ലാ രാഷ്ട്രീയപാർട്ടികൾക്കും അതുണ്ട്. അത്തരം അധികാര പ്രമത്തതാ മനോഭാവങ്ങൾക്കും ശൈലികൾക്കും പകരംവെക്കാൻ കഴിയുന്ന ഒരു പുതിയ ശൈലിയാണ് ആം ആദ്മി വാഗ്ദാനം ചെയ്യുന്നത്. ജനങ്ങളോട് സൗഹൃദം പുലർത്തുകയും ജനങ്ങളുമായി തുല്യതയിൽ പ്രവർത്തിക്കുകയും ചെയ്യുന്ന ശൈലിയാണത്. വി.എസ്. അച്യുതാനന്ദനെപ്പോലെ 'ജനകീയൻ' എന്ന പ്രതിച്ഛായ കൈയടക്കിവെച്ചിരിക്കുന്ന ഒരാളടക്കമുള്ള കേരളത്തിലെയും അയൽസംസ്ഥാനങ്ങളിലെയും രാഷ്ട്രീയനേതാക്കൾ പിൻതുടർന്നുവരുന്ന ഫ്യൂഡൽ മേധാവിത്ത സ്വഭാവത്തിന്റെ വിപരീതഭാവം. ജനങ്ങൾ അവർക്ക് അധികാരം നല്കിയാലുടനെ അവർ അധികാരത്തിന്റെ എല്ലാ കൊളോണിയൽ ആഡംബരങ്ങളും നാണമില്ലാതെ എടുത്തണിയുന്നു. അധികാരത്തിന്റെ എല്ലാ വൃത്തികെട്ട ശക്തിപ്രകടനങ്ങളിലും അവർ ആസക്തരാകുന്നു. ഫ്യൂഡൽ അധികാരത്തിന്റെ ഏറ്റവും പ്രാകൃതമായ ചിഹ്നമാണ് പൊലീസ് അകമ്പടി. മന്ത്രിമാർ പൊലീസെന്ന കരിമ്പടത്തിനുള്ളിൽ ഒളിക്കുന്നു. തങ്ങളെ തെരഞ്ഞെടുത്ത ജനങ്ങളിൽ നിന്നും അകലം സ്ഥാപിക്കുന്നു. പൊലീസിനെ ഉപയോഗിച്ച് അവരെ മാറ്റിനിർത്തുന്നു. വോട്ടു ചോദിക്കുക എന്ന മുഖാമുഖം കഴിച്ചുകൂട്ടിയാൽ ജനങ്ങളിൽ നിന്നും ഓടിയൊളിക്കുന്നു. അതിനാണവർ 'സെക്യൂരിറ്റി' എന്ന ഓമനപ്പേരു വിളിക്കുന്ന പഴയ കൊളോണിയൽ വിരട്ടൽ തന്ത്രമുപയോഗിക്കുന്നത്. ഒരു സെക്യൂരിറ്റിയും ആവശ്യമില്ലാത്ത അപ്പാവികൾപോലും പത്തും മുപ്പതും

പൊലീസുകാരെയും കൊണ്ട് നടക്കുന്നു. കേരളത്തിൽ അധികാര ത്തിലെത്തുന്നവരുടെ ജനാധിപത്യ വിരുദ്ധശൈലിയുടെ ഏറ്റവും വലിയ പ്രതീകമായി ഞാൻ കാണുന്നത് സെക്യൂരിറ്റിയാണ്. മാധ്യമ ങ്ങളും ബുദ്ധിജീവികളും ഇതിനെ സർവാത്മനാ അംഗീകരിക്കുന്നു. സംസ്കാരസമ്പന്നരായ പൗരന്മാർ പൊലീസ് അകമ്പടിയുമായി വന്നെത്തുന്ന മന്ത്രിമാരുടേയും മറ്റു രാഷ്ട്രീയക്കാരുടേയും പരിപാടി കൾ ബഹിഷ്കരിക്കേണ്ട കാലം അതിക്രമിച്ചു. ജനങ്ങൾ അധികാരം നൽകുന്നവന് പൊലീസ് അകമ്പടി വേണമെന്ന ജീർണനിയമം ലോകത്തിലൊരിടത്തുമില്ല. അരവിന്ദ് കെജ്‌രിവാൾ ഇക്കാര്യത്തിലെ ങ്കിലും വ്യത്യസ്തനാണ്. സത്യപ്രതിജ്ഞയ്ക്കു മുമ്പുതന്നെ തനിക്ക് സെഡ് പ്ലസ് കാറ്റഗറി വേണ്ടെന്ന് അദ്ദേഹം പറഞ്ഞുകഴിഞ്ഞു. കോൺഗ്രസ് ഭരണകൂടങ്ങൾ ഇന്ത്യയിലുണ്ടാക്കിവെച്ച ജുഗുപ്സാ വഹമായ വി.ഐ.പി സംസ്കാരത്തെയാണ് അദ്ദേഹം തിരസ്കരി ച്ചത്. അതേസമയം ഒരു സംസ്ഥാനത്തിന്റെ ചീഫ് എക്സിക്യൂട്ടീവ് എന്ന നിലയിൽ ചില അടിസ്ഥാന സൗകര്യങ്ങൾ അദ്ദേഹത്തിന് ഒരുക്കിക്കൊടുക്കേണ്ട ബാധ്യത സ്റ്റേറ്റിനുണ്ട്. ഉദാഹരണത്തിന് ഉമ്മൻചാണ്ടി കേരളത്തിന്റെ ചീഫ് എക്സിക്യൂട്ടീവാണ്. അദ്ദേഹ ത്തിന് തിരക്കിട്ട് കാര്യങ്ങൾ ചെയ്യേണ്ടിവരും. അതിന് വഴിതെളിക്കാൻ പൊലീസിനെ ആവശ്യമായേക്കാം. എന്നാൽ താലപ്പൊലി 'നെഞ്ചി ലേറ്റാൻ' പോകുന്നവനെന്തിനാണ് പൊലീസ് അകമ്പടി? ആപ്പിന്റെ ആദർശങ്ങൾ ഏതുതരത്തിൽ പ്രാവർത്തികമാകുമെന്നും അവ ഏതുതരത്തിൽ നടപ്പിലാക്കുമെന്നും വരുംദിവസങ്ങളിൽ മാത്രമേ അറിയാൻ കഴിയുകയുള്ളൂ.

- അഴിമതിക്കെതിരെ ആപ്പ് നടത്തുന്ന കുരിശുയുദ്ധത്തെ എങ്ങനെ യാണ് കാണുന്നത്?

ഇന്ത്യയിൽ ഇന്ന് പ്രവർത്തിച്ചുകൊണ്ടിരിക്കുന്ന എല്ലാ പരമ്പരാഗത രാഷ്ട്രീയപ്പാർട്ടികളുടേയും അഴിമതിവിരുദ്ധ പ്രഖ്യാപനങ്ങൾ പൊള്ളയാണെന്ന് നമുക്കറിയാം. തങ്ങൾ പറയുന്നത് വെറും കള്ള മാണെന്ന് മനസ്സിലാക്കിക്കൊണ്ടുതന്നെ അവർ കള്ളം പറയുകയാണ്. അണ്ണാ ഹസാരെയുടെ അനുയായിയായി രാഷ്ട്രീയപ്രവർത്തനം തുടങ്ങിയ കെജ്‌രിവാൾ അഴിമതിക്കാരനായിത്തീരാനുള്ള സാധ്യത കുറവാണ്. അഴിമതിയില്ലാതെ ഒരു രാഷ്ട്രീയകക്ഷിയെ നിലനിർത്താ മെന്നും അഴിമതിയില്ലാതെ ഒരു ഭരണം നടത്താമെന്നും കെജ്‌രിവാൾ കാണിച്ചുകൊടുത്താൽ അത് ഇന്ത്യക്ക് വലിയൊരു മാതൃകയായി രിക്കും. ഡൽഹി ഒരു സംസ്ഥാനവും നഗരവുമാണ്. സാധുക്കളാണ് ഡൽഹിയിൽ അധികവും ജീവിക്കുന്നത്. അവർക്ക് അടിസ്ഥാന സൗകര്യങ്ങൾ ഉറപ്പാക്കാൻ കഴിഞ്ഞാൽ തന്നെ ആപ്പ് ഇന്ത്യയിൽ പുതിയൊരു വഴി വെട്ടിത്തുറക്കും.

- ഇത്തരത്തിൽ അനുകരണീയമായ മാതൃകകൾ സൃഷ്ടിച്ചുകൊണ്ട് ആപ്പിന് എത്രകാലം ഡൽഹി ഭരിക്കാനാവും?

അതാണ് എന്റെ ഭയം. തെരഞ്ഞെടുപ്പിൽ തോറ്റ ഒരു കക്ഷി ജയിച്ച കക്ഷിയെ ഭരിക്കാൻ അനുവദിക്കുന്ന ഒരു പതിവ് ഇന്ത്യയിലില്ല. ഫാസിസത്തിന് ഇത്തരം ജനമുന്നേറ്റങ്ങളെ അട്ടിമറിക്കാൻ നിരവധി വഴികളുണ്ട്. ലോകഫാസിസത്തിന്റെ ചരിത്രം ഇത്തരം കാപാലികതകൾ നിറഞ്ഞതാണ്. ഇന്ത്യൻ ഫാസിസങ്ങളുടെ ചരിത്രവും മറ്റൊന്നല്ല. കെജ്‌രിവാൾ അധികാരത്തിലിരുന്ന് നല്ല കാര്യങ്ങൾ ചെയ്തുതുടങ്ങിയാൽ ഒറ്റ ഒരു സ്ഫോടന പരമ്പര മതി എല്ലാം തകർക്കാൻ. ആ സ്ഫോടന പരമ്പരയെത്തുടർന്ന് ഒരു വർഗീയകലാപവും നിർമിക്കപ്പെടും. ഇത്തരത്തിലൊന്ന് ആസൂത്രണം ചെയ്യാൻ ഫാസിസ്റ്റുകൾക്ക് കുറച്ചു മണിക്കൂറുകൾ മാത്രം മതിയാകും. ഈ വിധത്തിൽ ആരും ചെയ്യുമെന്ന് ഞാൻ പറയുന്നില്ല. ഒരു പ്രത്യേക സമുദായത്തിന്റെ പേരിൽ ഇതെല്ലാം നിസ്സാരമായി സംഭവിപ്പിക്കാവുന്നതേയുള്ളൂ. (ഇത്തരം കളവുകൾ അതേപടി വിഴുങ്ങി ജനങ്ങളുടെ മേൽ ഛർദ്ദിക്കുന്നവരാണ് നമ്മുടെ മാധ്യമങ്ങൾ - പാകിസ്ഥാനിൽ നിന്ന് വന്നുവെന്ന് പറഞ്ഞ ബോട്ടിനെപ്പറ്റിയുള്ള സത്യം ഇപ്പോൾ പുറത്തുവന്നത് കണ്ടില്ലേ? അന്നത്തെ മാധ്യമതലക്കെട്ടുകൾ ഓർമയുണ്ടോ!) ഇതൊന്നും ഉണ്ടാകാതിരിക്കാൻ നാം പ്രാർഥിക്കണം. അങ്ങനെയൊന്നും സംഭവിക്കാതിരുന്നാൽ, സംഭവിച്ചാൽ തന്നെ അതിനെ അതിജീവിക്കാൻ കഴിഞ്ഞാൽ കെജ്‌രിവാളിന് ദീർഘകാലം ജനനന്മയ്ക്കുവേണ്ടി പ്രവർത്തിക്കാൻ കഴിയും.

- മന്ത്രിമാർ അഴിമതിക്കാരല്ലെങ്കിലും ഉദ്യോഗസ്ഥർ അഴിമതി ചെയ്യുന്നു. ഉദ്യോഗസ്ഥർ അഴിമതിക്കാരല്ലെങ്കിൽ മന്ത്രിമാർ അഴിമതിക്കാരാവുന്നു. ഇത്തരമൊരു സാഹചര്യത്തിൽ യാതൊരു രാഷ്ട്രീയപരിചയവുമില്ലാത്ത കെജ്‌രിവാളിന് എങ്ങനെയാണ് ഉദ്യോഗസ്ഥരെ സത്യസന്ധരായി നയിക്കാനാവുക?

അഴിമതിയുടെ കാര്യത്തിൽ ഉദ്യോഗസ്ഥരും മന്ത്രിമാരും ജനപ്രതിനിധികളും പരിപൂർണമായി സഹകരിക്കുന്നു. അവർ ഒരു പരസ്പര സഹായസഹകരണംപോലെ പ്രവർത്തിക്കുന്നു. മന്ത്രിയുടെ അഴിമതിക്ക് ഉദ്യോഗസ്ഥന്റെ സഹായം കൂടിയേ തീരൂ. ഉദ്യോഗസ്ഥനാവട്ടെ അയാളുടേതായ രീതിയിൽ അഴിമതികളിൽ ഏർപ്പെടുന്നു. മന്ത്രിക്ക് ചോദിക്കാൻ വയ്യ. ചോദിച്ചാൽ മന്ത്രിയുടെ അഴിമതിയുടെ കാര്യം ഉദ്യോഗസ്ഥൻ ഓർമപ്പെടുത്തും. ഉദാഹരണത്തിന് കേരളത്തിന്റെ കാര്യമെടുക്കാം. മന്ത്രിയും ഉദ്യോഗസ്ഥനും ചേർന്നാണ് ഇവിടെ വമ്പിച്ച അഴിമതികൾ നടത്തുന്നത്. ഉദ്യോഗസ്ഥന്റെ സഹായം വേണ്ടാത്ത മറ്റ് അഴിമതികൾ മന്ത്രി സ്വന്തമായി

നടത്തും. മന്ത്രിയുടെ സഹായം ആവശ്യമില്ലാത്ത അഴിമതികൾ ഉദ്യോഗസ്ഥനും നടത്തും. ഞാനൊരു മരണ സർട്ടിഫിക്കറ്റിന് ചെല്ലു മ്പോൾ ഉദ്യോഗസ്ഥൻ 1000 രൂപ കൈക്കൂലി ചോദിക്കുന്നു. ആ അഴിമതിക്ക് മന്ത്രിയുടെ സഹായം ആവശ്യമില്ല. പക്ഷേ, ആ അഴി മതിയിൽ ഉദ്യോഗസ്ഥൻ പിടിക്കപ്പെട്ടാലോ? മന്ത്രിയും യൂണിയനും ചേർന്ന് ഉദ്യോഗസ്ഥനെ രക്ഷിക്കും. വയനാട്ടിൽ നടന്ന സംഭവം ഓർമ യില്ലേ? പി.എസ്.സി പരീക്ഷ എഴുതാത്തവർ വയനാട് കളക്ടറേറ്റിൽ ജോലിക്ക് കയറി. എൻ.ജി.ഒ. യൂണിയന്റെ ഭാരവാഹികളിൽ ചിലരാണ് തട്ടിപ്പിന് ചുക്കാൻ പിടിച്ചത്. ഇത്തരത്തിൽ ഞെട്ടിപ്പിക്കുന്ന ഒരു അഴിമതി നടന്നിട്ടും കുറ്റവാളികൾക്ക് ഒന്നും സംഭവിച്ചില്ല. മന്ത്രിമാരും യൂണിയനും ചേർന്ന് ഉത്തരം സാമൂഹികദ്രോഹികളെ രക്ഷിക്കുന്നു. കേരളത്തിൽ ഉദ്യോഗസ്ഥ യൂണിയനുകളുടെ ഒന്നാമത്തെ ജോലി അഴിമതിക്ക് പാതയൊരുക്കുക എന്നതാണ്. രണ്ടാമത്തെ ജോലി പിടിക്കപ്പെടുന്നവനെ രക്ഷിക്കുക എന്നതും. ജോലി ചെയ്യാതിരിക്കാനുള്ള മാർഗം കണ്ടെത്തുകയാണ് മൂന്നാമത്തെ ജോലി. കെജ്‌രിവാളിനെപ്പോലൊരാൾ ഭരണതലപ്പത്തു ണ്ടെങ്കിൽ, അയാൾ ഒരിക്കലും അഴിമതിക്കാരനാവില്ലെന്ന് ഉറപ്പുണ്ടെ ങ്കിൽ ഒരു മാറ്റം സ്വാഭാവികമായുണ്ടാവും. എന്റെ മേധാവി അഴിമതി ക്കാരനല്ലെങ്കിൽ ഞാനും അഴിമതിക്കാരനാകാൻ മടിക്കും. മോദി അഴിമതിക്കാരനല്ല എന്നാണല്ലോ പറയുന്നത്. അതെന്തുമാവട്ടെ. തന്റെ ചുറ്റുമുള്ള അഴിമതി തടയാൻ മോദിക്കാവുമെന്നു ഞാൻ പ്രതീക്ഷിക്കുന്നില്ല. കാരണം ബി.ജെ.പി. അഴിമതിക്കാരുടെ പാർട്ടി യാണ്. അത് കോൺഗ്രസിനെപ്പോലെതന്നെയുള്ള ഭാഗ്യാന്വേഷി കളുടെ പ്രസ്ഥാനമാണ്. സി.പി.എമ്മും അഴിമതിയുടെ പാർട്ടിയാണ്. അഴിമതിക്കാരനല്ല എന്നതാണ് കെജ്‌രിവാളിന്റെ നിലനില്പിന്റെ അടിസ്ഥാനം. ഇങ്ങനെയൊരാൾ ഉണ്ടെങ്കിൽ ജനങ്ങൾ വിജിലന്റാവും. അത്തരത്തിൽ ജനങ്ങളെ ഇളക്കാൻ കെജ്‌രിവാളിന് കഴിഞ്ഞിട്ടുണ്ട്. കെജ്‌രിവാൾ അങ്ങനെതന്നെ തുടരുമോയെന്ന് കാത്തിരുന്നു കാണാം.

- കെജ്‌രിവാളിനെ ആരോപണങ്ങൾ കൊണ്ടുവന്ന് അഴിമതിക്കാര നാക്കുമോ?

ആരോപണങ്ങൾ കൊണ്ടുവന്ന് അഴിമതിക്കാരനല്ലാത്ത ഒരാളെ അഴിമതിക്കാരനാക്കാൻ ബുദ്ധിമുട്ടാണ്. പക്ഷേ മാധ്യമങ്ങളുടെ സഹായമുണ്ടെങ്കിൽ കളവായ ആരോപണങ്ങളുയർത്തി പ്രശ്നങ്ങളു ണ്ടാക്കാൻ എളുപ്പമാണ്. പക്ഷേ, അതിന് നിലനില്പുണ്ടാവില്ല. 49 ദിവസത്തെ ഭരണത്തിനുശേഷം ഭൂമുഖത്തുനിന്നുതന്നെ അപ്രത്യ ക്ഷമായി എന്നു കരുതിയ ഒരാൾ ഡൽഹി പിടിച്ചെടുത്ത് തിരിച്ചു

വന്നിരിക്കുകയാണ്. അതുകൊണ്ടുതന്നെ അയാൾ അസാധാരണ ക്കാരനാണ്.

- ബി.ജെ.പിക്കും കോൺഗ്രസ്സിനും ഇത്രയും അടിപറ്റിയത് എങ്ങനെ യാണ്?

കോൺഗ്രസ്സിനേയും ബി.ജെ.പിയേയും ജനത്തിന് മടുത്തു. കേന്ദ്ര സർക്കാരിന്റെ കാര്യമെടുത്താൽ കഴിഞ്ഞ എട്ടുമാസത്തിനിടയിൽ അമേരിക്കക്കാരേയും ചീനക്കാരെയുമെല്ലാം വച്ച് നരേന്ദ്രമോദി നടത്തിയത് ആഗോളതലത്തിലുള്ള അദ്ദേഹത്തിന്റെ പ്രതിച്ഛായ വിറ്റഴിക്കൽ മാത്രമാണ്. ഇന്ത്യയിലെ പൊതുമേഖലയിലോ സമ്പദ് ഘടനയിലോ ജനങ്ങൾക്ക് നേരിട്ട് മനസ്സിലാക്കാൻ കഴിയുന്ന ശ്രദ്ധേയ മായ ഒരു ചുവടുവയ്പു പോലും ഇവിടെ ഉണ്ടായിട്ടില്ല. ദൽഹിയിൽ ഹിന്ദുവും മുസ്ലീമും ക്രിസ്ത്യാനിയും തമ്മിൽ യാതൊരു പ്രശ്ന വുമുണ്ടായിരുന്നില്ല. എന്നാൽ സമീപകാലത്ത് അതിനെ പിടിച്ചു കുലുക്കുന്ന ചില പ്രവർത്തനങ്ങൾ ഉണ്ടായി. പള്ളികൾ തകർക്കു ന്നത് ഒരുദാഹരണം. പള്ളിയെയല്ല അമ്പലത്തെയല്ല ഒന്നിനെയും തൊടാൻ പാടില്ല. ഇത്തരത്തിലൊരു സംഭവം രാജ്യതലസ്ഥാനത്ത് നടക്കുമ്പോൾ അവിടെയിരിക്കുന്ന പ്രധാനമന്ത്രിയുടെ വായിൽ നിന്നും എന്തെങ്കിലുമൊരു വാക്ക് വരേണ്ടതാണ്. എന്നാൽ അത് വന്നില്ല.

കോൺഗ്രസ്സുകാരെപ്പോലെ തന്നെ അധികാരം ലഭിച്ചപ്പോൾ ബി.ജെ.പിക്കാരും ഞെളിയുന്നു. മോദി ഒരു വശത്ത് പത്തുലക്ഷം രൂപയുടെ കോട്ടിട്ട് ഞെളിയുമ്പോൾ മറുവശത്ത് ലക്ഷറി കാറുകളും പൊലീസുകാരുമൊക്കെയായി പഴയ 'മഹാരാജാ' ശൈലിയിൽ ബി.ജെ.പിക്കാർ കൂട്ടയോട്ടം നടത്തുന്നു. ആർ.എസ്.എസ്. പോലൊരു സംഘടന, ബി.ജെ.പിയെ അതിന്റെ അഹന്താപ്രകടനങ്ങളിൽ നിന്നും വിടർത്തിക്കൊണ്ടുവരികയാണ് വാസ്തവത്തിൽ ചെയ്യേണ്ടിയി രുന്നത്. ജനങ്ങളോട് കൂറു പുലർത്തുന്ന ഒരു പാർട്ടിയായി ബി.ജെ.പിയെ വളർത്താനുള്ള ധാർമികത ആർ.എസ്.എസ്സിന് ഉണ്ടാകേണ്ടിയിരുന്നു. കാരണം ആർ.എസ്.എസ്സുകാർ പൊതുവിൽ വാസ്തവത്തിൽ പഴയകാല കമ്യൂണിസ്റ്റുകാരെപ്പോലെ ഭൗതിക ആർത്തികൾ കുറച്ചെല്ലാം കുറവുള്ളവരും മതാന്ധതയുണ്ടെങ്കിലും എന്തൊക്കെയോ ചില ധർമബോധങ്ങളുള്ളവരുമാണ്. ഇക്കാര്യത്തിൽ ബി.ജെ.പിയെ സ്വാധീനിക്കാൻ ആർ.എസ്.എസ്സിന് കഴിഞ്ഞില്ല. ബി.ജെ.പിയുടെ ഇത്തരത്തിലുള്ള അധികാരപ്രമത്തതയ്ക്ക് കിട്ടിയ തിരിച്ചടി കൂടിയാണ് ഡൽഹിയിൽ ആപ്പ് നേടിയ വിജയം.

ഇന്ത്യയ്ക്ക് മുകളിൽ പിടിച്ച ഒരു കുടയായിരുന്നു കോൺഗ്രസ്. 120 വർഷങ്ങളുടെ പാരമ്പര്യമുള്ള പാർട്ടി. കോൺഗ്രസ്സിന്റെ അടിസ്ഥാന പ്രശ്നം അത് ഒരു പറ്റം സ്വാർത്ഥരുടെ ഒരു കൂട്ടായ്മ

മാത്രമാണെന്നതാണ്. ഇന്ത്യ അവർക്ക് വെറുമൊരു മേച്ചിൽപ്പുറം മാത്രമാണ്. കോൺഗ്രസ്സിന്റെ കുടക്കീഴിൽ നിന്നുകൊണ്ട് സ്വന്തം പോക്കറ്റ് വീർപ്പിക്കുകയാണ് വളരെയധികം കോൺഗ്രസ്സുകാരുടെ ലക്ഷ്യം. കേരളത്തിൽനിന്ന് കേന്ദ്രമന്ത്രിസഭയിൽ എത്രയോ അംഗങ്ങൾ ഉണ്ടായിരുന്നു. ഇവരിൽ കെ.വി. തോമസ് മാഷ് ഒഴികെ മറ്റാരും ഒരു സംഭാവനയും രാജ്യത്തിനോ അവരുടെ സംസ്ഥാനത്തിനോ നല്കിയിട്ടുണ്ടെന്ന് തോന്നുന്നില്ല. അവർ കുറെ വിമാനയാത്രയും പൊലീസ് അകമ്പടിയും സുഖസമൃദ്ധ ജീവിതവും ആസ്വദിച്ച് പണമുണ്ടാക്കി മടങ്ങിവന്നു. അവർക്ക് കോൺഗ്രസ്സിനോട് പോലും സ്നേഹമില്ല. ഇന്ത്യയോടും സ്നേഹമില്ല. ഇക്കഴിഞ്ഞ ലോക്സഭാ തെരഞ്ഞെടുപ്പിൽ ഗുലാം നബി ആസാദും നരേന്ദ്രമോദിയും തമ്മിൽ ധാരണയുണ്ടായിരുന്നതായിപ്പോലും കേട്ടിട്ടുണ്ട്. വാസ്തവമറിയില്ല. സോണിയാഗാന്ധിക്ക് കോൺഗ്രസ്സിനെ നയിക്കാൻ ഇനി കഴിയുമെന്ന് തോന്നുന്നില്ല. രാഹുൽഗാന്ധി സദുദ്ദേശ്യവാനായ ഒരു ചെറുപ്പക്കാരനാണ്. തത്കാലം അദ്ദേഹത്തിന് കോൺഗ്രസ്സിനെ നയിക്കാൻ കഴിയുമെന്ന് ആർക്കും പ്രതീക്ഷയില്ല. ഡൽഹിക്കാർക്ക് ഇന്ന് കോൺഗ്രസ്സിന് വോട്ടു ചെയ്യുക എന്നാൽ കടലിൽ കല്ലെറിയുന്നതു പോലെയാണ്. കോൺഗ്രസ്സും ബി.ജെ.പിയും ഒരേപോലെയാണെന്ന തിരിച്ചറിവിൽ നിന്നാണ് കെജ്‌രിവാളിനെപ്പോലൊരാൾ ഉയർന്നുവന്നത്.

- കേരളത്തിൽ ആപ്പിന് ചലനമുണ്ടാക്കാൻ കഴിയുമോ?

കേരളീയർക്ക് കോൺഗ്രസ്സിനേയും കമ്മ്യൂണിസ്റ്റിനേയും വിവരണാതീതമായ വിധത്തിൽ മടുത്തുകഴിഞ്ഞു. എന്നാൽ കേരളത്തെ ഇക്കൂട്ടർ തട്ടിയെടുത്തുവച്ചിരിക്കുകയാണ്. ഗ്രാമീണ വായനശാലകൾ ഉൾപ്പെടെ എല്ലാം ഇടതുപക്ഷവും വലതുപക്ഷവും ചേർന്ന് പിടിച്ചെടുത്തിട്ടുണ്ട്. കിടപ്പറയും അടുക്കളയും ഒഴിച്ചുള്ള - അതും തീർച്ചയില്ല - എല്ലാ സ്ഥലങ്ങളിലും ഇടതുപക്ഷവും വലതുപക്ഷവും കൈയോ കാലോ കുത്തിയിട്ടുണ്ട്. സിനിമയിലെ പരഗ്രഹ ഭീകരജീവിയെപ്പോലെയാണ് അവർ വേരുകൾ ആഴ്ത്തുന്നത്. എവിടെ നോക്കിയാലും അവന്റെ നഖവും പല്ലും കാണും. ഇവർക്ക് അടിമപ്പെടാത്ത എല്ലാവരേയും ഇവർ തകർക്കും. ഞാനല്ലാതെ നിനക്ക് മറ്റൊരു ദൈവം വേണ്ടെന്ന പഴയ നിയമത്തിലെ ദൈവത്തിന്റെ അട്ടഹാസം പോലെയാണത്. അങ്ങനെയാണ് അവർ പണ്ട് സി.കെ. ജാനുവിനെ തകർത്തത്. ഇത്തരമൊരു പശ്ചാത്തലത്തിൽ ആപ്പ് പോലൊരു പ്രസ്ഥാനത്തിന് കേരളത്തിൽ വേരുപിടിക്കണമെങ്കിൽ നിസ്വാർഥവും പ്രതിബദ്ധവുമായ ഒരു പ്രവർത്തനശൈലി കൂടിയേ തീരൂ. അവർക്ക് ഉയർന്നുവരാൻ നല്ല സാധ്യതയുണ്ട്. അത്രമാത്രം കേരളത്തെ യു.ഡി.എഫും എൽ.ഡി.എഫും ചേർന്ന് നിലംപരിശാക്കിക്കഴിഞ്ഞു.

അതിന് ആദർശവും ആവേശവും മാത്രം പോരാ. ബുദ്ധിശക്തിയോടെ ചിന്തിക്കുകയും സമകാലീന യാഥാർഥ്യങ്ങൾ മനസ്സിലാക്കി പ്രൊഫഷണലിസത്തോടെ ആസൂത്രണം ചെയ്യുകയും വേണം. ആഗോളതലത്തിൽ ചിന്തിച്ച് അത്യന്താധുനികമായ പ്രവർത്തന പദ്ധതിയുണ്ടാക്കണം. അതിന് അമച്വർ തിങ്കിംഗ് പോരാ. റൊമാന്റിക് പൊളിറ്റിക്സ് പോരാ. ബുദ്ധിജീവികളെ മാത്രം വച്ച് കരുനീക്കിയാൽ കോൺഗ്രസ്സുകാരും കമ്മ്യൂണിസ്റ്റുകാരും അവരുടെ നെഞ്ചത്ത് കയറി യിരുന്ന് നിരങ്ങും. ഒരു കൊല്ലം ഡൽഹിയിൽ നല്ല ഭരണം കാഴ്ച വയ്ക്കാനായാൽ ആപ്പിന് സമീപ സംസ്ഥാനങ്ങളിൽ സ്ഥാനം പിടിക്കാൻ കഴിഞ്ഞേക്കാം. മലയാളികളെപ്പോലെയല്ല ഉത്തരേന്ത്യ ക്കാർ. അവർ നമ്മെപ്പോലെ അടഞ്ഞ കണ്ണുള്ളവരല്ല. അവർക്ക് അന്ധമായ രാഷ്ട്രീയവിശ്വാസങ്ങളില്ല.

- പ്രകാശ് കാരാട്ട് കെജ്‌രിവാളിന് പിന്തുണ പ്രഖ്യാപിച്ചിട്ടുണ്ട്. ശ്രദ്ധിച്ചല്ലോ?

പ്രകാശ് കാരാട്ടിനെ കൂടെ ചേർക്കുന്നത് കെജ്‌രിവാളിന് ദോഷം ചെയ്യും. കാരണം സി.പി.എം. പരമ്പരാഗത രാഷ്ട്രീയക്കാരാണ്. അവർക്ക് അഴിമതിയിൽ നിന്നും അധികാരപ്രമത്തതയിൽ നിന്നും ഒരിക്കലും മോചനമുണ്ടാവില്ല. പ്രതിപക്ഷ നേതാവായിട്ടുപോലും അച്യുതാനന്ദന്റെ അധികാരപ്രമത്തതയും ഫ്യൂഡൽ ഡംഭും നോക്കൂ! അതുകൊണ്ടുതന്നെ ഇത്തരക്കാരുമായി കൂട്ടുകൂടിയാൽ കെജ്‌രിവാളിന്റെ കാര്യം പരുങ്ങലിലാകും എന്നു പറഞ്ഞാൽ മതി.

- താങ്കൾ ആപ്പിൽ ചേരുമോ?

ഇല്ല. ഒരു എഴുത്തുകാരൻ സ്വതന്ത്രനായിരിക്കണം. അയാൾക്ക് ഒരു രാഷ്ട്രീയപാർട്ടിയോടോ മതത്തോടോ ജാതിയോടോ കെട്ടുപാട് പാടില്ലെന്നാണ് എന്റെ വ്യക്തിപരമായ അഭിപ്രായം.

കലാകൗമുദി, മാർച്ച് 1, 2015

എന്റെ സമരം ജനങ്ങളുടെ നെഞ്ചത്താണ്

റോസി തമ്പി - സക്കറിയ

● ആസൂത്രിതവും ഔപചാരികവുമായ ഒരു അഭിമുഖമായിരുന്നില്ല. ലോകത്തിന്റെ സമകാലികത എന്ന ഒഴുക്കിലൂടെ കുറച്ചു മണിക്കൂറുകൾ. ചോദ്യം മൂന്നാറിലെ തമിഴ് പെൺമയുടെ ഉശിരിൽ നിന്നും തുടങ്ങി. ഞാൻ ചോദിച്ചു, പെമ്പിളൈ ഒരുമൈ കേരളത്തിനും ഭാരതത്തിനും പുതിയൊരു രാഷ്ട്രീയദിശ നല്കുന്നില്ലേ?

തമിഴ് പെമ്പിളൈ ഒരു പുതിയ രാഷ്ട്രീയത്തെ കൊണ്ടുവരുന്നുണ്ട് തീർച്ചയായും. എന്നാൽ, അതൊട്ടും ആസൂത്രിതമല്ല. മനോഹരമായൊരു യാദൃച്ഛികത അതിലുണ്ട്. വലിയൊരു പ്രതിരോധവും. അഴിമതികൊണ്ട് അടിമുടി പുതഞ്ഞുപോയ കേരളത്തിന്റെ നെടുതൂണുകളിലൊന്ന് തൊഴിലാളി നേതൃത്വമാണ്. ഇന്നത്തെ കേരളത്തിൽ ഏറ്റവും വലിയ അഴിമതിക്കാരും കൈക്കൂലിക്കാരും ഇവരാണ്. ഇതു സംബന്ധിച്ച് തൊഴിലാളികൾക്ക് വേണ്ടത്ര അറിവുണ്ടായിരുന്നില്ല. മൂന്നാറിലേതുപോലുള്ള സ്ഥലങ്ങളിലെ ജോലിക്കാർക്കു നേരെ അവർ ചെയ്തുകൂട്ടുന്ന ഭീകരത അവരറിയുവാൻ താമസിച്ചുപോയി. അവർ യജമാനനേയും തൊഴിലാളി നേതാക്കന്മാരേയും ഒരുപോലെ അനുസരിച്ചു. നിരന്തരമായി ചൂഷണം ചെയ്യപ്പെട്ട അവർ ആ പച്ചപ്പുള്ള പ്രകൃതിയുടെ ശക്തികൊണ്ടായിരിക്കണം സ്വയം ഉയിർത്തെഴുന്നേറ്റത്. ആ തമിഴ് പെണ്ണുങ്ങൾ ഭാഷാപരമായി കൂടിയാണ് ഒരുമിച്ചത്. അതിലെത്ര മലയാളികൾ ഉണ്ടെന്നറിഞ്ഞുകൂടാ. എല്ലാവരും ഒരു ലിംഗ്വിസ്റ്റിക് ഗ്രൂപ്പിനകത്തുനിന്ന് പൊരുതി. മൂന്നാറിലെ ചായത്തോട്ടങ്ങളുടെ ചുരുങ്ങിയ ചുറ്റളവിൽനിന്ന് അർദ്ധസത്യങ്ങൾ കേട്ടുവളർന്നുവന്ന അവർ ഭീകരമായ മസ്തിഷ്കപ്രക്ഷാളനത്തിന് ഇരകളാണ്. അതിൽ മാധ്യമങ്ങൾക്കും പങ്കുണ്ട്. മാധ്യമങ്ങളും ചാനലുകളും അടിച്ചേല്പിച്ച പല മുൻവിധികൾക്കും അവർ ഇരകളായി. എന്നാൽ, മൂന്നാറിലെ തോട്ടങ്ങളിൽ പണിയെടുക്കുന്ന തമിഴ് വംശജർക്ക്, മലയാളിത്തൊഴിലാളികൾക്ക് സംഭവിച്ചതു

പോലെയുള്ള മസ്തിഷ്കപ്രക്ഷാളനം സംഭവിച്ചില്ല. ഭാഷയുടെ കരുത്തുകൊണ്ടുകൂടിയാവണമിത്. തമിഴിന്റെ ഉശിരും ഒരുമയും അതിലുണ്ട്.

സമരം ഒരുവിധം വിജയിച്ചപ്പോൾ സിവിക് ചന്ദ്രനും പാഠഭേദത്തിന്റെ കുറച്ച് സ്നേഹിതരും ചേർന്ന് മൂന്നാർ സമരം വിജയിപ്പിച്ച തമിഴ് സ്ത്രീകളെ നേരിട്ട് അഭിനന്ദിക്കാനും അവർക്ക് ഒരു ലക്ഷം രൂപ പാരിതോഷികം നല്കാനുമായി അവിടെ പോയി. പക്ഷേ, അവിടെ ചെന്നപ്പോൾ പാരിതോഷികം ഏതു നേതാവിനു കൊടുക്കണം എന്നറിയാതെ അവർക്കു തിരിച്ചുപോരേണ്ടിവന്നു എന്നാണ് ഞാൻ കേട്ടത്. സിവിക്കിന്റേയും കൂട്ടുകാരുടേയും ഉദ്ദേശ്യശുദ്ധിയെ മാനിക്കുന്നുവെങ്കിലും അങ്ങേയറ്റത്തെ മണ്ടത്തരമായേ ഞാനതു കാണുന്നുള്ളൂ. സമരമുണ്ടാകണമെങ്കിൽ അതിനൊരു നേതാവുണ്ടാകണമെന്ന ക്ലിഷേയാണോ സിവിക്കിനെക്കൊണ്ടത് ചെയ്യിച്ചതെന്ന് ഞാൻ സംശയിക്കുന്നു. ഒരു സമരമുണ്ടായാൽ അതിനു മുന്നിൽ ഏതെങ്കിലുമൊരു നേതാവ്, ഒരു പ്രത്യയശാസ്ത്രം ഉണ്ടായിരിക്കണം എന്നു നമുക്ക് നിർബന്ധമുണ്ട്. അത് പരമ്പരാഗതമായ ഒരു പഴയ രാഷ്ട്രീയവിശ്വാസം മാത്രം. നേതാവില്ലാതെയും ഒരു സമരമാകാം എന്നതിന്റെ ഒരു മികച്ച പാഠമാണ് മൂന്നാർ സമരം. ജനാധിപത്യത്തിൽ ഒരു നേതാവ് നീണാൾ വാഴട്ടെ എന്നു പറയുന്നത് അസംബന്ധമാണ്. നേതാവിനെ പീഠത്തിൽ കയറ്റിയിരുത്തുന്ന ജനാധിപത്യം ജനാധിപത്യമല്ല.

● മുഖ്യധാരാ മാധ്യമങ്ങളും രാഷ്ട്രീയക്കാരും അവഗണിച്ച ഈ സമരത്തെ സോഷ്യൽ മീഡിയയാണ് വിജയത്തിലെത്തിച്ചതെന്ന് പറയാൻ കഴിയില്ലേ? പ്രതിരോധസമരങ്ങളുടെ ചരിത്രത്തിൽ ഇതിനു മുമ്പും സോഷ്യൽ മീഡിയ പുതിയ ചരിത്രങ്ങൾ സൃഷ്ടിച്ചിട്ടുണ്ടല്ലോ?

സോഷ്യൽ മീഡിയ പ്രതിരോധസമരങ്ങളിൽ പുതിയ ചരിത്രം സൃഷ്ടിക്കുന്നുണ്ട്. ഒരു കേന്ദ്രീകൃത അംഗീകൃതസംഘടനയല്ലാത്തതിനാൽ സോഷ്യൽ മീഡിയ മിക്കപ്പോഴും നിലനില്ക്കുന്നത് ഇഷ്യു ബേസ്ഡായിട്ടാണ്. മനോരമ, മാതൃഭൂമി, ഏഷ്യാനെറ്റ്, കൈരളി മുതലായവ പോലുള്ളവർക്ക് പിന്നിലൊരു കേന്ദ്രസ്ഥാനമുണ്ട്. ഉടമസ്ഥതയുണ്ട്. കോർപ്പറേറ്റ് ബലങ്ങളുണ്ട്. രാഷ്ട്രീയ സാമൂഹികനയങ്ങളുണ്ട്. നിക്ഷിപ്തതാത്പര്യങ്ങളുണ്ട്. അതുകൊണ്ടുതന്നെ അതും അതിന്റേതായ വഴികളിലൂടെ മുന്നോട്ടു പൊയ്ക്കൊണ്ടിരിക്കും. സോഷ്യൽ മീഡിയക്കിതൊന്നുമില്ല. ഒരു സ്വതന്ത്ര സഞ്ചാരിയാണത്. ഓരോരോ കാര്യങ്ങൾ വരുമ്പോൾ അത് എടുത്തുചാടി പക്വമായും പലപ്പോഴും അപക്വമായും പ്രതികരിക്കുകയും ചെയ്യും. മുഖ്യധാരാ മാധ്യമങ്ങൾ ചെയ്യുന്നതുപോലെ വഴങ്ങിയും കണ്ടില്ലെന്നു നടിച്ചും ഒത്തുതീർപ്പുണ്ടാക്കിയും കുറ്റവാളികളേയും അഴിമതിക്കാരേയും

വെള്ളപൂശിയും ഉദ്യോഗസ്ഥവൃന്ദത്തെ മാനിച്ചും മുന്നോട്ടു പോകുന്നതിനു പകരം അധികാരത്തെ വെല്ലുവിളിച്ചുകൊണ്ട് പുതിയ കലാപരൂപങ്ങൾ സോഷ്യൽ മീഡിയയിൽ സംഭവിക്കാറുണ്ട്. ഇത് വലിയ പ്രതീക്ഷ നല്കുന്നു.

- യാത്രകളെക്കുറിച്ച് ചോദിക്കട്ടെ. സക്കറിയയുടെ ആദ്യകാല കഥകളിൽ യാത്രകൾ, പ്രത്യേകിച്ചും ആന്തരിക യാത്രകൾ പ്രധാന പ്രമേയമായിരുന്നു. എഴുത്തിനെ അഗാധമാക്കുന്ന, പ്രചോദിപ്പിക്കുന്ന യാത്രകളുടെ തുടക്കങ്ങളെക്കുറിച്ച്...

യാത്ര ചെയ്യാൻ ആഗ്രഹമുള്ളവനായി ഞാൻ വളർന്നുവെന്നാണ് ആദ്യം പറയാനുള്ളത്. അതിന് ഏകകാരണം എസ്.കെ. പൊറ്റെക്കാട് എന്ന മനുഷ്യനാണ്. എന്റെ അപ്പൻ തൃശൂരിലേക്ക് യാത്ര ചെയ്ത് എസ്.കെയുടെ എല്ലാ പുസ്തകങ്ങളുടേയും ആദ്യപതിപ്പുകൾ വാങ്ങിക്കൊണ്ടുവരുമായിരുന്നു. മംഗളോദയവും മറ്റും പ്രസിദ്ധീകരിക്കുന്നത് കോട്ടയത്ത് കിട്ടുമായിരുന്നില്ല. അക്ഷരം കൂട്ടി വായിച്ചുതുടങ്ങിയ കാലത്ത് ഞാൻ വായിച്ചുതുടങ്ങിയത് പൊറ്റെക്കാടിനെയാണ്. അങ്ങനെ എന്റെ ഉള്ളിൽ ഒരു സ്വപ്നം നിക്ഷേപിക്കപ്പെട്ടു. കേരളത്തിനും ഇന്ത്യക്കും പുറത്തുള്ള ലോകത്തെകുറിച്ച് ഞാൻ സ്വപ്നം കണ്ടു. അക്കാലത്ത് അധികം ആളുകളൊന്നും മലയാളത്തിൽ യാത്രാവിവരണങ്ങൾ എഴുതിത്തുടങ്ങിയിട്ടില്ലെങ്കിലും എഴുതിയവ മിക്കതും ഞാൻ വായിച്ചു. പിന്നെ പതിന്നാലു വയസ്സു മുതൽ ഞാൻ തൂലികാസുഹൃത്തുക്കളുമായി ഇടപെടുമായിരുന്നു. അവർ വഴി നാഷ്ണൽ ജിയോഗ്രാഫിക് മാസിക വായിച്ചുതുടങ്ങി. "ടൈം", സാറ്റർഡേ ഈവനിംഗ് പോസ്റ്റ്" പോലുള്ള മാസികകൾ. അവയിലുണ്ടായിരുന്ന പുതിയ സ്ഥലങ്ങളെപറ്റിയുള്ള എഴുത്തുകളും ചിത്രങ്ങളും എന്നെ വളരെയേറെ സ്വാധീനിച്ചു. അങ്ങനെ വായിച്ചുവായിച്ചാണ് ഞാൻ ഒരു യാത്രക്കാരനാവുന്നത്. കേരളത്തിനു പുറത്തും ഇന്ത്യക്കു പുറത്തും പലതരം കാഴ്ചകളും സംസ്കാരങ്ങളുമുണ്ടെന്നും ഭൂമിശാസ്ത്രങ്ങളുമുണ്ടെന്നും അദ്ഭുതകരമായ ജീവിതങ്ങൾ ഉണ്ടെന്നും മനസ്സിലാക്കിയതപ്പോഴാണ്. പതുക്കെ പതുക്കെ എന്റെ യാത്രകൾ തുടങ്ങി. അത് അന്ന് അത്ര എളുപ്പമായിരുന്നില്ല. ഞാനാദ്യം യാത്ര പോകുന്നത് 1988ലാണ്. നോർവെയിലുള്ള എന്റെ സുഹൃത്തുക്കളാണ് സഹായിച്ചത് - തക്കലക്കാരനായ അനന്തകൃഷ്ണനും ഭാര്യ നോർവേക്കാരി പിപ്പിയും.

- യാത്ര പകർന്നുതന്ന സാമൂഹികപാഠങ്ങൾ എന്തൊക്കെയാണ്?

യാത്രയിൽനിന്നു മനസ്സിലാക്കിയ വലിയ ഒരു കാര്യമുണ്ട്. ആ രാജ്യങ്ങളിലെ ജനാധിപത്യ സംവിധാനങ്ങൾ, ഭരണകൂടങ്ങൾ, അവിടത്തെ

പൗരന്മാരോടു പുലർത്തുന്ന ആത്മാർത്ഥതയും സത്യസന്ധതയുമാണത്. എത്ര എളിമയോടെയാണ് അവർ അത് ചെയ്യുന്നത് എന്നു കാണുമ്പോൾ നമ്മുടെ നാടിനെക്കുറിച്ചോർത്ത് നമുക്ക് തീവ്രമായ ദുഃഖവും നിരാശയും തോന്നും. അവയിലൂടെ കടന്നുപോകുമ്പോഴാണ് നമ്മുടെ നാട്ടിൽ നടത്തിക്കൊണ്ടിരിക്കുന്ന കാടത്തം എത്ര ഭയങ്കരമാണ് എന്ന് തിരിച്ചറിയുന്നത്. എത്ര നിഷ്ഠുരമായാണ് ഇക്കൂട്ടർ ജനാധിപത്യത്തെ തട്ടിക്കൊണ്ടുപോയി മാനഭംഗം ചെയ്യുന്നത്. വിദ്യാഭ്യാസവും വിവേകവുമുള്ള നമ്മുടെ നാട്ടിലെ ജനങ്ങൾ ഇതിന് കീഴ്വഴങ്ങി കൊടുക്കുന്നതു കാണുമ്പോഴാണ് ഇതേക്കുറിച്ച് പറയുകയെങ്കിലും ചെയ്യേണ്ടേ എന്ന തോന്നലുണ്ടാകുന്നത്. ഒരു സഹജീവിയുടെ, നിസ്സഹായമെങ്കിലും അത്തരം ഒരു ചുമതലാബോധമാണ് എന്റെ എഴുത്തിൽ ഞാൻ പുലർത്തുന്നത്.

- യൂറോപ്പിൽ ചില രാജ്യങ്ങൾ സന്ദർശിക്കാനിടവന്നു. അവിടത്തെ ജനങ്ങളുടെ ജീവിതരീതികളും സമരരീതികളും എന്നെ അദ്ഭുതപ്പെടുത്തുകയും ആഹ്ലാദിപ്പിക്കുകയും ചെയ്തിട്ടുണ്ട്. പാരീസിൽ ഈഫൽ ടവറിന്റെ ചത്വരത്തിൽ നടന്ന ഒരു സമരം ജനാധിപത്യബോധമുള്ള ഒരു ജനതയ്ക്ക് ചെയ്യാൻ കഴിയുന്ന മികച്ച സമരരീതിയായി തോന്നി. സമരങ്ങൾക്കു പിന്നിൽ അച്ചടക്കവും ഉത്തരവാദിത്വവും ആവശ്യമില്ലേ?

സഹജീവികൾക്ക് ബുദ്ധിമുട്ടുണ്ടാക്കാത്ത സമരങ്ങളാണ് അവർ ചെയ്യുന്നത്. അല്ലാതെ 'എന്റെ സമരം ജനങ്ങളുടെ നെഞ്ചത്താണ്' എന്ന ശൈലി അവിടെയില്ല. സമരം അക്രമത്തിലൂടെയും വഴിതടഞ്ഞും വാഹനങ്ങൾക്ക് കല്ലെറിഞ്ഞുമാണ് നടത്തുക എന്നത്, നമ്മുടെ ശൈലിയാണ്. ഈ അധഃപതിച്ച മനോഭാവം ഞാൻ യാത്രചെയ്ത എവിടെയും കണ്ടിട്ടില്ല. സമാധാനത്തോടും അച്ചടക്കത്തോടും കൂടി സമരം നടന്നാലും ആ സമരത്തിന്റെ വീര്യമൊന്നും കുറയണമെന്നില്ല. എന്നാൽ, നമ്മുടെ നാട്ടിൽ കല്ലെറിഞ്ഞ് സമൂഹജീവിതത്തെ പരിക്കേല്പിക്കുന്നതാണ് സമരമെന്ന് ധരിച്ചുവെച്ചിട്ടുണ്ട്. കേരളത്തിലെ രാഷ്ട്രീയപാർട്ടികൾ സമരങ്ങൾ നടത്താൻ ജനങ്ങളെ നിർബന്ധിക്കുകയാണ്. അടിച്ചേല്പിക്കുകയാണ്. അതുകൊണ്ടാണത് സമരാഭാസങ്ങളാകുന്നത്. ഭരിക്കുന്ന പാർട്ടിതന്നെ ഭരണകൂടത്തിനെതിരെ സമരങ്ങൾ നടത്തിക്കൊണ്ടിരിക്കുകയാണ്. സമരം ജനങ്ങളുടെ മേൽ കെട്ടിയേല്പിക്കുകയാണ്. ജനങ്ങൾ സമരത്തിന്റെ പങ്കാളിയാകുന്നേയില്ല. ഞാൻ മനസ്സിലാക്കിയിടത്തോളം ഇവിടെ സമരക്കാരിൽ നല്ലൊരു പങ്കും കൂലിത്തൊഴിലാളികളാണ്. ഓരോ സമരദിവസത്തേക്കും അഞ്ഞൂറുരൂപ വരെയും അതിലധികവും കൂലി കൊടുത്ത് കൊണ്ടുവരുന്ന തൊഴിലാളികളാണ് പലരും. ഇവിടെ നടക്കുന്ന സമരങ്ങൾ മനുഷ്യാവകാശലംഘനങ്ങളായിട്ടാണ് തോന്നിയിട്ടുള്ളത്. ഹർത്താൽ 99% ജനങ്ങളുടേയും മേലുള്ള

മനുഷ്യാവകാശലംഘനമാണ്. ഇത്തരം ഒരവസ്ഥ മറ്റൊരു സംസ്ഥാനത്തും കാണാൻ കഴിയില്ല. വിദേശത്ത് പ്രതിഷേധമുള്ളവർ അവർക്ക് പ്രതിഷേധിക്കാനുള്ള സ്ഥലത്തുവന്ന് പ്രതിഷേധമറിയിക്കും. അത് പരിഗണിക്കാനും ചർച്ച ചെയ്യാനും അവിടത്തെ ഭരണകൂടം തയ്യാറാവുകയും അതങ്ങനെ മുന്നോട്ടു പോവുകയും ചെയ്യും. വാൾസ്ട്രീറ്റ് പിടിച്ചെടുക്കൽ എന്നത് ഏതാണ്ട് ഇതുപോലെയൊക്കെയായിരുന്നു. പക്ഷേ, അത് അക്രമാസക്തമായിരുന്നില്ല. അവർ വാൾസ്ട്രീറ്റിലെ ഓരങ്ങളിലും ചുറ്റുമുള്ള ഉദ്യാനങ്ങളിലുമൊക്കെ മൂന്നുനാലു മാസം കൂടാരം കെട്ടി താമസിച്ചു. സമരം പരാജയപ്പെട്ടപ്പോൾ തിരികെ പോവുകയും ചെയ്തു. അതാണ് ജനാധിപത്യബോധമുള്ള സമരങ്ങൾ. ജനങ്ങളുടെമേൽ കുതിരകയറിക്കൊല്ലാതെയും സമരം ചെയ്യാമെന്ന് അവർ തെളിയിച്ചിട്ടുണ്ട്. ഇന്ത്യയിലും കേരളത്തിലുമൊക്കെ നടക്കുന്നതുപോലെ ഇത്രയധികം അധികാരത്തിന്റെ കുതിരകയറ്റം മറ്റെങ്ങും നടക്കുന്നില്ല. അമേരിക്കപോലും അതിന്റെ പൗരന്മാരെ സ്വസ്ഥമായി ജീവിക്കാൻ അനുവദിക്കുകയും മറ്റു രാജ്യങ്ങളുടെമേൽ കുതിരകയറുകയുമാണ് ചെയ്യുന്നത്. ഇവിടെ അധികാരം മലയാളിയുടെ നെഞ്ചിലാണ് ചവിട്ടി നിൽക്കുന്നത്.

● ഇന്നത്തെ ലോകക്രമത്തെ അഴിച്ചുപണിയണമെന്ന് ശക്തമായി വാദിക്കുന്ന ഫ്രാൻസിസ് മാർപ്പാപ്പയെകുറിച്ച് എന്തു തോന്നുന്നു?

ഫ്രാൻസിസ് മാർപ്പാപ്പ ഒരു വിചിത്ര മനുഷ്യനാണ്. ആ മനുഷ്യൻ വന്നിട്ട് 1500 വർഷത്തിനിടയ്ക്ക് ആദ്യമായി കത്തോലിക്കാസഭയ്ക്ക് പുതിയമുഖവും പുതിയ സംവേദനശേഷിയും ഉണ്ടാക്കിക്കൊടുത്തു. സഭയോടു പിന്തിരിഞ്ഞു നിന്നിരുന്ന ആളുകളെ സഭയിലേക്ക് ആകർഷിക്കുവാൻ കഴിഞ്ഞുവെന്നും തോന്നുന്നു. സഭയ്ക്കൊരു മനുഷ്യമുഖമുണ്ടാക്കിയെന്നു പറയാം. പഴഞ്ചനും യാഥാസ്ഥിതികവുമായ കത്തോലിക്കാസഭയ്ക്ക് സമകാലീനതയുടെ ഒരു ഊർജ്ജ സ്വലമുഖമുണ്ടായി. ഒരുപക്ഷേ, സഭ കണ്ടിട്ടുള്ള ഏറ്റവും മഹാനായ മാർപ്പാപ്പയാണ് പോപ്പ് ഫ്രാൻസിസ്. എന്നാൽ, സഭയ്ക്കുള്ളിലെ വിശ്വാസികളേയും അധികാരികളേയും അദ്ദേഹത്തിന് സ്പർശിക്കാൻ കഴിയുന്നില്ല. സഭ ഈ മനുഷ്യന്റെ ദർശനങ്ങളെ വളച്ചൊടിച്ച് പുനർവ്യാഖ്യാനം നടത്തി മറ്റൊന്നാക്കുകയാണ് ചെയ്യുന്നത്. അവർക്ക് വേണ്ടവിധത്തിൽ അവരുടെ കാപട്യങ്ങൾ നിലനിർത്താൻ കഴിയും വിധം മാറ്റിയെടുക്കുന്നു.

● പഴയ സഭയ്ക്ക് പുതിയ മാർപ്പാപ്പ എന്നു പറയുമ്പോൾ അദ്ദേഹം നേരിടുന്ന യഥാർഥ വെല്ലുവിളികൾ എന്താണ്?

മാർപ്പാപ്പ പറയുന്നത് പലതും ശരിയല്ല എന്നും മാർപ്പാപ്പ റാഡിക്കലായ നിലപാടാണ് എടുക്കുന്നതെന്നും പരസ്യമായും രഹസ്യമായും

അദ്ദേഹത്തെ എതിർക്കുന്നവരെ കണ്ടിട്ടുണ്ട്. മാർപ്പാപ്പയുടെ ജ്വലിക്കുന്ന വാക്കുകളെ ഇവർ വ്യാഖ്യാനിച്ച് മരവിപ്പിച്ചു തണുപ്പിക്കുകയാണ്. അതിന്റെ മൗലികത സമ്മതിച്ചു കൊടുക്കുന്നില്ല. തങ്ങൾ ഇക്കാലമത്രയും പറഞ്ഞതു തന്നെയാണ് പാപ്പ പറയുന്നതെന്ന് വ്യാഖ്യാനിക്കുകയാണിവർ. പരിസ്ഥിതിയെക്കുറിച്ചുള്ള മാർപ്പാപ്പയുടെ വളരെ ശ്രദ്ധേയമായ നിരീക്ഷണങ്ങൾ കേരളത്തിൽ സജീവമാകാതെ പോകുന്നത് അതുകൊണ്ടാണ്. ഇവിടത്തെ സഭയുടെ സാമ്പത്തിക താത്പര്യങ്ങൾക്കും ആഡംബര പ്രവണതകൾക്കും ധനാഗമമാർഗങ്ങൾക്കും യോജിക്കാത്ത എന്തെങ്കിലും ഒന്ന് മാർപ്പാപ്പ പറഞ്ഞാൽ അതിനോട് തുറന്ന കലാപമുണ്ടാക്കിയില്ലെങ്കിലും അതിനോട് ഒഴിഞ്ഞുമാറിയുള്ള നിലപാട് സ്വീകരിക്കുകയാണ് സഭ ചെയ്യുന്നത്. 'അങ്ങേയ്ക്ക് സ്തുതി' എന്ന ഏറ്റവും പുതിയ ചാക്രികലേഖനത്തിന് ഔദ്യോഗിക കേരളസഭ പുറത്തിറക്കിയ പഠനങ്ങളും ഇതുതന്നെയാണ് തെളിയിക്കുന്നത്. സഭയിലെ യഥാർഥ വിശ്വാസികളും പൊതുസമൂഹവും മാർപ്പാപ്പയുടെ വാക്കുകളിൽ വലിയ ഊർജ്ജം കണ്ടെത്തുന്നുണ്ട്.

- **കാരുണ്യമെന്നത് ചാരിറ്റിക്കപ്പുറം ഘടനാപരമായൊരു നീതിബോധം ആകേണ്ടതല്ലേ? നമ്മുടെ ചികിത്സാരംഗം അവയവദാനം, അവയവമാറ്റം എന്നിവയിലേക്ക് മാറിപ്പോയിരിക്കുന്നു. അവയവദാനമടക്കം മെഡിക്കൽ വ്യവസായത്തെ വൻതോതിൽ പ്രോത്സാഹിപ്പിക്കുന്ന വിധത്തിലുള്ള കാരുണ്യപ്രവർത്തനങ്ങൾ എങ്ങനെ കാണുന്നു?**

കാരുണ്യപ്രവർത്തനത്തിന്റെ പേരിൽ അവയവങ്ങൾ ദാനം ചെയ്യാൻ പ്രേരിപ്പിക്കുക എന്നത് വലിയൊരു കാര്യമാണ്. ഒരു മനുഷ്യൻ മരിച്ചിട്ട് അയാളുടെ ശരീരം മണ്ണിനിടയിൽ അഴുകിപ്പോകുന്നു എന്നതിനുപകരം ആ ശരീരത്തിലെ അവയവങ്ങൾകൊണ്ട് പത്തുപേർക്ക് ഉപകാരമുണ്ടെങ്കിൽ അതു വളരെ നല്ലതാണ്. അതു ചെയ്യാത്തവൻ പാപിയാണെന്ന് പറഞ്ഞാൽപോലും തെറ്റില്ല എന്നാണെന്റെ അഭിപ്രായം. പക്ഷേ, ഇന്നത്തെ രീതിയിലുള്ള മുതലാളിത്ത വ്യവസ്ഥയുടേയും ലാഭവ്യവസ്ഥയുടേയും ഭാഗമായുള്ള ആതുരശുശ്രൂഷാ കേന്ദ്രങ്ങൾ ആരംഭിക്കുമ്പോൾ ആൾദൈവങ്ങളും വളരെയധികം ധനികരും അതിലേക്ക് കയറിവരുന്നുണ്ട്.

ചികിത്സയ്ക്ക് ഏറ്റവും അധികം പണം ചെലവാക്കുന്നതും മലയാളികളാണ്. രോഗചികിത്സ അലോപ്പതി രീതിയിൽ മാത്രമേ ആകാവൂ എന്നതാണ് മുതലാളിത്തം പ്രചരിപ്പിക്കുന്നത്. ഫാർമസിസ്റ്റുകളും ആധുനികവൈദ്യയന്ത്രങ്ങളുണ്ടാക്കുന്നവരും ചേർന്നുള്ള കള്ളത്തരങ്ങൾക്ക് അടിമയായ ഒരു ചികിത്സാപദ്ധതിയാണ് ഇന്നു നമുക്കുള്ളത്. ഈ യന്ത്രനിർമ്മാതാക്കൾക്കും മരുന്നുകമ്പനികൾക്കും

ലാഭമുണ്ടാക്കി കൊടുക്കുകയാണ് നമ്മുടെ കാരുണ്യപ്രവർത്തനങ്ങൾ പരോക്ഷമായെങ്കിലും ചെയ്യുന്നത്. കരൾ, ഹൃദയം, വൃക്ക തുടങ്ങി ഏത് അവയവത്തിന്റേയും ചികിത്സ അവസാനം വന്നെത്തുന്നത് ഇതിലേക്കാണ്. മതങ്ങളുടെ കാരുണ്യപ്രവർത്തനങ്ങൾ ഈ കച്ചവടങ്ങളിൽ പങ്കുചേരരുത്.

എൻഡോസൾഫാൻ ദുരന്തത്തിനിരയായവരെ സഹായിക്കുന്നതിൽ എല്ലാവരും താത്പര്യം കാണിക്കുന്നു. എന്നാൽ, ദുരന്തം ഉണ്ടാക്കിയ സർക്കാർ സ്ഥാപനവും അതിലെ ഉദ്യോഗസ്ഥരും രക്ഷപ്പെട്ടു. കേവലം കാരുണ്യപ്രവർത്തനത്തിൽ ഒതുങ്ങിപ്പോവുന്നതുകൊണ്ടാണ് ഇത് സംഭവിക്കുന്നത്. ദുരിതങ്ങൾ പ്രകൃതിയിലും ജീവിതത്തിലും വരാതിരിക്കുവാനുള്ള ശ്രദ്ധ നമുക്ക് നഷ്ടപ്പെട്ടുപോയി.

- എഴുത്ത് എന്ന പേരിൽ ഒരു പുതിയ സാഹിത്യ സാംസ്കാരിക മാസിക വരികയാണല്ലോ. അച്ചടി മാസികയ്ക്കുള്ള പുതിയ ഇടങ്ങൾ ഇന്നെവിടെയാണ്? സോഷ്യൽ മീഡിയ ശക്തമായി നിൽക്കുന്ന കാലത്ത് ഒരു അച്ചടിമാസികയ്ക്ക് വേറിട്ട വഴിയുണ്ടോ?

കമ്പ്യൂട്ടറിന്റേയും ലാപ്ടോപ്പിന്റേയും അപ്പുറത്ത് നമ്മുടെ ഉള്ളം കൈയിലിരിക്കുന്ന മൊബൈലിന്റെ രൂപത്തിലേക്ക് സോഷ്യൽ മീഡിയ രംഗപ്രവേശം ചെയ്തുകഴിഞ്ഞ കാലമാണിത്. പത്രമോ മാസികയോപോലും ഇത്രമാത്രം ഒരു വ്യക്തിയുടെ ശരീരത്തിനോട് ഒട്ടിച്ചേർന്ന് നിരന്തരമായി ഇങ്ങനെ ഇരിക്കുന്നില്ല. സ്മാർട്ട് ഫോൺ ഒരു വ്യക്തിയുടെ കൈവശം എല്ലായ്പോഴും ഉണ്ട്. അത് നമ്മുടെ സന്തതസഹചാരിയാണ്. അതുപോലെ അതിലൂടെ പ്രവഹിച്ചുകൊണ്ടിരിക്കുന്ന സോഷ്യൽ മീഡിയയും. അത് യാഥാർഥ്യമാണ്. എത്രപേർ അതിനെ ദൈനംദിന അടിസ്ഥാനത്തിൽ അറിവ് ശേഖരിക്കാനും ലോകത്തെക്കുറിച്ചുള്ള അഭിപ്രായങ്ങൾ രൂപപ്പെടുത്താനും പ്രതിരോധസമരങ്ങൾ നടത്തുവാനും ഉപയോഗപ്പെടുത്തുന്നു എന്നത് ശ്രദ്ധിക്കേണ്ടതാണ്. വാട്സപ്പ്, ടിറ്റർ പോലുള്ള സോഷ്യൽ മീഡിയയിലൂടെ ലക്ഷക്കണക്കിന് വ്യക്തികൾ പോലും പ്രതികരിക്കുന്നുണ്ട്. ഇവയുടെ വരവോടുകൂടി വളരെ പ്രസിദ്ധങ്ങളായ അച്ചടിമാധ്യമങ്ങൾ യുറോപ്പിലും അമേരിക്കയിലുമെല്ലാം, ന്യൂസ്‌വീക്ക് പോലുള്ളവ, പൂട്ടേണ്ടിവന്നിട്ടുണ്ട്. എന്നാൽ ഓൺലൈനിൽ അവരുടെ സാന്നിധ്യമുണ്ടുതാനും.

സോഷ്യൽ മീഡിയ ഇന്നത്തെ മുഖ്യധാരയായി മാറുകയും എഴുത്ത് ഉൾപ്പെടെയുള്ള അച്ചടി പ്രസിദ്ധീകരണങ്ങൾ, അറുപതുകളിലേയും എഴുപതുകളിലേയും ലിറ്റിൽ മാസികകളെപ്പോലെ ആകുന്ന അവസ്ഥയാകുന്നുണ്ടോ എന്ന് സംശയിക്കേണ്ടിയിരിക്കുന്നു. കഴിഞ്ഞ ദിവസം ലിറ്റിൽ മാസികകളെക്കുറിച്ചുള്ള ഒരു പരിപാടിയിൽ ഞാൻ

പറഞ്ഞത് സോഷ്യൽ മീഡിയയാണ് ഇന്നത്തെ ലിറ്റിൽ മാസികകൾ എന്നാണ്. പക്ഷേ, അത് വാസ്തവമല്ലെന്ന് എനിക്കു തോന്നുന്നു. സത്യത്തിൽ സോഷ്യൽ മീഡിയയാണ് ഇന്നത്തെ മുഖ്യധാരാ മാധ്യമം.

മുഖ്യധാരാ മാധ്യമജീർണതകളെ ചെറുത്തുകൊണ്ട്, മതരാഷ്ട്രീയ സമൂഹങ്ങളുടെ ജനാധിപത്യഹിംസകളെ തുറന്നുകാണിച്ചുകൊണ്ട് എഴുത്ത് എന്ന ഈ പുതിയ പ്രസിദ്ധീകരണത്തിന് നീതിബോധ ത്തിന്റെ പുതിയ മാനവികത ഉയർപ്പിടിക്കാൻ കഴിയും. അതൊരു പുതിയ ഭാവുകത്വമായി വളരണം. പണ്ട് സച്ചിദാനന്ദൻ ജ്വാല ആരംഭി ക്കുകയും പന്ത്രണ്ട് ലക്കങ്ങളോടെ അവസാനിപ്പിക്കുകയും ചെയ്യുമെന്ന് പ്രഖ്യാപിക്കുകയും ചെയ്തു. അതിനുമുമ്പ് എം. ഗോവിന്ദൻ സമീക്ഷയിലൂടെയും ഇതേ പ്രഖ്യാപനം നടത്തിയിട്ടുണ്ട്. യഥാർഥ ജനാധിപത്യ അവകാശങ്ങൾക്കും സാമൂഹികനീതിക്കും വേണ്ടിയുള്ള ചെറിയ ശബ്ദങ്ങൾ വരെ സമാഹരിക്കണം. മുഖ്യധാരാ രാഷ്ട്രീയവും മാധ്യമങ്ങളും അവഗണിക്കുന്ന അന്വേഷണങ്ങൾക്ക് കരുത്തു പകരാൻ അത്തരം അന്വേഷികളുടെ പുതിയൊരു വായനാ സമൂഹത്തിന് ഇടം കണ്ടെത്തണം. വ്യവസ്ഥിതിയോടു മല്ലടിക്കാൻ പഴയ ലിറ്റിൽ മാസികകൾ ചെയ്തതുപോലെ വ്യക്തമായ രാഷ്ട്രീയ സാംസ്കാരിക അജണ്ടയോടെ പ്രവർത്തിക്കുവാൻ ഈ പ്രസിദ്ധീ കരണത്തിന് കഴിയണം.

എല്ലാ മതങ്ങളും രാഷ്ട്രീയപാർട്ടികളും കുതിരകയറുന്നത് മലയാളി യുടെ നെഞ്ചത്താണ്. ഇതിനെയൊക്കെയും വെല്ലുവിളിക്കുകയും ചോദ്യം ചെയ്യുകയും ചെയ്യുന്ന ഒരു ദൗത്യം അച്ചടിയിലായാലും ഓൺ ലൈനിലായാലും വളരെ നല്ല കാര്യമാണ്. അല്ലാതെ നിർദ്ദോഷമായ സാഹിത്യവും കഥയും ഒക്കെ പറഞ്ഞിരുന്നതുകൊണ്ട് ഒരർഥവുമില്ല എന്നാണ് എന്റെ അഭിപ്രായം.

എഴുത്ത്, നവംബർ 2015

മതം ചെന്നുതൊടാത്ത ഒരു സാധനവുമില്ല
പ്രദീപ് പനങ്ങാട് - സക്കറിയ

● വായനയിൽ നിന്നാണോ അനുഭവങ്ങളിൽനിന്നാണോ കഥയെഴുത്തി ലേക്കു വന്നത്?

ഞാൻ 16-ാം വയസ്സിൽ ബി.എ. ഇംഗ്ലീഷ് സാഹിത്യം പഠിക്കാൻ മൈസൂരിലേക്കു പോകുമ്പോഴേക്കും മലയാളത്തിൽ ധാരാളം വായിച്ചിരുന്നു. രണ്ട് ഗ്രാമീണ വായനശാലകളിലെ പുസ്തകങ്ങൾ തീർത്തിരുന്നു. അറിയാൻ പാടില്ലാത്ത സംസ്കൃതം പോലും വായിച്ചു. രാമായണവും മഹാഭാരതവും പാഠപുസ്തകങ്ങളിൽ വന്ന കഷണങ്ങൾ വായിച്ചു. ആ വായനാനുഭവത്തോടെയാണ് മൈസൂരി ലേക്കു പോകുന്നത്.

മൈസൂരിലെത്തി ഇംഗ്ലീഷ് സാഹിത്യം പഠിച്ചു തുടങ്ങുമ്പോഴാണ് സാഹിത്യത്തിന്റെ മറ്റൊരു ലോകം കാണുന്നത്. സാഹിത്യം എങ്ങനെ വായിക്കണമെന്ന് ഗോപാലകൃഷ്ണ അഡിഗ സാറിന്റെ ക്ലാസിൽ നിന്നു മനസ്സിലാക്കി. അന്നൊന്നും എഴുത്തുകാരനാകു മെന്നോ ആകണമെന്നോ ചിന്തിച്ചിട്ടില്ല. ക്ലാസിൽ പഠിച്ച ടി.എസ്. എലിയട്ട് എന്റെ പ്രിയപ്പെട്ട എഴുത്തുകാരനായി മാറി. ഞാൻ അദ്ദേഹ ത്തിന്റെ Preludesഎന്ന കവിത മലയാളത്തിലേക്കു വിവർത്തനം ചെയ്തു. Murder in the Cathedral-ലെ ചില ഭാഗങ്ങളും പരിഭാഷ പ്പെടുത്തി. എന്തിന് എന്നു ചോദിച്ചാൽ എനിക്കറിയില്ല. പക്ഷേ, ആ പ്രവൃത്തിയാണ് എനിക്കു മലയാളത്തിൽ എഴുതാൻ കഴിയുമെന്ന ബോധം ഉണ്ടാക്കിത്തന്നത്. അതുവരെ കൂട്ടുകാർക്കോ വീട്ടുകാർക്കോ കത്തുകൾ മാത്രമേ എഴുതിയിട്ടുള്ളൂ.

ഈ സമയത്താണ് 'ഉണ്ണി എന്ന കുട്ടി' എഴുതിയത്. ഉരുളികുന്നത്തെ എന്റെ ബാല്യകാലത്തെപ്പറ്റിയുള്ള ഒരു ഓർമ മാത്രമാണത്. അതൊരു കഥയാണെന്നു പറയാനാവില്ല. അന്ന് കഥയുടെ

ക്രാഫ്റ്റിനെക്കുറിച്ചൊന്നും അറിയില്ല. എഴുതിയത് പ്രസിദ്ധീ കരിച്ചാലോ എന്നാലോചിച്ചു. എം.പി. സ്കറിയ എന്ന പേരിനോട് എനിക്കു താത്പര്യം തോന്നിയില്ല. സ്കറിയ ബൈബിളിൽ 'സക്കറിയ' ആണെന്നു കണ്ടുപിടിച്ചു. അതു തരക്കേടില്ലെന്നു തോന്നി. അങ്ങനെ 'സക്കറിയ' എന്ന പേരുണ്ടാക്കി, മാതൃഭൂമി ആഴ്ചപ്പതിപ്പിന് അയച്ചു.

കഥയെഴുതാനുള്ള ഒരു ഭാഷ എന്റെ കൈയിലുണ്ടെന്നു മനസ്സി ലായി. എഴുതാനുള്ള ബലം തന്നത് ഇംഗ്ലീഷ് സാഹിത്യമാണ്. ഒരു സമ്പൂർണ പുസ്തകപ്പുഴുവിന്റെ സ്വാഭാവിക പരിണാമം മാത്രമാണ് എന്റെ കഥയെഴുത്ത്. പുസ്തകപ്പുഴുവായിരുന്നില്ലെങ്കിൽ ഞാനൊരു എഴുത്തുകാരനാകുമായിരുന്നില്ല.

- ഒരു കഥയുണ്ടാവുന്നത് സംഭവങ്ങളിൽനിന്നാണോ ആശയങ്ങളിൽ നിന്നാണോ?

ഏറ്റവും കൂടുതൽ കഥകൾ ലഭിച്ചിട്ടുള്ളത് മറ്റുള്ളവരുടെ സംസാര ങ്ങളിൽ നിന്നാണ്. അല്ലെങ്കിൽ ചിലപ്പോൾ ഒരു വാർത്താശകലത്തിൽ നിന്നാവാം. ടെലിവിഷനിലെ ഒരു ബൈറ്റിൽ നിന്നാവാം. സിനിമയിലെ ഒരു സീനിൽ നിന്നാവാം. ഒരു കഥയോ നോവലോ വായിക്കുമ്പോൾ അതിലെ ഒരു നിമിഷത്തിൽനിന്നു കഥ രൂപപ്പെട്ടുവരാം. അവറാച്ചൻ എന്നു ഞാൻ വിളിക്കുന്ന പ്രൊഫ.കെ.ജെ. ഏബ്രഹാം എന്റെ വായന യുടേയും എഴുത്തിന്റേയും മെന്ററായിരുന്നു. ഞങ്ങൾ എല്ലാ തോന്നിയ വാസങ്ങൾക്കും ഒന്നിച്ചുകൂടിയ കൂട്ടുകാരും ആയിരുന്നു. ഞാൻ പഠിപ്പിച്ചിരുന്നത് കാഞ്ഞിരപ്പള്ളി സെന്റ് ഡൊമിനിക്സ് കോളേജിലും അദ്ദേഹം അടുത്തുള്ള അരുവിത്തുറ സെന്റ് ജോർജ് കോളേജിലു മായിരുന്നു. അവറാച്ചനാണ് എന്റെ നിരവധി കഥകൾക്ക് ആശയ ങ്ങളും പ്രേരണയും തന്നത്. ഞാൻ കണ്ടിട്ടുള്ള ഏറ്റവും അതിശയി പ്പിക്കുന്ന, അർപ്പിത പുസ്തകപ്പുഴുവായിരുന്നു അവറാച്ചൻ. പക്ഷേ, ഒരു വാക്ക് എഴുതില്ല. എം. ഗോവിന്ദന്റെ 'സമീക്ഷ'യിൽ ഒരിക്കൽ അരപ്പേജ് എഴുതിയതാണ് അദ്ദേഹത്തിന്റെ ആകെ എഴുത്ത്. 'ഇതാ ഇവിടെവരെയുടെ പരസ്യവണ്ടി പുറപ്പെടുന്നു' തുടങ്ങിയ കഥ യൊക്കെ അങ്ങനെ കിട്ടിയതാണ്.

'സിനിമാക്കമ്പം' എന്ന കഥയുടെ ആശയം കിട്ടിയത് മൂന്നു വർഷം മുമ്പാണ്. ഉൾക്കടലിലെ 'ശരഭിന്ദു മലർദീപനാളം...' എന്ന ഗാനം ആദ്യം കേൾക്കുന്നത് അപ്പോഴാണ്. ഞാൻ യു-ട്യൂബിൽ കയറി അതിന്റെ രംഗം കണ്ടു. സീനിനിടയിൽ ഒരു ബസ് പോകുന്നതു ശ്രദ്ധിച്ചു. അതിലിരുന്ന ഒരാൾ ഞാനതിലുണ്ടായിരുന്നല്ലോ എന്നാലോചിച്ചാൽ എങ്ങനെയിരിക്കും എന്ന് ഞാൻ ചിന്തിച്ചു.

'തീവണ്ടിക്കൊള്ള'യുടെ ആശയം കിട്ടുന്നത് ഷില്ലോംഗിൽ വെച്ചാണ് പ്രശസ്ത ഹോളിവുഡ് നടൻ ക്ലിന്റ് ഈസ്റ്റ്വുഡ് അഭിനയിച്ച Bronco Billy എന്ന സിനിമയിൽ പാപ്പരായ ട്രാവലിംഗ് സർക്കസ് സംഘം തീവണ്ടി കൊള്ളയടിക്കാൻ ശ്രമിച്ചു പരാജയപ്പെടുന്ന രംഗമുണ്ട്. കേരളത്തിൽ ഒരു ദരിദ്രൻ തീവണ്ടി തടഞ്ഞുനിർത്തി കൊള്ളയടിച്ചാൽ എങ്ങനെയിരിക്കുമെന്നു ചിന്തിച്ചു. ഷില്ലോംഗിൽനിന്നു ഗോഹട്ടി വഴി ഡൽഹിയിലെത്തിയ 4-5 മണിക്കൂറിൽ കഥ പൂർത്തിയാക്കി.

- പൊളിറ്റിക്കൽ ഐഡിയോളജിയിൽനിന്ന് അല്ലെങ്കിൽ രാഷ്ട്രീയ പ്രതികരണത്തിൽനിന്നു കഥ ഉണ്ടായിവന്നിട്ടുണ്ടോ?

ഐഡിയോളജിയിൽനിന്നു കഥയൊന്നും വന്നിട്ടില്ല. 'തീവണ്ടിക്കൊള്ള' ഒരു പൊളിറ്റിക്കൽ സ്റ്റോറിയാണ്. കമ്യൂണിസ്റ്റ് പാർട്ടികൾ പാർശ്വവൽക്കരിച്ച ഒരു സാധാരണക്കാരന്റെ ജീവിതമാണ് അതിൽ വരുന്നത്. രാഷ്ട്രീയം പ്രധാന വിഷയമായി അങ്ങനെ കഥയിൽ വന്നിട്ടില്ല. സറ്റയറായി ചില കഥകളിൽ പ്രത്യക്ഷപ്പെട്ടിട്ടുണ്ട്. 'ഇതാണെന്റെ പേര്', 'അയ്യപ്പത്തിന്തകത്തോം' എന്നു രണ്ടു ലഘു നോവലുകളുടെ വിഷയം രാഷ്ട്രീയമാണ്. അതുപോലെതന്നെ 'ഇഷ്ടികയും ആശാരിയും എന്ന നോവലിന്റെ അവസാനവും.

- അടിയന്തരാവസ്ഥക്കാലത്ത് ഡൽഹിയിലായിരുന്നല്ലോ താങ്കൾ താമസിച്ചിരുന്നത്. ഒ.വി. വിജയൻ അടിയന്തരാവസ്ഥയ്ക്കെതിരെ കഥകൾ എഴുതിയിട്ടുണ്ട്. പക്ഷേ, അക്കാലത്ത് സക്കറിയയുടെ കഥകൾ കണ്ടില്ല?

ശരിയാണ്. ആ രാഷ്ട്രീയ കാലാവസ്ഥയോട് പ്രതികരിക്കുന്ന കഥകൾ ഞാനെഴുതിയില്ല. അന്ന് കഥയിലൂടെ പ്രതികരിക്കാൻ എനിക്കു കഴിഞ്ഞില്ല. സത്യത്തിൽ അടിയന്തരാവസ്ഥയ്ക്കു ശേഷമാണ് ഞാനൊരു പൊളിറ്റിക്കൽ എഴുത്തുകാരനാവുന്നത്. ജനാധിപത്യങ്ങൾക്കുള്ളിൽ ഏകാധിപതി ഉണ്ടെന്നു ഞാൻ മനസ്സിലാക്കുന്നത് അടിയന്തരാവസ്ഥക്കാലത്താണ്. അതിന്റെ പാഠങ്ങളാണ് എന്റെ രാഷ്ട്രീയ ബോധത്തെ സ്വാധീനിച്ചത്.

- ആധുനികത മലയാളത്തിൽ ഉദിച്ചുയരുന്ന കാലത്താണ് സക്കറിയ എഴുതിത്തുടങ്ങുന്നത്. അന്നുവരെ അപരിചിതമായ ചിന്തകളും സങ്കല്പങ്ങളുമാണ് ഉയർന്നുവന്നത്. എഴുത്തിലെ ഈ പുതിയ കാലാവസ്ഥയെക്കുറിച്ച് ബോധ്യമുണ്ടായിരുന്നോ?

ഞാൻ 18-ാം വയസ്സിൽ മൈസൂരിൽ വച്ച് എഴുതിത്തുടങ്ങുമ്പോൾ എന്റെ ചുറ്റിലും സാഹിത്യവുമായി ബന്ധപ്പെട്ട ആരുംതന്നെ

ഉണ്ടായിരുന്നില്ല. എനിക്ക് ഒരുപാട് സുഹൃത്തുക്കൾ ഉണ്ടായിരുന്നു. പക്ഷേ, അവർക്കൊന്നും സാഹിത്യതാത്പര്യങ്ങൾ ഇല്ലായിരുന്നു. ഇത്തരം കാര്യങ്ങളെക്കുറിച്ച് അവബോധമുള്ള എനിക്ക് അറിയാവുന്നൊരാൾ എന്റെ ജ്യേഷ്ഠനാണ്. അദ്ദേഹമാണ് എനിക്ക് പുസ്തകം വാങ്ങാൻ കാശു തരുന്നതും മറ്റും. മൈസൂരിൽ ഞാനൊരു ദ്വീപിൽ കഴിയുന്നതുപോലെയായിരുന്നു. കേരളത്തിൽ നിന്നു കൊണ്ടുവന്ന വായനയുടെ ഓർമകളുമായി ജീവിക്കുകയായിരുന്നു. സത്യത്തിൽ എന്നിലേക്ക് ആധുനികത വരുന്നത് ടി.എസ്. എലിയട്ടിനേയും ഡബ്ല്യൂ.എച്ച്.ഓഡനേയും പോലെയുള്ള ആധുനിക ഇംഗ്ലീഷ് കവികളിലൂടെയാണ്. പാശ്ചാത്യ ആധുനിക നോവലുകൾ അന്ന് ഞാൻ വായിച്ചിട്ടില്ല.

ഒരു കാര്യം മാത്രമേ ഞാൻ ആദ്യകാലത്ത് ആലോചിച്ചിരുന്നുള്ളൂ. എഴുത്തിനുള്ളിൽ കാറ്റും വെളിച്ചവും ഉണ്ടാവണം. വ്യക്തതയും സുതാര്യതയും പുലർത്തണം. അതെനിക്കു ലഭിച്ചത് ബഷീറിൽ നിന്നും മാധവിക്കുട്ടിയിൽ നിന്നുമായിരിക്കണം.

ഹെമിംഗ്‌വേയും 'ജംഗിൾ ബുക്കു'മെല്ലാം എന്നെ സ്വാധീനിച്ചു. ടി.എസ്. എലിയട്ടിന്റെ 1910–20–കളിലെ കവിത ഒരുപക്ഷേ, ഇന്നത്തെ ആധുനിക കവിതയേക്കാൾ ആധുനികമാണ്. 'ഉണ്ണി എന്ന കുട്ടി' ഒന്നും ആലോചിക്കാതെ എഴുതിയതാണ്. ക്രാഫ്റ്റ് എങ്ങനെ വന്നു എന്നുപോലും അറിയില്ല.

- ഒരു കഥാകൃത്തെന്ന നിലയിലുള്ള ആത്മവിശ്വാസം ഉണ്ടായത് എപ്പോഴാണ്?

'ഉണ്ണി എന്ന കുട്ടി' മാതൃഭൂമി ആഴ്ചപ്പതിപ്പിൽ പ്രസിദ്ധീകരിച്ചതിലൂടെ എൻ.വി. കൃഷ്ണവാരിയരും എം.ടി. വാസുദേവൻനായരും എനിക്കുതന്ന ധൈര്യത്തിലൂടെ. 'കുന്ന്', 'വല' തുടങ്ങിയ കഥകൾ. ആത്മവിശ്വാസം ഉണ്ടായതുകൊണ്ടുതന്നെയാണ് എഴുതിയത്. എന്റെ ചേട്ടനും (എം.പി. ജോസഫ്) അപ്പനമ്മമാരും ഒഴികെ എന്റെ പരിചയത്തിലുള്ള ആരുംതന്നെ ഇങ്ങനെയൊരു എഴുത്തുകാരൻ ഉണ്ടായത് അറിഞ്ഞില്ല എന്നതാണ് സത്യം. ബാംഗ്ലൂരിൽ എം.എയ്ക്കു പഠിക്കുന്ന കാലത്ത് സുഹൃത്തുക്കളായിത്തീർന്ന പ്രശസ്ത കന്നഡ സാഹിത്യകാരൻ ലങ്കേഷ്, പ്രജാവാണി പത്രാധിപർ വൈ.എൻ.കെ. (വൈ.എൻ. കൃഷ്ണമൂർത്തി) തുടങ്ങിയവർ എന്നെ ഒരു എഴുത്തുകാരനായാണ് കണ്ടത്. എഴുത്തുകാരനായോ അല്ലയോ എന്നൊന്നും ചിന്തിക്കാതെ ഞാൻ എഴുത്ത് തുടർന്നുകൊണ്ടിരുന്നു. ഞാൻ പ്രസിദ്ധീകരണത്തിനയച്ച ഒരു കഥയും തന്നെ തിരിച്ചുവന്നിട്ടില്ല. ഒരു കവിത – ആദ്യത്തേയും അവസാനത്തേതും – മാതൃഭൂമിക്ക് അയച്ചു.

അതു മടങ്ങിവന്നു. അതു പിന്നീട് ഒരു കഥയാക്കി 'യുഗരശ്മി'ക്കു കൊടുത്തു. (നാല് കവിതാവസ്തുക്കൾ) ഇ.എൻ. മുരളീധരൻ നായർ അതു പ്രസിദ്ധീകരിച്ചു.

1967-ൽ ഞാൻ കാഞ്ഞിരപ്പള്ളി സെന്റ് ഡൊമിനിക്സ് കോളേജിൽ പഠിപ്പിക്കാൻ പോയപ്പോഴാണ് കേരള ഡൈജസ്റ്റ് എന്ന മാസിക കാണുന്നത്. ചങ്ങനാശ്ശേരി എസ്.ബി. കോളേജിലെ മലയാളം പ്രൊഫസറായിരുന്ന കെ.വി. രാമചന്ദ്ര പൈ ആയിരുന്നു പത്രാധിപർ. അതിൽ പല കഥാകൃത്തുക്കളുടേയും പേരുകളോടൊപ്പം എന്റെ പേരും കണ്ടു. അപ്പോഴാണ് ഞാനും മലയാളത്തിലെ ഒരു എഴുത്തുകാരനാണെന്നു ബോധ്യമായത്. എന്റെ സുഹൃത്ത് പ്രൊഫ.കെ.ജെ. എബ്രഹാമും മുരളി മോഹനനും (റബ്ബർ ബോർഡ്) മാത്രമാണ് എന്റെ കഥകളെക്കുറിച്ച് സംസാരിച്ചിരുന്നത്. കോളേജിലെ സഹ പ്രവർത്തകർക്ക് ഞാനൊരു എഴുത്തുകാരനാണെന്നത് സന്തോഷമായിരുന്നു. എന്റെ അപ്പനും അമ്മയും തീർച്ചയായും സന്തുഷ്ടരായിരുന്നു.

● താങ്കൾ എഴുതിത്തുടങ്ങുമ്പോൾ നവോത്ഥാന കാഥികരുടെ സ്വാധീനം ഇവിടെ ശക്തമായിരുന്നു. അതുപോലെ എം.ടി., ടി.പദ്മനാഭൻ തുടങ്ങിയവരുടെ വലിയ സാന്നിധ്യം ഉണ്ടായിരുന്നു. അതിൽ നിന്ന് ഒരു ഷിഫ്റ്റ് ഉണ്ടാക്കിയത് എങ്ങനെയാണ്?

ഷിഫ്റ്റ് ഉണ്ടാക്കിയോ എന്നെനിക്കറിയില്ല. അന്ന് അങ്ങനെയുള്ള ചിന്തകൾ മനസ്സിൽ പോയിട്ടേയില്ല. 64-65 കാലത്തെ കഥകളിലൊക്കെ അത്തരം വലിയ മാറ്റങ്ങൾ ഉണ്ടായിരുന്നോ എന്നു സംശയമാണ്. അവ ലിറിക്കൽ ആയിരുന്നു എന്നു പിന്നീട് തിരിച്ചറിഞ്ഞു. നേരത്തെ പറഞ്ഞതുപോലെ എന്നിലേക്ക് ആധുനികത വന്നത് കവിതയിലൂടെയാണ്. Margaret J.O'Donnell എഡിറ്റു ചെയ്ത An Anthology of Contemporary Verse എന്ന ഗ്രന്ഥം മൈസൂരിൽ എന്റെ പാഠപുസ്തകമായിരുന്നു. ആധുനികതയുടെ ശബ്ദം എന്താണെന്നു ഞാൻ തിരിച്ചറിഞ്ഞത് ആ പുസ്തകത്തിലൂടെയാണ്. ആധുനിക ഫിക്ഷന്റെ സ്വഭാവം മനസ്സിലാക്കുന്നത് ബാംഗ്ലൂരിൽ എം.എയ്ക്കു പഠിക്കാൻ പോയപ്പോഴാണ്. സാർത്ര്, കഫ്ക, കമ്യു ഒക്കെ വായിക്കുന്നത് അവിടെ വച്ചാണ്. ഫിക്ഷനിലെ വലിയ മാറ്റങ്ങളെക്കുറിച്ച് ഞാൻ തിരിച്ചറിയുന്നു.

സെന്റിമെന്റൽ അല്ലാതെ കാര്യങ്ങൾ എഴുതണമെന്നു ഞാൻ പഠിച്ചത് മലയാള സാഹിത്യത്തിൽ ബഷീറിൽ നിന്നും മാധവിക്കുട്ടിയിൽ നിന്നുമാണ്. സഞ്ജയൻ, ഇ.വി. കൃഷ്ണപിള്ള തുടങ്ങിയവരുടെ കൃതികളും സി. മാധവൻപിള്ളയുടെ 'വിജയഭാനു' ഫലിത

മാസികയും എന്റെ അടിസ്ഥാന വായനകളായിരുന്നു. അതുപോലെ തന്നെ പൊറ്റക്കാട്ടിന്റെ യാത്രാവിവരണങ്ങളും കഥകളും. അന്ന് ഞാൻ എം.ടിയെ വായിച്ചിട്ടില്ല. എൺപതുകളിലേക്ക് എത്തുമ്പോഴേക്കാണ് വായിക്കുന്നത്. ഞാൻ വായന നടത്തിയിരുന്ന 1960 കാലത്ത് ഞങ്ങളുടെ ഭാഗത്തെ വായനശാലകളിൽ എം.ടി. കൃതികൾ എത്തിയിട്ടില്ലായിരുന്നുവെന്നു തോന്നുന്നു.

- കഥയെഴുത്തിന്റെ തുടക്കത്തിൽത്തന്നെ കാല്പനികതയോട് വിയോജിച്ചിരുന്നു. അത്തരമൊരു അവബോധം രൂപപ്പെട്ടത് എങ്ങനെയാണ്?

ബഷീറിനും മാധവിക്കുട്ടിക്കുമൊപ്പം പൊൻകുന്നം വർക്കിയുടെ കൃതികളും എന്നെ ആകർഷിച്ചിരുന്നു. വർക്കിക്ക് ഒരു പ്രത്യേകതരം കാല്പനികതയുണ്ടായിരുന്നുവെങ്കിലും മതത്തെ വിമർശനാത്മകമായി കാണാൻ പഠിച്ചതു വർക്കിയിലൂടെയാണ്. കണ്ണുതുറന്നു കാണാൻ പ്രേരിപ്പിച്ചു. വർക്കിയിലും ധാരാളം സറ്റയർ ഉണ്ട്. സഞ്ജയനിൽ സെന്റിമെന്റലിസമേ ഇല്ല. സെന്റിമെന്റലിസത്തിൽ ഭ്രമിക്കാത്ത ഒരു ധാര ഇങ്ങനെ എന്നിൽ ഉണ്ടായിരുന്നു. പിന്നെ ഗോപാലകൃഷ്ണ അഡിഗ സാർ മനസ്സിലാക്കിത്തന്ന ആധുനിക പാശ്ചാത്യ സാഹിത്യ സമീപനങ്ങളും എന്നെ സഹായിച്ചു.

- ആധുനികതയുടെ ആശയങ്ങളും സമീപനങ്ങളും തത്ത്വശാസ്ത്രങ്ങളുമൊക്കെ ഉൾക്കൊണ്ടത് എപ്പോഴാണ്?

എം.എയ്ക്ക് പഠിക്കുന്ന കാലത്താവും ഇത്തരത്തിലുള്ള വായന ആരംഭിച്ചത്. പഠിക്കുന്ന കാലത്ത് വായന പരന്നു പരന്നു പോയി. ഫ്രഞ്ച് അസ്തിത്വവാദികളെ വായിച്ചു. യൂറോപ്യൻ സാഹിത്യം വായിച്ചു. ഹെമിംഗ്‌വേ വായിച്ചു. ഷെക്സ്പിയറിന്റെ മാക്ബത്തൊക്കെ രക്തത്തിൽ കലർന്നുകിടപ്പുണ്ടായിരുന്നു. സി.വി. സ്വാധീനിച്ചതുപോലെ ഷേക്സ്പിയറും സ്വാധീനിച്ചിരുന്നു. കലാനിലയത്തിന്റെ നാടകങ്ങളിലെപ്പോലുള്ള മാന്ത്രികമായ നാടകീയതയാണ് സി.വിയിലും ഷേക്സ്പിയറിലൂടെയും കിട്ടിയത്. നാടകീയതയില്ലാതെ നോവലും കഥയുമൊന്നുമില്ലല്ലോ.

അതേസമയം മുട്ടത്തുവർക്കിയും കാനവും വല്ലച്ചിറ മാധവനുമൊക്കെ ഞാൻ ആഹ്ലാദത്തോടെ വായിച്ച എഴുത്തുകാരാണ്. ഇതൊക്കെ പതിനാറ് വയസ്സിനു മുമ്പാണ്. ബാംഗ്ലൂരിലെ പഠനകാലത്താണ് വായനയുടെ ലോകം വലുതായത്. ബ്രിട്ടീഷ് ലൈബ്രറിയിലും അമേരിക്കൻ ലൈബ്രറിയിലുമാണ് വായനയുടെ പുതിയ ലോകം കണ്ടെത്തിയത്. ബ്രിട്ടീഷ് ലൈബ്രറിയായിരുന്നു എന്റെ ജീവിത കേന്ദ്രം. 'എൻകൗണ്ടർ' മാസികയിൽനിന്നാണ് ഒരുപാട് പുതിയ

വായനാനുഭവങ്ങൾ സമ്പാദിച്ചത്. ആധുനികാനുഭവത്തിന്റെ അതിർത്തികളിലാണ് 'എൻകൗണ്ടർ' നിലകൊണ്ടത്. ഏറ്റവും പുതിയ എഴുത്തുകാരെ പരിചയപ്പെട്ടത് അതിലൂടെയാണ്. ഇങ്ങനെ ലൈബ്രറികളും സിലബസ്സിലെ ഭാഗങ്ങളും തൊട്ട് അധ്യാപകർ, സുഹൃത്തുക്കൾ തുടങ്ങി ഒട്ടേറെപ്പേരിലൂടെയാണ് ഞാൻ ആധുനികതയുടെ ലോകത്തേക്ക് എത്തിയത്.

- ആധുനികതയുടെ കാലത്തുതന്നെ സജീവമായി എഴുതി തുടങ്ങിയ ഒ.വി. വിജയൻ. എം. മുകുന്ദൻ, കാക്കനാടൻ തുടങ്ങിയവരോടൊപ്പമാണ് തന്റെ സ്ഥാനമെന്നു തിരിച്ചറിഞ്ഞത് എപ്പോഴാണ്?

മാതൃഭൂമി ആഴ്ചപ്പതിപ്പിൽ അന്ന് ഈ പേരുകൾ കണ്ടിട്ടുണ്ട്. അല്ലാതെ ഞാനവരെ പരിചയപ്പെട്ടിട്ടില്ല. ആകെ പരിചയമുള്ള എഴുത്തുകാരൻ പദ്മരാജനാണ്. അരവിന്ദനുണ്ട്. ജോൺ എബ്രഹാമുണ്ട്. ജോണാണ് എഴുത്തുകാരും കലാകാരന്മാരുമായ അനവധിയാളുകളെ എനിക്കു പരിചയപ്പെടുത്തിത്തന്നത്. എം.ടിയെ പരിചയപ്പെടുത്താൻ കൊണ്ടുപോയിട്ടുണ്ട്. ഭാസ്കരൻമാഷെ കാണാൻ കൊണ്ടുപോയത് ജോണാണ്. അന്ന് മാഷ് കോട്ടയത്ത് ദീപികയുടെ എഡിറ്ററാണ്.

നരേന്ദ്രപ്രസാദും വിനയചന്ദ്രനുമാണ് എന്റെ എഴുത്തിനെക്കുറിച്ച് ആദ്യം എഴുതിയത്. അതൊരു വലിയ തുടക്കമായിരുന്നു. ഞാനും ആധുനികനായ ഒരു എഴുത്തുകാരനാണെന്ന് ആദ്യമായി തോന്നി. വാർഷിക പ്പതിപ്പുകൾക്കുവേണ്ടി കഥകൾ ചോദിച്ചു കത്തുകൾ വന്നു തുടങ്ങിയപ്പോഴാണ് ഞാനും അംഗീകരിക്കപ്പെട്ട എഴുത്തുകാരനാണെന്നു മനസ്സിലായത്. എന്നോട് ആദ്യമായി വാർഷികപ്പതിപ്പിനു വേണ്ടി കഥ ചോദിച്ചത് മനോരമയുടെ മണർകാട് മാത്യുവാണ്. എന്റെ എഴുത്തിനെ ഏറ്റവും അധികം പ്രോത്സാഹിപ്പിച്ച വ്യക്തികളിലൊരാളാണ് അദ്ദേഹം. പിന്നീട് മറ്റ് പത്രാധിപന്മാർ: എസ്. ജയചന്ദ്രൻനായർ, എൻ.ആർ.എസ്. ബാബു, ഇ.എൻ. മുരളീധരൻ നായർ, വി.ബി.സി. നായർ, കെ.സി. നാരായണൻ എന്നിങ്ങനെ. ഇന്ന് കമൽറാം സജീവും. സച്ചിദാനന്ദൻ എനിക്കു വലിയ ആത്മവിശ്വാസം തന്ന സുഹൃത്താണ്. എല്ലാറ്റിനുമപ്പുറത്തുനിന്ന് എന്നെ കൈപിടിച്ചുയർത്തിയയാളാണ് എം. ഗോവിന്ദൻ.

- കേരളം വിട്ടുപോയതുകൊണ്ടാണോ എഴുത്തിന്റെ വിശാല ലോകത്തേക്കു പ്രവേശിക്കാൻ കഴിഞ്ഞത്?

നൂറുശതമാനം. കേരളത്തിൽനിന്ന് മൈസൂരിലേക്കു ചെല്ലുമ്പോൾ നമ്മുടെ മാനസികാവസ്ഥ പാടേ മാറുന്നു. പതിനാറാം വയസ്സിൽ

മൈസൂരിലേക്കു പോകുന്നത് ഭൂമിയുടെ അറ്റത്തേക്കു പോകുന്നതു പോലെയാണ്. നാട്ടിലേക്കു തിരിച്ചുവരുന്നതു കാശിക്കു പോയി തിരിച്ചുവരുന്നതു പോലെയാണ്. വീട്ടിൽനിന്നു മാറിനില്ക്കുന്നതു മത്തുപിടിപ്പിക്കുന്ന അനുഭവമായിരുന്നു. ഞാൻ മൈസൂരിൽ ചെല്ലുമ്പോൾ ചേട്ടൻ അവിടെയുണ്ട്. പക്ഷേ, താമസിയാതെ ബാംഗ്ലൂരിലേക്കു സ്ഥലം മാറിപ്പോയി. അങ്ങനെ ഞാൻ പരിപൂർണ സ്വതന്ത്രനായി. അദ്ദേഹം ഉപയോഗിച്ചിരുന്ന നാല് ഗിയറുള്ള ഹെർക്കുലിസ് സൈക്കിൾ എനിക്കു തന്നിട്ടാണ് പോയത്. അന്ന് സെന്റ് ഫിലോമിനാസ് കോളേജിൽ ഗിയർ സൈക്കിൾ ഉള്ള ഏക വിദ്വാൻ ഞാനാണ്. ഇതോടെ എന്റെ സ്വാതന്ത്ര്യം തുടങ്ങുകയാണ്. ആ സ്വാതന്ത്ര്യത്തിൽ നിന്നാണ് എന്റെ വളർച്ചയും പരിണാമവും എഴുത്തും ഉണ്ടായത്. സൈക്കിൾ കിട്ടിയപ്പോഴേക്കും മൈസൂർ സിറ്റി ഞാൻ സ്വന്തമാക്കാൻ തുടങ്ങി. ശ്രീരംഗപട്ടണത്തേക്ക് ഒറ്റയ്ക്ക് സൈക്കിൾ ചവിട്ടിപ്പോകും. ചാമുണ്ഡിഹിൽ ചവിട്ടിക്കയറും. മനോഹര ങ്ങളായ അനുഭവങ്ങളായിരുന്നു അതെല്ലാം. സർവതരത്തിലുള്ള ലൈംഗികാന്വേഷണങ്ങളും നടത്തി. ഒരു അനുഭവം ഞാൻ അപ്പോൾ ത്തന്നെ കഥയായി എഴുതി. അതാണ് 'പിന്നെയും ഒരു സന്ധ്യ'. പണം ഇല്ലാതെ വരുമ്പോൾ സൈക്കിൾ പണയംവെക്കും. പണയം വെക്കലായിരുന്നു അന്നത്തെ ഒരു രീതി. എനിക്ക് അന്ന് 125 രൂപ വിലയുള്ള ഒരു ഫേവർ ലൂബ വാച്ചുണ്ടായിരുന്നു. ഇപ്പോൾ അതുണ്ടാ യിരുന്നെങ്കിൽ ഒന്നുരണ്ട് ലക്ഷം രൂപ കിട്ടുമായിരുന്നു. ആ വാച്ച് കമ്പനിക്കാർ അന്വേഷിച്ചു നടക്കുകയാണ്. അന്ന് 125 രൂപയായിരുന്നു വില. അനാവശ്യങ്ങൾക്കെല്ലാം പണം ഉണ്ടാക്കുന്നത് സൈക്കിളും വാച്ചും മാർവാഡിക്ക് പണയം വെച്ചാണ്. അവസാനം രണ്ടും മാർവാടി കളുടെ കൈയിൽ ഇരുന്നുപോയി.

- ഉരുളികുന്നത്തിന്റെ ഭൂമിശാസ്ത്രവും പ്രകൃതിയും സംസ്കാരവു മൊക്കെ കഥകളിൽ വരാറുണ്ടോ?

'നസ്രാണി യുവാവും ഗൗളിശാസ്ത്രവു'മെന്ന കഥയിൽ ഉരുളികുന്നം കൃത്യമായി വരുന്നുണ്ട്. 'ഉരുളികുന്നത്തിന്റെ ലുത്തിനീയ' എന്ന ഒരു ലേഖനം എഴുതിയിട്ടുണ്ട്. ഒരു ഗ്രാമത്തിന്റെ ആകാശവും ഭൂമിയും വർണിക്കേണ്ടി വരുമ്പോൾ ഞാൻ ഉരുളികുന്നത്തേക്കു പോകും. എന്റെ ഓർമ്മകളുടെ കേന്ദ്രമാണത്. എങ്ങനെയാണ് വെളിച്ചം മരത്തിൽ വീഴുന്നത്. ചന്ദ്രൻ ഉദിച്ചു നിലാവ് പരത്തുന്നത് എങ്ങനെ യാണ് തുടങ്ങി പ്രകൃതിയുടെ രൂപഭാവങ്ങൾ പലപ്പോഴും ഞാൻ ഉരുളികുന്നത്തെ എന്റെ ഓർമ്മകളിൽനിന്നാണ് എടുക്കുന്നത്.

- സ്വാതന്ത്ര്യത്തിനുശേഷം കേരളത്തിലുണ്ടായ വലിയ രാഷ്ട്രീയ സാമൂഹിക പരിണാമത്തിന്റെ കാലത്താണ് കഥകൾ എഴുതി

തുടങ്ങുന്നത്. ആ അവസ്ഥകൾ കഥകളിലേക്കു പരിവർത്തിപ്പിക്കാൻ ശ്രമിച്ചോ?

എനിക്ക് അന്നു രാഷ്ട്രീയമേയില്ല. എല്ലാം കൂടിയുള്ള പൊളിറ്റിക്സ് അവിശ്വാസി എന്നതു മാത്രമാണ്. അത് കാഞ്ഞിരപ്പള്ളിയിൽ എത്തുമ്പോഴാണ് തുടങ്ങുന്നത്. പൊൻകുന്നംവർക്കിയിലൂടെ കിട്ടിയ അവിശ്വാസത്തിനു കൃത്യമായി ഒരു രൂപം കിട്ടുന്നത് കാഞ്ഞിരപ്പള്ളിയിൽ വെച്ച് കെ.ജെ. ഏബ്രഹാമുമായി സന്ധിക്കുമ്പോഴാണ്. സഭയെ എങ്ങനെ കാണണം, മാർപ്പാപ്പമാരുടെ ചരിത്രം എന്താണ് എന്നൊക്കെ അറിയുന്നത് അപ്പോഴാണ്. ലോകചരിത്രം മനസ്സിലാക്കാനും പഠിക്കാനും തുടങ്ങുന്നത് അവിടെ നിന്നാണ്. സ്റ്റാലിൻ, ഹിറ്റ്ലർ, കത്തോലിക്കാസഭ തുടങ്ങി അധികാരത്തിന്റെ വഴികളെക്കുറിച്ച് പഠിച്ചു. പുസ്തകങ്ങൾ തന്ന്, വായിപ്പിച്ച് അത്തരത്തിൽ പൊളിറ്റിക്കൽ ആക്കുന്നത് അവറാച്ചനാണ്. അതിനുമുമ്പ് അവിശ്വാസവും ചെറിയ തോതിലുള്ള എതിർപ്പും മാത്രമേ ഉണ്ടായിരുന്നുള്ളൂ. ഏബ്രഹാമും മുരളിമനോഹനനുമൊക്കെ ഇടതുപക്ഷക്കാരായിരുന്നു. പക്ഷേ, സ്റ്റാലിന്റെപോലെയുള്ള കമ്യൂണിസം അവരെ അലട്ടിയിരുന്നു. വർഗീയതയെക്കുറിച്ച് അന്ന് എനിക്ക് വലിയ ധാരണയില്ല. ഞാനവിടന്ന് കോയമ്പത്തൂർ പോകുന്നു. പിന്നെ ഡൽഹിയിൽ എത്തുന്നു. ഡൽഹിയിൽവെച്ചാണ് രാഷ്ട്രീയം മനസ്സിലാക്കുന്നത്. സിംഗപ്പൂർ ഗോപൻ, വി.കെ. മാധവൻകുട്ടി, ഒ.വി. വിജയൻ തുടങ്ങിയവരുമായുള്ള സമ്പർക്കത്തിലൂടെയാണ് രാഷ്ട്രീയം പഠിക്കുന്നത്. മാധവൻകുട്ടി എന്റെ ജീവിതത്തിലെ വലിയ ശക്തിയാണ്. എനിക്ക് ഡൽഹിയിലെ സൂര്യനു കീഴിൽ ഒരിടം ലഭിക്കാനും എഴുത്തുകാരനെന്ന ആത്മവിശ്വാസമുണ്ടാകാനും രാഷ്ട്രീയത്തെ കണ്ണ് മഞ്ഞളിക്കാതെ നോക്കിക്കാണാനുള്ള ശേഷിയുണ്ടാകാനും മാധവൻകുട്ടി ഒരു ജ്യേഷ്ഠസഹോദരനെപ്പോലെ തുണച്ചു.

- കേരളത്തിലെ രാഷ്ട്രീയ പ്രവർത്തനങ്ങളുടെ ഭാഗമാകാനോ അത്തരം പ്രവർത്തനങ്ങളിൽ പങ്കെടുക്കാനോ ശ്രമിച്ചിട്ടുണ്ടോ?

ഇല്ല. നേരത്തെ പറഞ്ഞപോലെ അവിശ്വാസി എന്ന നിലയിലുള്ള ചിന്തകൾ മാത്രമേ ഉണ്ടായിരുന്നുള്ളൂ. ഞാൻ അവിശ്വാസിയാണെന്നു കാഞ്ഞിരപ്പള്ളി കോളേജിലുള്ളവർക്ക് അറിയാമായിരുന്നു. അന്നത്തെ പ്രിൻസിപ്പൽമാർ നല്ല മനുഷ്യരായിരുന്നു. അക്കാലത്താണ് ഞാൻ 'സൃഷ്ടി എന്ന ശാപം' എന്ന ലേഖനം എഴുതുന്നത്. അത് ബൈബിളിലെ ഉൽപത്തി കഥയെ നേരിട്ടു ചോദ്യം ചെയ്യുന്ന ലേഖനമായിരുന്നു. ഈ ലേഖനം എന്നെ കോളേജ് മാനേജ്മെന്റിന്റെ നോട്ടപ്പുള്ളിയാക്കാൻ ഇടയാക്കി. ഈ സമയത്താണ് കേരളത്തിൽ നക്സൽ പ്രസ്ഥാനം വളർന്നുവരുന്നത്. പൊളിറ്റിക്സ് ഒരു

വ്യക്തിയുടെ ജീവിതത്തെ എങ്ങനെ കടന്നുപിടിക്കും എന്ന് അറിഞ്ഞ തപ്പോഴാണ്. ഇടതുപക്ഷക്കാരെയൊക്കെ പൊതുവിൽ സംശയിക്കുന്ന കാലമാണ്. ഞാൻ അവറാച്ചന്റേയും മുരളിയുടേയുമൊക്കെ ഒപ്പം നടക്കുന്നവൻ. വൈകീട്ട് അവരുടെ ലൈബ്രറിയിലാണ് ഞാനിരി ക്കുന്നത്. പൊൻകുന്നത്തുള്ള ഒരു ഇടതുപക്ഷക്കാരനായ സുഹൃത്ത് എന്നോടു പറഞ്ഞു. ഇത്തിരി ഒന്നു സൂക്ഷിക്കണം. നക്സലുകളു മായി ബന്ധപ്പെട്ടു ചിലരൊക്കെ സാറിന്റെ പേരു പരാമർശിക്കുന്നുണ്ട്. നക്സൽവേട്ടയുടെ കാലമാണ്. അദ്ദേഹത്തിനു പൊലീസുകാരുമായി ബന്ധമുണ്ടായിരുന്നതുകൊണ്ടായിരിക്കണം ഈ അറിവ് കിട്ടിയത്. പൊൻകുന്നത്ത് ഒരു കച്ചവടക്കാരനായിരുന്നു ആ സുഹൃത്ത്. കുറേക്കാലം ഞാൻ പേടിച്ചും സൂക്ഷിച്ചുമാണ് നടന്നത്. ഇക്കാലത്ത് നക്സൽ നേതാവ് ടി.എൻ. ജോയി ഞാൻ പണ്ട് പഠിച്ചിരുന്ന വിളക്കു മാടം സ്കൂളിനു സമീപം ഒളിവിൽ പാർക്കുന്നുണ്ടായിരുന്നു എന്നതും എന്റെ ചില ബന്ധുക്കളുമായി അദ്ദേഹത്തിനു ബന്ധം ഉണ്ടായിരുന്നു എന്നതെല്ലാം വർഷങ്ങൾക്കു ശേഷമാണ് ഞാനറിയുന്നത്.

- വിശ്വാസത്തിൽനിന്നും അവിശ്വാസത്തിലേക്കു പോകുമ്പോൾ ഒരുപാട് സന്ദിഗ്ധതകളും ആത്മീയ പ്രതിസന്ധികളും ഉണ്ടായി ക്കാണുമല്ലോ. അത് എങ്ങനെ നേരിട്ടു?

കാഞ്ഞിരപ്പള്ളിയിൽ പഠിപ്പിക്കാൻ പോകുമ്പോഴും പള്ളിയിൽ പോയിരുന്നു. വീട്ടുകാർക്ക് ഞാൻ ഒരു വിപ്ലവകാരിയായി പേര് കേൾപ്പിക്കുന്നതിൽ താത്പര്യമില്ലായിരുന്നു. ഞാൻ പള്ളിമുറ്റത്തു പോയി നിന്നിട്ടു തിരിച്ചുപോരും. മൈസൂരിൽ പഠിച്ച കാലത്താണ് അവസാനമായി കുമ്പസാരിച്ചത്. ഹോസ്റ്റലിൽ താമസിക്കുന്ന കത്തോലിക്കാ കുട്ടികൾ കുമ്പസാരിക്കണമായിരുന്നു. അല്ലെങ്കിൽ ശിക്ഷണ നടപടികൾ ഉണ്ടാവും. അന്നും സഭ പറയുന്നതു സത്യമാണോ, വിശ്വാസം ഇങ്ങനെ പോയാൽ എവിടെ ചെന്നു ചേരുമെന്ന് ആലോചിച്ചിരുന്നു. എനിക്ക് വ്യക്തമായൊരു ഉത്തരം കിട്ടിയില്ല അന്ന്.

എനിക്ക് അവറാച്ചൻ സഭയുടെ ചരിത്രം മനസ്സിലാക്കി തരുമ്പോഴാണ് സഭയുടെ ബ്രാന്റുകൾക്കപ്പുറത്താണ് കാര്യങ്ങളെന്നു മനസ്സിലായത്. അക്കാലത്താണ് ഖലീൽ ജിബ്രാന്റെ 'ജീസസ് ദി മാൻ' വായിക്കു ന്നത്. മനോഹരമായ ഒരു പുസ്തകമാണ്. ഞാനെഴുതിയ യേശു കഥകളുടെയെല്ലാം വേരുകൾ അതിലാണ് കിടക്കുന്നത്. യേശുവിനെ ക്കുറിച്ച് വിവിധ തരത്തിലുള്ള ആളുകൾ പറയുന്ന കഥകളാണ് ആ പുസ്തകം. അങ്ങനെ ഞാൻ യേശുവിനെ ഒരു മനുഷ്യനായി കാണാൻ പഠിച്ചു. സഭയുടെ യഥാർഥ സെക്കുലർ ചരിത്രം വായിച്ചു. അങ്ങനെയെല്ലാമാണ് ഞാൻ അസന്ദിഗ്ധമായി അവിശ്വാസിയായി

മാറിയത്. അപ്പോൾ ഒരു പ്രശ്നം വന്നു. ഇവിടം വിട്ട് എങ്ങോട്ടു പോകും? ഞാൻ ജെ. കൃഷ്ണമൂർത്തിയെ വായിച്ചിരുന്നു. രമണ മഹർഷിയെ വായിച്ചിരുന്നു. അങ്ങനെ പല ചിന്തകരെ. അങ്ങനെ യാണ് ഞാൻ പിടിച്ചുനില്ക്കാനുള്ള ഇടം കണ്ടെത്തിയത്. മത വിശ്വാസം ഇല്ലാതെ ജീവിക്കാമെന്നു മനസ്സിലായി.

- വിശ്വാസവും അവിശ്വാസവും എഴുത്തിന്റേയും സർഗാത്മകത യുടേയും മേഖലയിൽ എങ്ങനെ സ്വാധീനിച്ചു?

വിശ്വാസത്തിൽനിന്നു മാറിനില്ക്കുന്നതു വലിയ സ്വാതന്ത്ര്യമാണ്. മതം ചെന്നു തൊടാത്ത ഒരു സാധനവുമില്ല. ബുദ്ധിജീവിതത്തിലും ഭാവനാജീവിതത്തിലും പ്രായോഗിക ജീവിതത്തിലുമൊക്കെ മതങ്ങൾ പിടിമുറുക്കും. ഇതിൽ നിന്നെല്ലാം മതത്തെ ഒഴിവാക്കിയാൽ, നമ്മുടെ മനുഷ്യാവസ്ഥ സ്വതന്ത്രമാകും. മതത്തെയോ ദൈവത്തെയോ ആരാധിച്ചുകൊണ്ട് ഒരു വരിപോലും ഞാൻ എഴുതിയിട്ടില്ല എന്നാ ണെന്റെ വിശ്വാസം. മതബിംബങ്ങൾ എന്റെ എഴുത്തിലേക്കു കടന്നു വരാതിരിക്കാൻ ശ്രദ്ധിക്കാറുമുണ്ട്.

- സക്കറിയയുടെ കഥ എന്നു പറയുമ്പോൾ ബൈബിൾ സ്വാധീനത്തെ ക്കുറിച്ചാണ് ആദ്യം സൂചിപ്പിക്കുന്നത്. അത്തരമൊരു സ്വാധീനം ഉണ്ടാ യിട്ടുണ്ടോ?

ഇല്ല. ഞാൻ ബൈബിൾ ആദ്യം വായിക്കുന്നത് എം.എയുടെ ടെക്സ്റ്റാ യാണ്. അതും ഇംഗ്ലീഷിൽ. ഭാഷയുടെ പ്രത്യേകത പഠിക്കാൻ വേണ്ടിയാണ് അതു പഠിച്ചത്. ചില ഭാഗങ്ങൾ മാത്രമേ പഠിക്കാനു ണ്ടായിരുന്നുള്ളൂ. ബൈബിൾ പള്ളിയിൽ വായിക്കുന്നതു കേട്ടിട്ടുണ്ട്. പണ്ട് ബൈബിൾ വീട്ടിൽ സൂക്ഷിക്കാൻ അനുവാദമില്ല. ജോസഫ് പുലിക്കുന്നേലിന്റെ ബൈബിൾ വിവർത്തനം വന്നശേഷമാണ് വീടുകളിലേക്ക് ബൈബിൾ എത്തുന്നത്. കത്തോലിക്കാസഭയെ പഠിക്കാൻ തുടങ്ങുമ്പോഴാണ് ബൈബിൾ പഠിച്ചുതുടങ്ങുന്നത്. ഉത്പത്തി പുസ്തകം വായിച്ചതുകൊണ്ടാണ് 'സൃഷ്ടി എന്ന ശാപം' എഴുതാൻ കഴിഞ്ഞത്. ഉത്പത്തിക്കഥയെ ചോദ്യം ചെയ്തുകൊണ്ടു തന്നെ അത് വായിച്ചു. അതാണ് എന്റെ ആദ്യത്തെ ബൈബിൾ വായന.

എന്റെ പക്കലുള്ള ക്രിസ്തുമതപരമായ ഭാഷ എന്നത് വൈകുന്നേരം ചൊല്ലുന്ന അൻപത്തിമൂന്നുമണി ജപത്തിന്റേതാണ്. മറ്റൊന്ന് വണക്ക മാസങ്ങളിൽ ഉറക്കെ വായിക്കുന്ന പ്രാർത്ഥനകളാണ്. ഈ ഭാഷയേ ഞാൻ കേട്ടിട്ടുള്ളൂ. സാഹിത്യത്തിലെ മഹാകാവ്യങ്ങളൊന്നും ഞാൻ വായിച്ചിട്ടില്ല. ഞാൻ വായിച്ച ഏറ്റവും വലിയ മഹാകാവ്യം രമണ നാണ്. എന്റെ ഹൃദയത്തിൽ ഒരു വലിയ മുദ്രയായി അതു പതിഞ്ഞു

കിടക്കുന്നു. എത്ര മനോഹരമായി നമ്മളെ ആവാഹിച്ചെടുക്കുന്ന ഭാഷയാണത്.

- താങ്കൾ തുടക്കം മുതൽ തന്നെ ഭാഷയിൽ സൂക്ഷ്മതയും ജാഗ്രതയും പുലർത്തിയിരുന്നു. ലേഖനം എഴുതുമ്പോഴുള്ള ഭാഷയല്ല കഥയിൽ ഉപയോഗിക്കുന്നത്. കാലം ചെല്ലുന്തോറും ഭാഷയുടെ വിനിമയം പുതിയ തലത്തിലേക്കു നീങ്ങുന്നു. ഇതു ബോധപൂർവമുള്ള ശ്രമമാണോ?

ഇംഗ്ലീഷിൽ നിന്നാണ് ഞാൻ മോഡൽ എടുത്തത്. പഠിക്കുന്ന കാലം മുതലേ എന്റെ ഇംഗ്ലീഷ് ചെത്തിമിനുക്കി എടുക്കുക എന്നത് വലിയ ആഗ്രഹമായിരുന്നു. ലളിതമായി, വ്യാകരണശുദ്ധിയോടെ ഇംഗ്ലീഷ് എഴുതുക എന്നത് പ്രിയപ്പെട്ട ലക്ഷ്യമായിരുന്നു. ഇതിനുവേണ്ടി വളരെയധികം ശ്രമിച്ചു. ഓരോ വാക്കും എങ്ങനെ ഉപയോഗിക്കാം. നല്ല വാചകങ്ങൾ എങ്ങനെ എഴുതാം എന്നൊക്കെ സ്വയം പഠിച്ചു. ഇതൊന്നും പഠിക്കാനുള്ള പുസ്തകങ്ങളുടെ കൂട്ടത്തിലുള്ളതല്ല. നല്ലതുപോലെ ഞാൻ ഭാഷയുടെ കാര്യത്തിൽ അധ്വാനിച്ചു. ഭാഷയിലെ അച്ചടക്കം, സുതാര്യത, സുവ്യക്തത ഇതെല്ലാം ഇംഗ്ലീഷിലൂടെ ഞാൻ പഠിച്ചു. മലയാളത്തിൽ എഴുതുമ്പോൾ ആ ജാഗ്രത തുടർന്നു. ബഷീറിന്റെയും മാധവിക്കുട്ടിയുടെയും ഭാഷാലാലിത്യം മനസ്സിലുണ്ട്. പൊറ്റക്കാട്ടിന്റെയും ഇ.വിയുടെയും സഞ്ജയന്റേതുമെല്ലാമുണ്ട്.

ടി.എസ്. എലിയറ്റ് ലാളിത്യമുള്ള എഴുത്തുകാരനായിരുന്നു. 'എൻകൗണ്ടറി'ലൂടെ ഞാൻ കണ്ടെത്തിയ എഴുത്തുകാരും ലളിതമായാണ് എഴുതിയത്. അങ്ങനെയെല്ലാം ലഭിച്ച അറിവുകളിലൂടെയാണ് ഭാഷ ഉപയോഗിക്കുന്നതിനെക്കുറിച്ച് ശ്രദ്ധയുണ്ടായത്.

- ഇതുപോലെ പ്രാദേശിക സംഭാഷണത്തിന്റെ സ്വാധീനവും ചില കഥകളിൽ കാണുന്നുണ്ടല്ലോ?

മീനച്ചിൽ താലൂക്കിന്റെ, അല്ലെങ്കിൽ കോട്ടയം ജില്ലയുടെ ഭാഷയിൽ ആദ്യം എഴുതിയത് 'സലാം അമേരിക്ക'യാണ്. ഇത് മണർകാട് മാത്യു ആവശ്യപ്പെട്ട് എഴുതിയ കഥയാണ്. ഭാര്യ അമേരിക്കയിൽ നിന്നും തിരിച്ചയച്ച ഭർത്താവ് കടുത്തുരുത്തിയിലിരുന്ന് ഓർക്കുന്നതാണ് കഥ. അതിന് അമേരിക്കൻ മലയാളിയുടെ ഭാഷയോ അച്ചടി ഭാഷയോ പോര എന്നു തോന്നി. അതിന് മീനച്ചിൽക്കാരുടെ ഭാഷ തന്നെ വേണമെന്നു തീരുമാനിച്ചു. അതായിരിക്കണം അതിന്റെ അടിസ്ഥാന ശബ്ദമെന്നു തോന്നി. ഇങ്ങനെ ഭാഷ ഉപയോഗിക്കുന്നതു വിഷമകരമാണ്. ആ പ്രത്യേക ഭാഷയിലൂടെ കഥയുടെ രസച്ചരട് പൊട്ടാതെ മുന്നോട്ട് കൊണ്ടുപോകണം. ഇതു വെല്ലുവിളിയായിരുന്നു. ആ കഥ വിജയിച്ചു എന്നു പറയാം. അതുപോലെ

'പ്രെയ്സ് ദ ലോർഡ്' എഴുതിയപ്പോഴും മീനച്ചിൽ ഭാഷ ഉപയോ
ഗിച്ചു. പക്ഷേ, ഈ രീതി ആവർത്തിക്കാൻ കഴിയില്ല.

- ഭാഷയിൽ ഇത്രയധികം സൂക്ഷ്മത പുലർത്തുന്നതു രചനാ സന്ദർഭ
ങ്ങളിൽ വലിയ വെല്ലുവിളി ഉയർത്താറില്ലേ?

    കഥ എഴുതുമ്പോൾ ഭാഷയ്ക്കാണ് പ്രാധാന്യം നല്കുന്നത്.
    ക്രാഫ്റ്റിനല്ല. ഭാഷയിലൂടെതന്നെ ക്രാഫ്റ്റിന്റെ കണ്ടെത്തലാണ്
    ഉണ്ടാകുന്നത്. ഭാഷയെത്തന്നെ തിരിച്ചും മറിച്ചുമിട്ടും തലകുത്തി
    നിർത്തിയുമാണ് കഥ എഴുതുന്നത്. ഞാൻ എന്നെത്തന്നെ
    ആവർത്തിക്കാതിരിക്കാൻ ശ്രമിക്കും. ഓരോ പുതിയ കഥയ്ക്കും ഒരു
    പുതിയ ഭാഷ സൃഷ്ടിക്കാൻ ശ്രമിക്കും. ഒരു പുതിയ ഭാഷാസമീപനം
    ഉണ്ടാകണം. ഭാഷയെക്കുറിച്ച് നല്ല ഒരു കരുതൽ നമ്മുടെ ഉള്ളിൽ
    ഉണ്ടാവണം.

    ഓരോ തവണ എഴുതുമ്പോഴും ഭാഷയെ പാരമ്പര്യത്തിൽ നിന്നു
    മുക്തമാക്കണം. പരമ്പരാഗതമായ ഇമേജുകളും ബിംബങ്ങളും
    മാറ്റണം. അല്ലെങ്കിൽ പുതിയ രീതിയിൽ ഉപയോഗിക്കണം. പാരമ്പര്യ
    ബദ്ധമായ ചിന്താഗതി മാറുമ്പോൾത്തന്നെ ഭാഷ മാറും. ജാതി
    യോടുള്ള സമീപനം മാറിയാൽ ഭാഷ മാറും. മനസ്സിലെ പുരുഷ
    മേധാവിത്വം മാറ്റിയാൽ ഭാഷ മാറും. രാഷ്ട്രീയത്തോടുമുള്ള
    സമീപനം മാറിയാൽ ഭാഷ മാറും.

- കഥ എഴുതാൻ തുടങ്ങിയിട്ട് അര നൂറ്റാണ്ടു കഴിഞ്ഞില്ലേ? സ്വന്തം
കഥയിൽ വലിയ പരിണാമങ്ങൾ ഉണ്ടായതായി ബോധ്യപ്പെട്ടിട്ടുണ്ടോ?

    ആദ്യകാലങ്ങളിലൊക്കെ ഞാൻ വെറുതെ കഥ എഴുതുകയാണ്
    ചെയ്തത്. കഥ എഴുതുക എന്നത് മാത്രമായിരുന്നു ലക്ഷ്യം. കഥ
    യുടെ ക്രാഫ്റ്റിനെക്കുറിച്ചോ ഭാഷയെക്കുറിച്ചോ ഒന്നും ചിന്തിച്ചില്ല.
    കഥകൾ ഒന്നിനു പിറകെ ഒന്നായി വന്നുകൊണ്ടിരുന്നു. കവി
    കളൊക്കെ കവിതകൾ മനസ്സിൽ ചൊല്ലി ഉറപ്പിച്ചശേഷമാണ്
    കടലാസിൽ പകർത്താറുള്ളത് എന്നു കേട്ടിട്ടുണ്ട്. ഞാനും ആദ്യ
    മൊക്കെ മനസ്സിൽ എഴുതിയുറപ്പിച്ച ശേഷമാണ് കഥ എഴുതിയത്.
    ആദ്യത്തെ കുറേ പാരഗ്രാഫെങ്കിലും അങ്ങനെയാണ് ചെയ്തത്.
    എത്രയോ പിന്നീടാണ് ക്രാഫ്റ്റിനെക്കുറിച്ച് ആലോചിക്കുന്നതും മറ്റും.

    ഒരു കഥയും മറ്റൊരു കഥയെപ്പോലെ ആവരുത് എന്നു ഞാൻ
    വിശ്വസിക്കുന്നു. മറ്റൊരു കഥയെ അനുകരിക്കരുത്. എന്റെ ഒരു
    ആത്മരക്ഷ എന്നതിലുപരി വായനക്കാരനെ ബോറടിപ്പിക്കാതിരി
    ക്കാനും വേണ്ടിയാണ് ഇങ്ങനെ ചിന്തിച്ചത്. എട്ടുപത്തുകൊല്ലം
    കഥയെഴുത്തിൽ എനിക്ക് ഗ്യാപ്പ് വന്നു. കാരണം, ഞാൻ ഒരു ഇംഗ്ലീഷ്

നോവലിന്റെ രചനയിലായിരുന്നു. അതൊന്നും കഥ എഴുത്തിനെ ബാധിക്കേണ്ട കാര്യമല്ല. പക്ഷേ, അങ്ങനെ സംഭവിച്ചു. കഥ എഴുതാതിരുന്ന കാലത്ത് ഞാൻ ഒരുപാട് യാത്രകൾചെയ്തു. നോവൽ എഴുതിത്തീർന്നപ്പോൾ, കഥയിലേക്കു തിരിച്ചുവരാനുള്ള ഉന്മേഷം ഉണ്ടായി. നോവൽ എഴുത്ത് നല്ല അധ്വാനവും നല്ല അനുഭവവുമായിരുന്നു. എനിക്കു തോന്നുന്നത് കഥയെഴുത്തിനെ കുറേക്കൂടി ലളിതവും ഋജുവുമാക്കാൻ നോവലെഴുത്തിന്റെ അനുഭവത്തിനു കഴിഞ്ഞു എന്നാണ്. ഇംഗ്ലീഷ് നോവലെഴുത്ത് ഒരു ഊരിപ്പിഴിച്ചിലിന്റെ അനുഭവമാണ് തന്നത്. കഥ പറയുന്ന സമീപനവും ശൈലിയും മാറി.

- താങ്കൾ സ്വന്തം കഥയെക്കുറിച്ച് വിശ്വാസിയാണോ അന്ധവിശ്വാസിയാണോ?

എന്റെ കഥയെക്കുറിച്ച് എനിക്ക് വിശ്വാസമോ അന്ധവിശ്വാസമോ ഇല്ല. ഒരു കഥ എഴുതുമ്പോൾ വായനക്കാരൻ അതെങ്ങനെ സ്വീകരിക്കുമെന്നു ഞാൻ ആലോചിക്കാറുണ്ട്. ഒരർഥത്തിൽ ചൂതുകളിപോലുള്ള സംഭവമാണ് കഥയെഴുത്ത്. എന്തും സംഭവിക്കാം. ഇപ്പോൾ കഥ പുറത്തുവന്നാലുടൻ പ്രതികരണങ്ങൾ വരും. ഫെയ്സ്ബുക്കിലൂടെയും വാട്സാപ്പിലൂടെയും അഭിപ്രായങ്ങൾ അറിയാം. അത് എഴുത്തുകാരനു കൂടുതൽഊർജ്ജം നല്കും. എനിക്ക് കഥ എന്ന മീഡിയത്തെക്കുറിച്ച് തികഞ്ഞ വിശ്വാസമാണുള്ളത്.

അറുപതുകളിൽ എഴുതിത്തുടങ്ങിയ ഞങ്ങൾ ഭാഗ്യവാന്മാരായിരുന്നു. എന്നെപ്പോലുള്ള ഒരു പയ്യനെ പതിനെട്ടാമത്തെ വയസ്സിലാണ് ഒരു പത്രാധിപർ കണ്ടെത്തിയത്. പുതിയ എഴുത്തുകാരെ കണ്ടെത്താൻ അന്ന് എൻ.വിയും എം.ടിയും ഉണ്ടായിരുന്നു. ഒരു നൂറുകൊല്ലം കഴിഞ്ഞിട്ടേ എന്റെ കഥ മഹത്തായിരുന്നോ മികച്ചതായിരുന്നോ എന്ന് ആലോചിക്കാൻ കഴിയൂ. അപ്പോൾ ഞാനല്ലല്ലോ അത് ചെയ്യേണ്ടത്. എന്റെ എത്രയോ നല്ല കഥകൾ ശ്രദ്ധിക്കപ്പെടാതെ പോയിട്ടുണ്ട്. അതാണ് ജീവിതം.

- കഥയിൽ ദൃശ്യങ്ങളുടെ വലിയ സ്വാധീനമുണ്ട്. ചില കഥകൾക്കു ചലച്ചിത്രങ്ങളുടെ സ്വാധീനവുമുണ്ട്. കഥയിലെ ഈ ദൃശ്യാത്മകത ശ്രദ്ധിച്ചിട്ടുണ്ടോ?

വായനപോലെത്തന്നെ എനിക്ക് ഇഷ്ടപ്പെട്ട മാധ്യമമാണ് ചലച്ചിത്രം. ഞാൻ പോപ്പുലർ സിനിമ കാണുന്നത് ചുമ്മാ ആനന്ദിക്കാനാണ്. എനിക്ക് ഏറ്റവും ഇഷ്ടം ഹോളിവുഡ് സിനിമകളാണ്. പ്രത്യേകിച്ച് സയൻസ് ഫിക്ഷൻ. കുറസോവയുടേയും ബെർഗ്മാന്റേയും പോലെയുള്ള മഹത്തായ സിനിമകളുടെ മുമ്പിൽ ഞാൻ ഇരിക്കുന്നത്

ദൈവത്തിന്റെ മുമ്പിലെന്ന പോലെയാണ്. 'സാക്രിഫൈസ്' പോലെയൊരു ചിത്രം എന്നെ പരിപൂർണമായും ഈ ലോകത്തിൽ നിന്നു പറിച്ചെടുത്ത് നിഗൂഢമായ ശക്തികൾക്കു മുമ്പിൽ നിർത്തുന്നു.

കഥയിൽ രംഗങ്ങൾ സൃഷ്ടിക്കുക അനിവാര്യമാണ്. വിഷ്വൽ ഇമാജിനേഷൻ അത്യാവശ്യമാണ്. പക്ഷേ, സിനിമയിൽ വിഷ്വൽസ് വരുന്ന വേഗതയിൽ എഴുത്തിൽ സൃഷ്ടിക്കാൻ പറ്റില്ല. ദൃശ്യങ്ങളുടെ സാന്നിധ്യം കഥയ്ക്ക് കരുത്തുകൂട്ടും.

- കഥകൾ എഴുതിക്കഴിയുമ്പോൾ അതിനുള്ളിൽ ചലച്ചിത്രത്തിനുള്ള സാധ്യതകൾ ഉണ്ടെന്നു ബോധ്യപ്പെടാറുണ്ടോ? ജോൺ എബ്രഹാം, അരവിന്ദൻ ഒക്കെ അടുത്ത സുഹൃത്തുക്കളായിരുന്നല്ലോ? അവരുമായി ചർച്ച ചെയ്തിട്ടുണ്ടോ?

എഴുത്തിനേക്കാൾ വേഗത്തിലാണ് സിനിമയിൽ മാറ്റങ്ങൾ ഉണ്ടാവുന്നത്. രണ്ടു മൂന്ന് തിരക്കഥകൾ എഴുതിയിട്ടുണ്ടെന്നല്ലാതെ എന്റെ കഥകൾക്കുള്ളിൽ ചലച്ചിത്ര സാധ്യതയുണ്ടോ എന്ന് എനിക്കറിഞ്ഞുകൂടാ. സത്യത്തിൽ എന്റെ കഥകൾ ലിറ്റററിയാണ്. ഭാസ്കര പട്ടേലർ എന്ന ചെറുനോവൽ ഇറങ്ങിയപ്പോൾ ശോഭനാ പരമേശ്വരൻ നായരാണ് ആദ്യം പറഞ്ഞത്. ഇതിൽ ഒരു ചലച്ചിത്രത്തിനുള്ള കഥയുണ്ടെന്ന്. കെ.പി. കുമാരന് അത് സിനിമയാക്കാനുള്ള ആലോചനയുണ്ടായിരുന്നു. അപ്പോഴാണ് അടൂർ ഗോപാലകൃഷ്ണൻ താത്പര്യം പറഞ്ഞത് ഞാൻ കെ.പി. കുമാരന്റെ അനുവാദം വാങ്ങി കഥ അടൂരിനു കൊടുത്തു.

ജോൺ ഏബ്രഹാം എന്നെ സ്വാധീനിച്ചത് എഴുത്തിലല്ല. ജീവിതത്തിലാണ്. ഞാൻ കാഞ്ഞിരപ്പള്ളി കോളേജിലുള്ളപ്പോൾ, ഒരു കോളേജധ്യാപകന്റെ പുറംമോടി മാന്യതാ പരിമിതികളിൽ നില്ക്കാൻ ശ്രമിച്ചിരുന്നു. പക്ഷേ, അത് ബ്രേക്ക് ചെയ്യാൻ എന്നെ പ്രേരിപ്പിച്ചത് ജോണാണ്. എനിക്ക് അതിരുകൾ ലംഘിക്കാനുള്ള ധൈര്യം തന്നത് ജോണാണ്. ജോണും അരവിന്ദനും എന്റെ ജീവിത സമീപനങ്ങളെ പാടേ മാറ്റി. ജീവിതത്തിലെ മാറ്റം എന്റെ എഴുത്തിലേക്കും വന്നു. ജോണിനുവേണ്ടി 'ജോസഫ് ഒരു പുരോഹിതൻ' എന്ന തിരക്കഥ എഴുതി അതൊരു നല്ല അനുഭവമായിരുന്നു.

- എം. മുകുന്ദൻ, കാക്കനാടൻ, സക്കറിയ തുടങ്ങിയവരെല്ലാം ഒരേ കാലത്ത് കഥയിൽ സജീവമായി നിന്നവരാണ്. അവരുടെയൊക്കെ കഥകളിൽ വ്യക്തികളുടെ ഏകാന്തത, അസ്തിത്വദുഃഖം, ജീവിത നിരാശ പ്രവണത എന്നിവയൊക്കെ കാണാം. അവരെ പോലെ ദൽഹിപോലുള്ള നഗരങ്ങളിൽ താമസിച്ചിട്ടും അത്തരം അനുഭവങ്ങളല്ല കഥകളിൽ വന്നത്. അത് എന്തുകൊണ്ടാവാം?

വിലാപവും മോഹഭംഗവും പേശിവലിവും വികാര വിക്ഷോഭ വുമെല്ലാം ചേർന്നയിനം മുഖ്യധാരാ മലയാളി ഭാവുകതയോട് എനിക്ക് ആഭിമുഖ്യമില്ല. അതൊന്നും എന്റെ രചനകളിലൂടെ വായനക്കാരു മായി പങ്കുവെച്ചിട്ടില്ല എന്നാണ് എന്റെ വിശ്വാസം. അരവിന്ദന്റേയോ ജോണിന്റേയോ ചിത്രങ്ങളിലൊന്നും അത്തരം സന്ദർഭങ്ങളൊന്നും ഞാൻ കണ്ടിട്ടില്ല. ജീവിതത്തെ വിലപിക്കാനുള്ള ഒന്നായി ഞാൻ കണ്ടിട്ടില്ല. ജീവിതമെന്നത് ഒരു സുവർണാവസരമാണ്. എനിക്കും ദുഃഖങ്ങളും വിഷമങ്ങളുമുണ്ട്. അതൊന്നും വായനക്കാരുടെ മേൽ കെട്ടിവെക്കാൻ ആഗ്രഹിക്കുന്നില്ല. ദുഃഖങ്ങളെ അരിച്ചെടുത്ത് ചില അംശങ്ങൾ മാത്രം വായനക്കാരുമായി പങ്കുവെക്കുന്നു. എന്റെ ജീവിത ത്തിലെ ഏറ്റവും വലിയ പ്രതിസന്ധി ഉണ്ടായ കാലത്താണ് നർമ പ്രധാനമായ 'സലാം അമേരിക്ക' എഴുതുന്നത്. ഞാൻ വിലപിക്കാൻ തയ്യാറാവുകയല്ല ചെയ്തത്.

- ഒ.വി. വിജയൻ സുഹൃത്തും സമകാലികനുമായിരുന്നല്ലോ? ധർമ പുരാണത്തെ പ്രശംസിച്ചുകൊണ്ട് എഴുതുകയും ചെയ്തു. പിന്നീട് ആ സാഹിത്യത്തോട് വിയോജിച്ചു. എന്തുകൊണ്ടാണ്?

വിജയൻ എന്റെ ഉറ്റ സുഹൃത്താണ്. ജ്യേഷ്ഠസഹോദരനും വഴികാട്ടി യുമാണ്. എനിക്ക് ആരാധനാപാത്രങ്ങളില്ല. വിജയനുമില്ല. വിജയൻ എഴുത്തിൽ സൃഷ്ടിച്ച മാജിക്ക് എന്നും ജ്വലിച്ചുനില്ക്കും. സംശയ മില്ല. എനിക്ക് വിജയനോടുള്ള എതിർപ്പ് ആശയപരമാണ്. ധർമ്മ പുരാണത്തെക്കുറിച്ച് ഞാനെഴുതി. പക്ഷേ, പിന്നീട് വന്ന പല രചനകളോടും വിയോജിച്ചു. തികച്ചും ഉപരിപ്ലവമായ ഒരുതരം ആത്മീയതയെ പ്രദർശിപ്പിക്കാൻ വേണ്ടി വിജയൻ പരമ്പരാഗതവും ജീർണിച്ചതുമായ മതബിംബങ്ങളെ വലിയ തോതിൽ ആശ്രയിച്ചു. അവിടെനിന്നാണ് എന്റെ വിയോജിപ്പ് തുടങ്ങുന്നത്. വിജയൻ. രാഷ്ട്രീയത്തേയും ആത്മീയതയേയും അതിന്റെ എല്ലാ അളവിലും കണ്ടറിഞ്ഞയാളാണ്. വിജയന്റെ അടുത്തുനിന്നാണ് ഞാൻ അതിന്റെ യൊക്കെ പ്രാഥമിക പാഠങ്ങൾ പഠിച്ചത്. അങ്ങനെയൊരാൾ ഒരു പൈങ്കിളി ആത്മീയതയിലേക്ക് കൂപ്പുകുത്തിയത് അവിശ്വസനീയ മായിരുന്നു. പക്ഷേ, അതിൽ വിജയൻ കാണിച്ച ഭാഷാചാതുരി അപാരമാണ്. വിജയനെപ്പോലെ ഒരാൾ ആശയപരമായ ഇത്തരം ദുരന്തങ്ങൾ നിർമ്മിക്കാൻ പാടില്ലായിരുന്നു. വിജയൻ നടത്തിയ മതബിംബങ്ങളുടെ പുനഃപ്രതിഷ്ഠ വിജയന്റെ അനുകർത്താക്കളും പിന്തുടർന്നു. അതൊരു ഫാഷനായി മാറി.

വിജയൻ, രചനകളിൽ സൃഷ്ടിച്ച അതിവൈകാരികതയോടും ഞാൻ വിയോജിച്ചു. 'ഖസാക്കി'ൽ വൈകാരികത സമർഥമായി നിയന്ത്രിച്ചു നിർത്തിയ ആളാണ് 'കടൽത്തീരത്ത്' എന്ന കഥയിൽ

പരിതാപകരമായ സെന്റിമെന്റലിസത്തിലേക്ക് വഴുതിയത്. സിനിമ യിലും സീരിയലിലും ചെയ്യുന്നതുപോലെ കരയാനും നെഞ്ചത്തടി ക്കാനും സമ്മർദ്ദം ചെലുത്തുന്ന എഴുത്താണത്. വിജയനെപ്പോലൊരു മഹാനായ എഴുത്തുകാരൻ ചെയ്യാൻ പാടില്ലാത്തതാണത്.

ഒരുതരം കെട്ടിച്ചമച്ച ആത്മീയതയാണ് വിജയൻ കൊണ്ടുവന്നത്. ഇടതുപക്ഷത്തിന്റെ വരട്ടുവാദങ്ങളും വരൾച്ചയുമുണ്ടാക്കിയ മോഹ ഭംഗം ബാധിച്ചവർക്ക് എളുപ്പത്തിൽ കയറിയിരിക്കാവുന്ന ഒരു അത്താണിയായിരുന്നു വിജയൻ കൊണ്ടുവന്ന ആത്മീയത. അതുണ്ടാക്കിയ അസ്തിത്വസമരപുളകങ്ങളോടുകൂടിയ ഇക്കിളി പ്പെടുത്തലിലാണ് അതു വിജയിച്ചത്. വിജയന്റെ ആരാധകർ പലരും പിന്നീട് ആൾദൈവങ്ങളുടേയും വർഗീയതയുടേയും പിറകിൽ അണി നിരന്നു. ഇത്തരം കെണിയിൽ വീഴാൻ കാത്തിരുന്ന ധാരാളം മലയാളികൾ ഇവിടെയുണ്ടായിരുന്നു. കമ്യൂണിസ്റ്റ് പ്രസ്ഥാനത്തിന്റെ ആന്തരിക ശൂന്യതയും ഭൗതിക ആർത്തികളും അടിപതറിച്ച ശുദ്ധാത്മാക്കളാണ് 'ഗുരുസാഗര'ത്തിലേതുപോലെയുള്ള വാലും തുമ്പുമില്ലാത്ത ആത്മീയതകൾ തേടിപ്പോയത്.

● ആധുനികതയുടെ ഉദയകാലത്താണ് എഴുതിത്തുടങ്ങിയത്. ആധുനികതയ്ക്കു വലിയ മാറ്റങ്ങൾ ഉണ്ടായി. പുതിയ ആശയങ്ങളും ചിന്തകളും വന്നു. എങ്ങനെ വിലയിരുത്തുന്നു?

വ്യക്തികൾക്കു മാറ്റം വരുത്തുന്ന ആധുനികത ഇവിടെ ഉണ്ടായി ട്ടില്ല. ആധുനികതയെ ഇവിടെ സാഹിത്യ പ്രസ്ഥാനമായാണ് കണ്ടത്. മലയാളിയുടെ മനസ്സ് ഒരിക്കലും ആധുനികമായിട്ടില്ല. കേരളീയന്റെ മനസ്സ് ആധുനികമാക്കാൻ വലിയ ബുദ്ധിമുട്ടാണ്. അത് ഫ്യൂഡലും പുരുഷമേധാവിത്വാധിഷ്ഠിതവും ലൈംഗികമനോരോഗാവൃതവുമാണ്. മലയാളിയുടെ രാഷ്ട്രീയം തന്നെ രാഷ്ട്രീയ പാർട്ടികളോടുള്ള ഒരു തരം അടിമത്ത മനോരോഗമാണ്. ഫിക്ഷൻ വായിച്ച് മനസ്സ് ആധുനികമാക്കാൻ കഴിയില്ല. ചരിത്രമടക്കമുള്ള ഒരു വിശാല ലോക ചിത്രം ഉൾക്കൊണ്ടാലേ ആധുനിക മനസ്സ് ഉണ്ടാകൂ. ഇവിടെ ഉണ്ടായ ആധുനികത പുസ്തകങ്ങളിലധിഷ്ഠിതമാണ്. സോഷ്യൽ മീഡിയ യിൽ നിരന്തര സാന്നിധ്യമായതുകൊണ്ടും ആധുനികരാവില്ല. ഇപ്പോൾ നമ്മൾ ജാതിയിലേക്കും മതത്തിലേക്കും തിരിച്ചുപോവുക യാണ്. പിന്നെ എങ്ങനെ ആധുനികരാവും. എന്റെ ഉള്ളിൽ പുരുഷ മേധാവിത്വമുണ്ടെങ്കിൽ ഞാൻ ആധുനികനല്ല. മതത്തിനും രാഷ്ട്രീയ പാർട്ടിക്കും അടിമയായാൽ ആധുനികനല്ല. പരിസ്ഥിതിയെക്കുറിച്ചു ശരിയായ ബോധമില്ലെങ്കിൽ ആധുനികനല്ല. ചരിത്രമറിയില്ലെങ്കിൽ ആധുനികനല്ല. നിർഭാഗ്യവശാൽ ഇംഗ്ലീഷ് ഡിപ്പാർട്ടുമെന്റിലും മലയാളം ഡിപ്പാർട്ടുമെന്റിലും ചർച്ച ചെയ്യുന്ന ആധുനികതയാണ്

നമ്മുടെ ആധുനികത. ഈ അധ്യാപകരും വിദ്യാർത്ഥികളും വീട്ടിൽ പോയാൽ ആധുനികരാണോ എന്നു കണ്ടറിയണം. വീട്ടിൽ പണി യെടുക്കുന്നവരുടെ പക്കൽ ആധുനികരാണോ?

- തെരഞ്ഞെടുത്ത കഥകളുടെ അവതാരികയിൽ കെ.പി. അപ്പൻ എഴുതി: "സമകാലിക ലോകസാഹിത്യത്തിലെ ഏതു കഥകളോടും സമശീർഷമെന്നു വിശേഷിപ്പിക്കാവുന്ന കുറേ കഥകൾ മലയാള ത്തിലുണ്ട്. അത്തരം പത്തു കഥകളെടുത്താൽ അതിലൊന്ന് ഈ പുസ്തകത്തിലേതായിരിക്കും." അത് ഏതു കഥയായിരിക്കും?

'**ആ**ർക്കറിയാം' എനിക്ക് ഇഷ്ടപ്പെട്ട കഥയാണ് അതുപോലെ 'കുഴി യാനകളുടെ ഉദ്യാനം.'

- ഒരിടത്തോ?

ആ കഥയുമായി എനിക്കിപ്പോൾ ഒത്തുപോകാൻ കഴിയുന്നില്ല. അതിലെ നിരാശാഭാവം എനിക്കിഷ്ടമല്ല. അങ്ങനെ ഏതെങ്കിലും അജ്ഞാതദൈവത്തിനു ബലി കൊടുക്കേണ്ടതല്ല ജീവിതം.

സമകാലിക മലയാളം ഓണപ്പതിപ്പ്, 2016

എല്ലാം നഷ്ടമാവാനുള്ളത് ജനങ്ങൾക്കു മാത്രമാണ്
എൻ. സുഗതൻ - സക്കറിയ

മൗലികമായ സാമൂഹിക സമസ്യകളെപ്പറ്റി സൗകര്യപൂർവമായ മൗനം അവലംബിക്കുന്ന കേരളീയ ബുദ്ധിജീവികൾക്കിടയിൽ വേറിട്ട വ്യക്തിത്വ മാണ് സക്കറിയയുടേത്. രാഷ്ട്രീയ സാമൂഹിക സാംസ്കാരിക രംഗ ങ്ങളിലെ സമീപകാല സംഭവങ്ങളേയും സമകാലിക ജീവിതാവസ്ഥ കളേയും സംബന്ധിച്ചുള്ള സക്കറിയയുടെ ധീരമായ പ്രതികരണങ്ങളും സൂക്ഷ്മമായ ഉൾക്കാഴ്ചകളും ഈ സംഭാഷണത്തിൽ വായിക്കാം.

- ഇന്നത്തെ ദേശീയ സാഹചര്യത്തിലും കേരളീയ സാഹചര്യത്തിലും നമ്മുടെ ജീവിതത്തെ നേരിടുന്ന മൗലികമായ പ്രശ്നം ആധുനിക മനുഷ്യരെ ഉത്ക്കണ്ഠപ്പെടുത്തുന്ന പ്രശ്നം രാജ്യത്ത് ഭരണാധി കാരത്തിൽ എത്തിക്കഴിഞ്ഞിരിക്കുന്ന രാഷ്ട്രീയപ്രസ്ഥാനത്തിന്റെ ഫാസിസ്റ്റ് സ്വഭാവവും അത് വരുംകാലങ്ങളിൽ ഏതേത് ദിശകളി ലേക്ക് ഒക്കെ വളരും. അതിനുള്ള സാധ്യതകളെന്ത് എന്നതാണല്ലോ?

അതേ. തീർച്ചയായും.

- ആ പ്രശ്നത്തിന്റെ വിവിധ വശങ്ങളെ സംബന്ധിച്ച് വ്യത്യസ്ത ങ്ങളായ അഭിപ്രായങ്ങൾ പുറത്തുവന്നുകൊണ്ടിരിക്കുന്നു. ഇന്ത്യയെ പ്പോലുള്ള, ബഹുസംസ്കാര സ്വഭാവമുള്ള ഒരു രാജ്യത്ത്, ജർമനി യിലോ അല്ലെങ്കിൽ ഇറ്റലിയിലോ സ്പെയിനിലൊ ഒക്കെ ഉണ്ടായതു പോലെ ഒരു ഫാസിസ്റ്റ്വത്കരണം അല്ലെങ്കിൽ ഒരു ഫാസിസ്റ്റ് ഏകാധിപത്യവത്കരണം സംഭവിക്കാൻ സാധ്യതയില്ല എന്ന് വിശ്വസി ക്കുന്ന ആളുകളും ചില രാഷ്ട്രീയപ്രസ്ഥാനങ്ങളും ഒക്കെയുണ്ട്. എന്നാൽ അതേ സമയം തന്നെ പടിപടിയായിട്ട് സംഭവിച്ചുകൊണ്ടി രിക്കുന്ന കാര്യങ്ങൾ ഇന്ത്യ ആ ദിശയിലേക്കാണ് നീങ്ങുന്നതെന്ന വളരെ ഉത്ക്കണ്ഠപ്പെടുത്തുന്ന ഒരു ബോധ്യവും അതിന്റെ ആധിയും

അനുഭവിക്കുന്ന ആളുകളും ഉണ്ട്. ഈ അവസ്ഥയിൽ സക്കറിയയുടെ ഒരു മാനസികാനുഭവം എന്താണ്?

എന്നെ സംബന്ധിച്ചിടത്തോളം ഇതിന് രണ്ട് മൂന്ന് വശങ്ങൾ ഞാൻ കാണുന്നുണ്ട്. ഒന്ന് സ്വാതന്ത്ര്യശേഷം ഇന്ത്യയിൽ കേന്ദ്രത്തിലും സംസ്ഥാനങ്ങളിലും തുടർച്ചയായി ഭരണത്തിലെത്തിയ കോൺഗ്രസ് ഭരണകൂടം ജനാധിപത്യത്തിന്റെ പേരും പദ്ധതികളും ഉപയോഗിച്ചിട്ടുണ്ടെങ്കിലും അടിസ്ഥാനപരമായിട്ട് അവർ സ്വേച്ഛാധിപത്യ സ്വഭാവവും ക്രിമിനൽ സ്വഭാവവും തന്മൂലം ഫാസിസ്റ്റ് സ്വഭാവവും ഉള്ളവരായിരുന്നു. അപ്പോൾ ഇന്ത്യയെ സംബന്ധിച്ചിടത്തോളം ഒരു ഭരണകൂടത്തിന്റെ ഫാസിസ്റ്റ് സ്വഭാവമെന്ന് പറയുന്നതിൽ നിന്ന് ഒരു ഇന്ത്യക്കാരനും ഇന്നോളം രക്ഷപ്പെടാൻ കഴിഞ്ഞിട്ടില്ല. കോൺഗ്രസ്സുകാരാണെങ്കിലും കമ്മ്യൂണിസ്റ്റുകാരാണെങ്കിലും സോഷ്യലിസ്റ്റാണെങ്കിലും എന്തുമായിക്കൊള്ളട്ടെ ജനങ്ങളുടെ അനുഭവം വ്യത്യസ്തമല്ല. അപ്പോൾ ഇതിന്റെ ഒരു ചരിത്രം ഭരണത്തിലെത്തിയ മന്ത്രിമാരടക്കമുള്ള ജനപ്രതിനിധികളുടെ അഹങ്കാര സ്വേച്ഛാധിപത്യ പ്രകടനങ്ങൾ കണ്ടും പൊലീസിനെയും പട്ടാളത്തെയും തനിക്കും ജനങ്ങൾക്കും ഇടയ്ക്ക് നിർത്തിക്കൊണ്ടുള്ള അധികാരപ്രകടനങ്ങളെയും ഫ്യൂഡലിസത്തെയും ഫാസിസ്റ്റ് സ്വഭാവത്തേയും മാധ്യമങ്ങൾ പരിപോഷിപ്പിക്കുന്നത് കണ്ടും ഇന്ത്യക്കാർ ഇതിന് കീഴടങ്ങി കഴിഞ്ഞവരാണ്. അത് ചെയ്തുവന്നിരുന്ന പാർട്ടികൾ കോൺഗ്രസ്സും ഇടതുപക്ഷവും ജനതാദൾ പോലെ സോഷ്യലിസത്തിന്റെ പേര് പറഞ്ഞ പാർട്ടികളുമടക്കം ഇന്ത്യൻ ജനതയോട് ചെയ്ത ഏറ്റവും വലിയ അപരാധമാണ് അവരുടെ യൂണിറ്റിയില്ലായ്മ. ഐകമത്യമില്ലായ്മയിലൂടെയും പരസ്പര പോരുകളിലൂടെയും അവർ ഇവിടെ ഒരു ഫാസിസ്റ്റ് ആർ.എസ്.എസ്. സംഘപരിവാർ ഭരണകൂടത്തിന് വഴിതെളിയിച്ചു. സംഘപരിവാറിനെപ്പോലും ആർ.എസ്.എസ്സുകാരെപ്പോലും അദ്ഭുതപ്പെടുത്തിയ ഒരു റിസൽട്ടാണ് മുപ്പത്തിമൂന്ന് ശതമാനം വോട്ടിലൂടെ അവർക്ക് ഇവിടെ നേടാൻ കഴിഞ്ഞത്. 67 ശതമാനം ഇന്ത്യക്കാർ ഇന്നും ഫാസിസത്തിന്റെ കൂടെയല്ല. ഈ 33 ശതമാനത്തിൽപോലും എത്രപേരാണ് വാസ്തവത്തിൽ ഒരു ഫാസിസ്റ്റ് ഭരണകൂടത്തിന്റെ സാധ്യത മുൻനിർത്തിക്കൊണ്ട് വോട്ടു ചെയ്തതെന്ന് എനിക്ക് സംശയമുണ്ട്.

എനിക്കറിയാം ചെറുപ്പക്കാരായ ധാരാളം പേർ. വിദ്യാസമ്പന്നരും രാഷ്ട്രീയപ്രബുദ്ധതയുള്ളവരുമൊക്കെ കോൺഗ്രസ്സുകാരെയും കമ്മ്യൂണിസ്റ്റുകാരെയും മടുത്തിട്ട് ഇനി എന്ത് പിശാചും വരട്ടെ എന്നു ചിന്തിച്ചും മോദിയുടെ ഡെവലപ്മെന്റ് എന്ന് മുദ്രാവാക്യത്തിൽ കണ്ണടച്ചു കുടുങ്ങിയുമാണ് വോട്ടുചെയ്തിട്ടുള്ളത്. നരേന്ദ്രമോദിയും ആർ.എസ്.എസ്സുമാണ് ഇന്ത്യ ഭരിക്കുന്നതെങ്കിലും ഇതിന്റെ

ഉത്തരവാദികൾ ജനങ്ങളല്ല. അതിന്റെ സമ്പൂർണമായ ഉത്തരവാദിത്വം ഇന്ന് പ്രതിപക്ഷം എന്ന് സ്വയം വിശേഷിപ്പിക്കുന്ന പാർട്ടികൾക്കാണ്. മറ്റാരുടെ കൈയിലുമല്ല. ഒരു ഇന്ത്യക്കാരനും ഇതിന് ഉത്തരവാദിയല്ല. ഇതാണ് നമ്മുടെ നിർഭാഗ്യകരമായിട്ടുള്ള ഒരു അവസ്ഥ. ഇന്നത്തെ പ്രതിപക്ഷത്തിന്റെ ഐകമത്യമില്ലായ്മ, ജനാധിപത്യത്തിനും സ്വാതന്ത്ര്യത്തിനും ആധുനികമായ ഒരു രാഷ്ട്രീയത്തിനും വേണ്ടി, ഇന്ത്യ ക്കാർക്കുവേണ്ടി ഒന്നിച്ചുനില്ക്കാൻ അവരുടെ മനസ്സില്ലായ്മ. അവർക്ക് അങ്ങനെയൊരു ബോധമുദിച്ചില്ല. അങ്ങനെയൊരു ബോധ മുദിക്കുമായിരുന്നെങ്കിൽ അവർ നരേന്ദ്രമോദിക്കെതിരെ ഒരു യൂണി ഫൈഡ് കാൻഡിഡേറ്റിനെ നിർത്തി മത്സരിപ്പിക്കുമായിരുന്നു. ആ രണ്ട് നിയോജകമണ്ഡലങ്ങളിൽ അവർക്ക് നഷ്ടപ്പെടാൻ ഒന്നുമില്ലാ യിരുന്നു. മോദിയെത്തന്നെ അവർക്ക് തോല്പിക്കാൻ കഴിയുമായി രുന്നു. അതുപോലും ചെയ്യാൻ കഴിയാത്ത ഒരു നാണംകെട്ട പ്രതി പക്ഷം, ഇന്ത്യക്കാരോട് കൂറില്ലാത്ത കുറെ രാഷ്ട്രീയപാർട്ടികൾ മൂല മാണ് നമുക്ക് ഈ ദുരവസ്ഥ ഉണ്ടായതെന്ന് ഞാൻ ഉറച്ചു വിശ്വസി ക്കുന്നു. തങ്ങളോട് മാത്രം കൂറുള്ള കുറച്ചു രാഷ്ട്രീയക്കാർ. ഇനി എന്ത് സംഭവിക്കാൻപോകുന്നു എന്ന ആശങ്ക പങ്കുവെക്കുമ്പോഴും നമുക്ക് എന്തെങ്കിലും ആശയർപ്പിക്കാൻ ഇത്തരത്തിലുള്ള കുറേ രാഷ്ട്രീയപാർട്ടികളേ ഇവിടെയുള്ളൂ. അവസരവാദികളും കള്ളന്മാരും. ഇന്ത്യക്കാരോട് കൂറില്ലാത്തവർ. മലയാളികളോട് കൂറില്ലാത്തവർ. ഇതാണെന്റെ ഭയം. സംഘപരിവാറും നരേന്ദ്രമോദിയും കൂടി എന്ത് എക്സ്ട്രീമിലേക്ക് പോയാലും ഇവർക്ക് സുരക്ഷയുണ്ട്. പക്ഷേ, ജന ങ്ങൾക്ക് സുരക്ഷയില്ല. ഇവർക്ക് ഇവരുടെ സുരക്ഷ മാത്രം മതി.

- അടിയന്തരാവസ്ഥയ്ക്കുശേഷം ജനതാപാർട്ടിയുടേയും മറ്റു ചില ഇടവേളകളിൽ വി.പി.സിങ് തുടങ്ങിയവരുടെ നേതൃത്വത്തിൽ ജനതാദളിനെ മുൻനിർത്തിയുള്ള സഖ്യങ്ങളുടേയും ഭരണകാലം കഴിച്ചാൽ, സ്വാതന്ത്ര്യലബ്ധിക്കുശേഷം തുടർച്ചയായിട്ട് ഭരിച്ചത് കോൺഗ്രസ് ആണ്. ആ പാർട്ടി സ്വാതന്ത്ര്യസമരത്തിന്റെ ചില ഗൃഹാ തുരസ്മരണകളെ ഇങ്ങനെ ഒരു പ്രചാരണോപാധിപോലെ ഉപയോ ഗിക്കുക. മതനിരപേക്ഷതയെന്ന മൂല്യത്തേയും ഇങ്ങനെ താലോ ലിച്ചുകൊണ്ടിരിക്കുക. അതുപോലെതന്നെ ജനാധിപത്യത്തെക്കുറിച്ച് ഇങ്ങനെ ആവർത്തിച്ച് സംസാരിച്ചുകൊണ്ടിരിക്കുക. ജനാധിപത്യ ത്തെപ്പറ്റി പറയുമ്പോൾ ഇന്ത്യ ഒരു ജനാധിപത്യരാജ്യമാണെന്ന് പറയുക സ്വന്തം പാർട്ടിയെപ്പറ്റി പറയുമ്പോൾ അതൊരു ജനാധിപത്യ പാർട്ടിയാണെന്ന് പറയുക, ഇത് ഒരു മതനിരപേക്ഷ രാഷ്ട്രമാ ണെന്ന് അവകാശപ്പെടുക. ഞങ്ങളെല്ലാം മതനിരപേക്ഷരാണെന്ന് അവകാശപ്പെടുക. ഇതെല്ലാം ചെയ്തുകൊണ്ടിരിക്കുമ്പോഴും ഈ പറയുന്ന ജനാധിപത്യം മതനിരപേക്ഷത തുടങ്ങിയിട്ടുള്ള മൂല്യങ്ങൾ ഒന്നുംതന്നെ ആ പാർട്ടി സ്വാംശീകരിക്കുകയോ ആ പാർട്ടി നേതൃത്വം

നല്കുന്ന ഭരണകൂടത്തിന്റെ സ്വഭാവമായി ഉൾച്ചേർക്കപ്പെടുകയോ ചെയ്തിരുന്നില്ല എന്നു വേണമല്ലോ കരുതാൻ?

അതെ. സംശയമില്ല.

- ആദ്യം സൂചിപ്പിച്ച ഒരു കാര്യം, കേന്ദ്രത്തിലാകട്ടെ, സംസ്ഥാന ങ്ങളിലാകട്ടെ, ഭരണത്തിൽ വരുന്ന പാർട്ടി ഏതായാലും ജനാധിപത്യ ത്തിന്റെ സദ്ഫലങ്ങളനുഭവിക്കാൻ ജനങ്ങളെ അനുവദിച്ചില്ല എന്നാണല്ലോ സക്കറിയ വിലയിരുത്തിയത്. പക്ഷേ ഫാസിസം പോലെ ഒരു പ്രതിഭാസത്തെപ്പറ്റി നമ്മൾ സംസാരിക്കുമ്പോൾ ഒരു സാമൂഹികശാസ്ത്ര പരികല്പനയെന്ന നിലയിൽ അതിന് ഒരു സമ്പദ് ശാസ്ത്രമുണ്ട്. അതിന് നിശ്ചിതമായ അധികാരപ്രയോഗത്തിന്റേതായ ചില ശൈലീ വിശേഷങ്ങളുണ്ട്. ഇതിനെല്ലാമുപരി ലോകചരിത്രം കടന്നുപോന്ന വഴിയിൽ ഫാസിസം നമുക്ക് തന്നിട്ടുള്ള കുറേ ചരിത്രാ നുഭവങ്ങളുണ്ട്. ഇവയുടെയെല്ലാം അടിസ്ഥാനത്തിലാണ് നമ്മൾ ഒരു കക്ഷിയെപ്പറ്റി ഫാസിസ്റ്റ് എന്ന് പറയുന്നത്. നിശ്ചിതമായ ഒരു വർഗ താത്പര്യത്തോടുകൂടിയ, അതിന്റേതായ ഒരു അച്ചടക്കത്തിന്റേയും ആജ്ഞയുടേയും അനുശാസനത്തിന്റേയുമെല്ലാം ശൈലി അവലംബിക്കുന്ന ഒരു ഫാസിസ്റ്റ് കക്ഷിയെപ്പറ്റി നമ്മൾ സംസാരിക്കു മ്പോൾ ഈ പറയുന്ന ഘടകങ്ങളെ വച്ചുകൊണ്ട് നിശ്ചിതമായ അർഥ ത്തിൽ വേണ്ടേ സംസാരിക്കാൻ. എപ്പോഴും ഭരണകൂടം അധികാരം മുതലായവയിൽ ചേർന്നുകിടക്കുന്ന ഒരു ഫാസിസ്റ്റ് ഘടകമുണ്ട്. ഏത് ചരിത്രഘട്ടത്തിലെ ഏത് തരം ഭരണകൂടത്തിലായാലും ഏത് ഭരണാ ധികാരിയിലായാലും അടക്കിവാഴുക എന്ന ഒരു അംശമുണ്ട്. അത് അധികാരത്തിന്റെ ഒരു പ്രശ്നമാണ്. ഭരണകൂടത്തിന്റെ ഒരു പ്രശ്ന മാണ്. എന്നാൽ ഭരണകൂടത്തിന്റേയും അധികാരത്തിന്റേയും മൗലിക മായ പ്രശ്നത്തേക്കാൾ കവിഞ്ഞുനില്ക്കുന്നതും അതിനേക്കാൾ നിയതത്വമുള്ളതുമായ ഒരു ഫാസിസ്റ്റ് പരികല്പനയെ നമുക്ക് അഭിസംബോധന ചെയ്യേണ്ടതില്ലേ?

ചെയ്യേണ്ടതുണ്ട്. തീർച്ചയായിട്ടും ഉണ്ട്. ഞാൻ പറഞ്ഞത് ഇവിടെ പറഞ്ഞത് പോലൊരു മുഖവുര ഇല്ലാതെ നമ്മൾ വർഗീയ ഫാസിസത്തെ കാണാൻ പാടില്ല എന്നുള്ളതാണ്. കാരണം അതിന് വഴിതെളിച്ചത് വർഗീയവാദികൾ അല്ല, മതേതരവാദികളാണ് ആധുനിക രാഷ്ട്രീയത്തിന്റെ വക്താക്കളാണ് എന്ന് അവകാശപ്പെട്ട അതേ പാർട്ടികളുടെ പരാജയമാണ് പരാജയമെന്നു പറയുന്നത്. അവർ ജനങ്ങളുടെ സ്വപ്നങ്ങൾ പരാജയപ്പെടുത്തി എന്ന അർഥ ത്തിലാണ്. അവർക്ക് ഒരു പരാജയവും സംഭവിച്ചിട്ടില്ല. ചരിത്രത്തിന്റെ ഗതിവിഗതികൾ, ചരിത്രത്തിന്റെ കഥകൾ വച്ചുനോക്കിയാൽ ഇത്തര മൊരു ഫാസിസത്തിന്റെ സാന്നിധ്യം ഭീതിജനകമാണ്. ഇന്ന് അതിന് കോർപ്പറേറ്റ് യുഗത്തിൽ ഇന്ത്യൻ മുതലാളിത്തത്തിൽ നിന്നും

മതങ്ങളിൽ നിന്നും ജാതികളിൽ നിന്നും അതിനേക്കാളെല്ലാം ശക്തമായ രീതിയിൽ മാധ്യമങ്ങളിൽ നിന്നും ഈ ഫാസിസ്റ്റ് ശക്തികൾക്ക് ലഭിച്ചുകൊണ്ടിരിക്കുന്ന പിന്തുണയും പിൻബലവും ഏറ്റവും അപകടകരവുമാണ്. അതിന് ലഭിക്കുന്ന മാന്യവത്കരണം കേരളത്തിൽ മുഖ്യധാരാ മാധ്യമങ്ങളിൽ, പത്രങ്ങളിലും ടെലിവിഷനുകളിലും ഫാസിസ്റ്റ് സ്വഭാവമുള്ള എല്ലാത്തിനും എല്ലാത്തരം വർഗീയതകൾക്കും ലഭിക്കുന്ന മാന്യവൽക്കരണം ആപത്കരമായിരിക്കുന്നു എന്ന ഭീകരാവസ്ഥ നമ്മൾ മനസ്സിലാക്കേണ്ടതുണ്ട്. അങ്ങനെയാണെങ്കിൽ ആരാണ് ഇതിനെ പ്രതിരോധിക്കുക? എങ്ങനെയാണ് ഇങ്ങനെ പ്രതിരോധിക്കുക? ഇന്ന് കേന്ദ്രത്തിലിരിക്കുന്ന നരേന്ദ്രമോദി അധികാരത്തിൽ വന്നത് ഒരു പട്ടാളവിപ്ലവം നടത്തിയോ അല്ലെങ്കിൽ അക്രമങ്ങളെ ഇളക്കിവിട്ട് മറ്റ് സംവിധാനങ്ങളെ തച്ചുടച്ചിട്ട് പിടിച്ചെടുത്തോ അല്ല. ഇവിടെ നടന്ന ഒരു സാധാരണ പൊതുതെരഞ്ഞെടുപ്പിലൂടെ അതിന്റെയെല്ലാ സംവിധാനങ്ങൾക്കും ഉള്ളിൽ നിന്നുകൊണ്ട് ആണ്. കള്ളത്തരം കാണിച്ചിട്ടുണ്ടെങ്കിൽ മറ്റ് രാഷ്ട്രീയകക്ഷികൾ കാണിച്ചിരിക്കുന്ന കള്ളത്തരങ്ങൾ മാത്രമേ അവരും കാണിച്ചിട്ടുള്ളൂ. ഇന്ത്യൻ ജനാധിപത്യത്തിന്റെ എല്ലാ പരിമിതികളും സാധ്യതകളും ബലഹീനതകളും മുതലെടുത്തുകൊണ്ടാണ് അവരും അധികാരത്തിൽ വന്നിരിക്കുന്നത്. ഇതിനെ പ്രതിരോധിക്കേണ്ട ജനം ഒരു വോട്ടിംഗ്യന്ത്രം മാത്രമായിട്ടാണ് രൂപാന്തരപ്പെട്ടിരിക്കുന്നത്.

ഇന്ത്യൻ പൗരൻ, മലയാളി പൗരൻ, തമിഴ് പൗരൻ എന്ന് വിളിക്കപ്പെടുന്നത് ഈ കോൺഗ്രസ്സുകാരന്റേയും ബി.ജെ.പിയുടേയും ജനതാദളിന്റേയും ഇടതുപക്ഷത്തിന്റേയും കേരളാ കോൺഗ്രസ്സിന്റേയും എല്ലാം വോട്ടിങ് ഉപകരണങ്ങൾ മാത്രമാണ്. വോട്ടെടുപ്പിന് ഒരു അവസരം നല്കുമ്പോൾ മാത്രമാണ് ജനത്തിന് അവന്റെ ഇഷ്ടാനിഷ്ടങ്ങളും അവന്റെ ആഗ്രഹങ്ങളും അവന്റെ പ്രിഫറൻസുകളും വെളിവാക്കാൻ കഴിയുന്നത്. പൗരന് സ്വന്തമായി ഒരു വിപ്ലവമില്ല. അവന്റെ മനഃസാക്ഷിക്കനുസരിച്ചും മാധ്യമങ്ങളിൽനിന്നും അവന് കിട്ടുന്ന ഫീഡ് ബാക്കുകൾ അനുസരിച്ചും അവൻ അഭിപ്രായങ്ങൾ മാറ്റിക്കൊണ്ടിരിക്കുന്നു. ഇപ്പോൾ മോദിക്ക് വോട്ട് ചെയ്ത എത്രയോ പേർ ആർ.എസ്.എസിൽ വിശ്വസിച്ചുകൊണ്ടോ വർഗീയതയിൽ വിശ്വസിച്ചുകൊണ്ടോ അല്ല വോട്ട് ചെയ്തത്. ഇതിനെ പ്രതിരോധിക്കാൻ പൗരന് ഒരു ഉത്തരവാദിത്വം ഉണ്ടോ എന്ന് ചോദിച്ചാൽ സാമാന്യക്കാർ അതിനെപ്പറ്റി ബോധവന്മാർപോലും അല്ല. രാഷ്ട്രീയക്കാരും മാധ്യമങ്ങളും മസ്തിഷ്കപ്രക്ഷാളനം ചെയ്ത് ജനാധിപത്യ സംസ്കാരത്തിന്റെ ആത്മാവുതന്നെ തകർത്തുകളഞ്ഞു. അത് മണ്ണിലിട്ട് ചവിട്ടി പ്പൊടിച്ചുകളഞ്ഞു.

ജനാധിപത്യം എന്നു പറഞ്ഞുകഴിഞ്ഞാൽ ഈ രാഷ്ട്രീയപാർട്ടികൾ തമ്മിലുള്ള കലഹങ്ങളും പോരുകളും അഞ്ചു വർഷത്തിൽ ഒരിക്കൽ

ഉണ്ടാകുന്ന തെരഞ്ഞെടുപ്പും അതിന് ഇവർ പോയി ഇടുന്ന വോട്ടും ഈ മുദ്രാവാക്യങ്ങളും ഈ വഴിതടയലും ഈ കല്ലേറുമാണ്. പി.സി. ജോർജിനെപ്പോലുള്ള ഏതെങ്കിലും നേതാവിന്റെ പ്രസ്താവന കളാണ് ജനാധിപത്യ രാഷ്ട്രീയമെന്ന് തെറ്റിദ്ധരിച്ച് വശായിപ്പോയി. അപ്പോൾ ജനങ്ങളിൽ നിന്നും ഇതിനെതിരെ ഒരു വിപ്ലവമുണ്ടായി വരിക എന്നുള്ളത് പ്രതീക്ഷിക്കുകയേ വേണ്ട. അവന്റെ മനസ്സിലെ സ്വാതന്ത്ര്യത്തിന്റെ പൂട്ടും അടഞ്ഞുപോയി. അതിൽ പ്രധാന പങ്ക് മാധ്യമങ്ങളുടെ പ്രബോധനങ്ങൾക്കാണ്. രാഷ്ട്രീയപാർട്ടികൾക്കു പോലും അത് ചെയ്യാൻ പറ്റുന്നില്ല. സംഘപരിവാറിനുപോലും അത് ചെയ്യാൻ പറ്റുന്നില്ല. ഈ പ്രബോധനത്തിന്റെ കീഴിൽ വളരുന്ന ജനങ്ങളെ രാഷ്ട്രീയ പാർട്ടികൾ അതിനപ്പുറത്തേക്ക് തങ്ങളുടെ ആശയങ്ങൾ അജണ്ടകൾ വ്യാപിപ്പിച്ച് ബോധവൽക്കരിക്കുന്നു. ജനങ്ങൾക്കിടയിൽനിന്ന് ഒരു മൂവ്മെന്റ് നരേന്ദ്രമോദിക്കെതിരേയോ ഫാസിസത്തിന് എതിരെയോ ഉയർന്നുവരിക അസാധ്യമാണ്. കാരണം ജനം എന്നു പറയുന്നവരാണ് ഇന്ത്യയിലെ ദ് ബിഗസ്റ്റ് അൺ ഓർഗനൈസ്ഡ് സെക്ടർ. അവന് ഭാവിയില്ല. അവന് സ്വാതന്ത്ര്യ മില്ല. അവന് ശേഷിയില്ല. അവന് ഉദ്യോഗസ്ഥന്റെ അടുത്ത് പോയി ഒരു മരണസർട്ടിഫിക്കറ്റിനായി 100 രൂപ കൈക്കൂലി കൊടുത്ത് കൈ നീട്ടി നിൽക്കണം. ഇതാണ് അവന്റെ അവസ്ഥ. ഇവിടെ ആശുപത്രി യിൽ പോയി അങ്ങനെ നിൽക്കണം. മന്ത്രിയെക്കണ്ടാൽ വാലാട്ടണം. ഈയൊരു അവസ്ഥയിൽ പൗരനെ വെറുതെ വിടുക. പക്ഷേ, അവന് മറ്റു സാധ്യതകളുണ്ട്. ഇതിനു പകരംവെക്കാൻ ഞങ്ങളുണ്ട് എന്ന് അവനിൽ ഒരു ആത്മവിശ്വാസം ഉണ്ടാക്കിക്കൊടുക്കാൻ കമ്മ്യൂണിസ ത്തിനോ കോൺഗ്രസ്സിനോ ജനതാദളിനോ കഴിഞ്ഞാൽ അവൻ അവർക്കുവേണ്ടി വോട്ടു ചെയ്യും. ഉദാഹരണമായി ഒറ്റക്കാര്യം കൂടി പറയാം. ഇന്ത്യയൊട്ടാകെയുള്ള 543 മണ്ഡലങ്ങളിൽ ഒന്നിലെങ്കിലും കമ്യൂണിസ്റ്റു പാർട്ടിക്ക് വോട്ടു ചെയ്യണമെന്നാഗ്രഹിക്കുന്നത് ഒരാൾ ആണെങ്കിൽ ആ ആളിന് വേണ്ടി ഒരു സ്ഥാനാർത്ഥിയെ നിർത്തുക. ജനാധിപത്യത്തിലും സ്വന്തം പ്രത്യയശാസ്ത്രത്തിലും കമ്മ്യൂണിസ്റ്റു പാർട്ടിക്ക് വിശ്വാസമുണ്ടെങ്കിൽ അതിന് അത് ചെയ്യേണ്ട ഉത്തര വാദിത്വമുണ്ടായിരുന്നു. അതിനുപകരം അവർ ഉണ്ടാക്കിവച്ച സുഖഭോഗ സാമ്രാജ്യങ്ങളായ രണ്ടുമൂന്ന് സംസ്ഥാനങ്ങളിൽ മാത്രം സ്ഥാനാർത്ഥികളെ നിർത്തിക്കൊണ്ടുള്ള കമ്മ്യൂണിസ്റ്റ് പാർട്ടികളുടെ ഈ ഒളിച്ചുകളി പാൻ ഇന്ത്യൻ യാഥാർഥ്യത്തിൽ നിന്നും ഒഴിഞ്ഞു മാറലാണ്. ചില കാരണങ്ങളാൽ തങ്ങൾക്ക് പിടിമുറുക്കാൻ കഴിഞ്ഞ സംസ്ഥാനങ്ങളിൽ മാത്രം ശ്രദ്ധിക്കുക. അത് ഒരു ടിപ്പിക്കൽ പോളിസി യാണ്. ഇന്ത്യയിലെ ഭൂരിപക്ഷം നിയോജകമണ്ഡലങ്ങളിൽ അരിവാൾ ചുറ്റികയ്ക്ക് വോട്ട് ചെയ്യണമെന്നാഗ്രഹിച്ച് ഒരു സ്ത്രീ ചെന്നാൽ ആ വോട്ടിങ് യന്ത്രത്തിൽ ആ അടയാളമില്ല. ഇതാണ് ഈ ഒഴിഞ്ഞു മാറൽ. ഇത് രാഷ്ട്രീയപാർട്ടികൾ നടത്തിക്കൊണ്ടിരിക്കുന്നിടത്തോളം

കാലം നരേന്ദ്രമോദിമാരും അമിത്ഷാമാരും വളരും. അപ്പോൾ ഇതാണ് രാഷ്ട്രീയപാർട്ടികളുടെ കൂസലില്ലായ്മയുടെ ഒരു യാഥാർത്ഥ്യം. അവർക്കൊന്നും ഭയപ്പെടാനില്ല. എല്ലാം നഷ്ടപ്പെടാനുള്ളത് ജനങ്ങൾക്ക് മാത്രമാണ്. രാഷ്ട്രീയപാർട്ടികൾക്ക് ഒരു കുന്തവും നഷ്ടപ്പെടാനില്ല. ഒരു മാസം ജയിലിൽ കിടക്കേണ്ടിവന്നാൽ തന്നെ അദ്ഭുതമാണ്. അത് സംഭവിക്കാൻ വഴിയില്ല. ആഗ്രഹിച്ചാൽ പോലും സാധിക്കാൻ സാധ്യതയില്ല. ഇന്നിവിടെ പിണറായി വിജയനോ അച്യുതാനന്ദനോ ആഗ്രഹിച്ചാൽ പോലും ഒരു മാസം പോയിട്ട് ഒരു ദിവസം പോലും കസ്റ്റഡിയിൽ കഴിയാൻ സാധിക്കില്ല. ജനങ്ങൾക്കുവേണ്ടിയുള്ള ഒരു സമരത്തിൽ അത് ചെയ്യുന്നതുപോലും നാണക്കേടായി മാറിയ ഒരു അവസ്ഥയാണ് ഇന്നുള്ളത്. അത് അണികൾ വേണം ചെയ്യാൻ. ഞങ്ങൾ ചെയ്യാൻ പാടില്ല. ഈ തരത്തിലൊക്കെയുള്ള ഫ്യൂഡൽ സംഭവമാണ്. ഫാസിസത്തെപറ്റി നമ്മൾ ഇനി സംസാരിക്കേണ്ട കാര്യമില്ല. യഥാർത്ഥ ശത്രുവായി എല്ലാം വിഴുങ്ങാൻ ശേഷിയുള്ള ഒരു ശത്രുവായിട്ടു നമ്മുടെ മുമ്പിൽ നില്ക്കുന്ന ഇന്നത്തെ കേന്ദ്രത്തെ ഭരിക്കുന്ന ഫാസിസത്തിന്റെ കൈയിലുള്ളത്. ഇന്ത്യയുടെ ഖജനാവ് മാത്രമല്ല. ഇന്ത്യയുടെ മൂന്നു സൈന്യങ്ങൾ കരസേന, വ്യോമസേന, നാവികസേന, ബോർഡർ സെക്യൂരിറ്റി ഫോഴ്സ് പോലെയുള്ള എല്ലാ സംഭവങ്ങളും. അർദ്ധ സൈനിക സംവിധാനങ്ങളടക്കം അത് ഇന്ന് കൈവെക്കാത്തത് ഒന്നുമില്ല. സാംസ്കാരിക സ്ഥാപനങ്ങൾ ഒക്കെ എടുത്തോണ്ട് പോകുന്നത് അത്രയേ ഉള്ളൂവെന്നു കരുതുക. കോൺഗ്രസ്സുകൊണ്ടു പോയാലും കമ്മ്യൂണിസ്റ്റുകാർ കൊണ്ടുപോയാലും സാംസ്കാരിക സ്ഥാപനങ്ങളിലൂടെയൊന്നും ഒരു വിപ്ലവവും നടക്കാൻ പോകുന്നില്ല. വിഷം കലർത്തൽ നടന്നുകൊണ്ടേയിരിക്കും. അതുകൊണ്ടെനിക്ക് അതിനെപ്പറ്റി വലിയ ദുഃഖമൊന്നുമില്ല. പക്ഷേ, ഇതാണിതിന്റെ യാഥാർഥ്യം. അപ്പോൾ എങ്ങനെ ജനങ്ങളുടെ ഈ ഒരു ദുഃഖം അവരുടെയീ അസ്വസ്ഥത, ഇന്ന് നടന്നുകൊണ്ടിരിക്കുന്നതിനോടുള്ള അവരുടെ എതിർപ്പ് അവരാരുടെ കൊട്ടയിൽ കൊണ്ടുപോയിവെക്കും എന്നുള്ളതാണ് പ്രശ്നം. അതിനൊരു കൊട്ടപോലുമില്ല. രാജസ്ഥാനിലുള്ള ഒരു നിയോജകമണ്ഡലത്തിൽ സി.പി.ഐ.എമ്മിന് വോട്ട് ചെയ്യാനൊരു പത്തു പേരുണ്ടെങ്കിൽ അതിനൊരു കൊട്ടപോലുമില്ല അവിടെ. അവരെവിടെ പോകും?

- 1930കളിൽ കമ്മ്യൂണിസ്റ്റ് ഇന്റർനാഷണലും മറ്റും കൈക്കൊണ്ട ഒരു നിലപാടുണ്ട്. ലോകത്തെ മുഴുവൻ വിഴുങ്ങും എന്ന ഭീഷണിയുമായിട്ട് ഹിറ്റ്ലർ മുന്നോട്ടുപോകുമ്പോൾ ഫാസിസം മാത്രമാണ് ഇപ്പോൾ പൊരുതി തോല്പിക്കപ്പെടേണ്ട ഒരേയൊരു ശക്തി. അതുകൊണ്ട് അതിനുവേണ്ടി വിവിധ രാജ്യങ്ങളിലെ സോഷ്യലിസ്റ്റ് ആഭിമുഖ്യമുള്ള

പാർട്ടികൾ അവരുടെ തർക്കം നിലനില്ക്കെ തന്നെ ഒരു ജനകീയ മുന്നണി (popular front) ഉണ്ടാക്കണമെന്ന് ഒരാശയം മുന്നോട്ടുവെക്കുകയും അതിനുവേണ്ടി പരിശ്രമിക്കുകയും ചെയ്തു. നമുക്കറിയാം ബ്രിട്ടൻ, അമേരിക്ക എന്നീ സാമ്രാജ്യത്വ ശക്തികളുമായി മറ്റെല്ലാ രാഷ്ട്രീയ അഭിപ്രായ വ്യത്യാസങ്ങളും മാറ്റിവെച്ചു സഖ്യമുണ്ടാക്കിക്കൊണ്ടാണ് സ്റ്റാലിൻ ഹിറ്റ്ലറുടെ ഫാസിസത്തെ തോല്പിച്ചത്. പില്ക്കാലത്ത് അമിതാധികര പ്രവണതകളിലേക്ക് സ്റ്റാലിൻ വഴുതിപ്പോയി എന്നത് മറ്റൊരു വസ്തുതയാണ്. ഫാസിസത്തിനെതിരായ് ആ വിശാലസഖ്യം പോലെ ഒന്നിനായി ചെറുതും വലുതുമായ മറ്റെല്ലാ രാഷ്ട്രീയ അഭിപ്രായവ്യത്യാസങ്ങളും മാറ്റിവെച്ചിട്ട് യോജിക്കണം എന്ന ചിന്ത ഇവിടത്തെ ഇടതുപക്ഷത്തോ മധ്യവർത്തി എന്നുപറയുന്ന കോൺഗ്രസ് സ്വഭാവത്തോടുകൂടിയ പാർട്ടികൾക്കിടയിലോ ഉണ്ടെന്നു തോന്നുന്നില്ല. ന്യൂനപക്ഷ സമുദായങ്ങളെ പ്രതിനിധാനം ചെയ്യുന്ന രാഷ്ട്രീയപാർട്ടികളും അവർക്ക് സ്വാധീനമുള്ളിടത്ത് അധികാരത്തിന്റെ ഒരു വറ്റുപോലും മറ്റൊരാൾക്ക് കൊടുക്കാതെ സ്വയം ഭുജിക്കണം എന്നാഗ്രഹിക്കുന്ന മനോഭാവക്കാരാണ്. ഈ രാഷ്ട്രീയകക്ഷികൾ അവരുടെ സഹജസ്വഭാവം മാറ്റി ഫാസിസത്തിനെതിരെ ഏതെങ്കിലും തരത്തിലുള്ള ഐക്യമുന്നണിക്ക് വേണ്ടിയുള്ളൊരു പ്ലാറ്റുഫോം ഉണ്ടാക്കിയെടുക്കുമെന്നു വിശ്വസിക്കാൻ പ്രയാസമാണ് എന്നാണല്ലോ സക്കറിയ പറഞ്ഞത്. പക്ഷേ, രാഷ്ട്രീയ പാർട്ടികൾ അങ്ങനെ ആയിരിക്കെ തന്നെ നമ്മുടെ സാംസ്കാരിക ബുദ്ധിജീവി മണ്ഡലങ്ങളിലെ ജനങ്ങളുടെ അംഗീകാരം നേടിയിട്ടുള്ള ആളുകളുടെ നിലപാടോ? വളരെ വർഷങ്ങൾക്കു മുമ്പ് ഫ്രാങ്കോക്കെതിരായിട്ടുള്ള സമരത്തിന്റെ കാലഘട്ടത്തിൽ രവീന്ദ്രനാഥ ടാഗോർ പറഞ്ഞ ഒരു വാക്യമുണ്ട്. “ബുദ്ധിജീവികളുടെ വഞ്ചന. നമ്മുടെ കാലഘട്ടത്തിന്റേയും അപകടകരമായ ഒരു ദുർലക്ഷണമായിത്തീർന്നിരിക്കുന്നു.” എന്നാണ് ടാഗോർ പറഞ്ഞത്. ഫാസിസത്തിനെതിരായിട്ടു ശബ്ദിക്കാൻ കിട്ടിയ ഒരവസരവും ടാഗോർ ഉപേക്ഷിക്കുന്നില്ല. ഇറ്റലിയിലും ജർമനിയിലും സ്പെയിനിലും തടവറയിൽ കിടന്ന് നരകിച്ചുകൊണ്ടും ജീവൻ കൊടുത്തുകൊണ്ടുമാണ് വലിയ വലിയ മഹാപ്രതിഭാശാലികളായിട്ടുള്ള ബുദ്ധിജീവികൾ പോരാടിയത്. ഈ സമീപകാലത്തായിട്ടു വിദ്യാഭ്യാസ സാംസ്കാരിക രംഗത്തെ പ്രാമാണികരായ മൂന്നുപേർ ഏറ്റവും ഒടുവിൽ കൽബുർഗി വരെയുള്ള ആളുകൾ കൊലചെയ്യപ്പെട്ടിട്ടും ഇവിടെയുണ്ടായ പ്രതികരണങ്ങൾ എത്ര ദുർബലമാണ്?

സച്ചിദാനന്ദൻ കൽബുർഗിയുടെ കൊലപാതകത്തിനെ സംബന്ധിച്ച് കേന്ദ്രസാഹിത്യ അക്കാദമി അതിന്റെ പ്രതിഷേധം രേഖപ്പെടുത്തണം എന്നാവശ്യപ്പെട്ടുകൊണ്ട് ഒരു കത്ത് കൊടുത്തിരിക്കുന്നു. അഖിലേന്ത്യാ അടിസ്ഥാനത്തിൽ കുറെ ബുദ്ധിജീവികൾ സംഘടിതമായി പ്രതികരിക്കുന്നുണ്ട്. ഒന്നുരണ്ടാഴ്ച മുമ്പ് ആനന്ദ് ഇന്ത്യൻ

ഫാസിസം ഇന്നെത്തിനിൽക്കുന്നത് അപകടകരമായിട്ടുള്ള വളർച്ച യുടെ ഒരു ഘട്ടത്തിലാണ് എന്നും ഈ രാജ്യം നിശ്ചലതയിലേക്ക് പോകാൻ പോകുകയാണ് എന്നും അതിന്റെ ചലനാത്മകത ഇല്ലാതെ യാകാൻ പോവുകയാണ് എന്നും സൂചിപ്പിച്ചു. ചുരുക്കം ചില ആളുകൾ മാത്രമേ ഈ വിധം പ്രതികരിച്ചുകാണുന്നുള്ളൂ. സാമൂഹിക ഇടപെടലുകൾക്കുകൂടി സമയം കണ്ടെത്തുന്ന എഴുത്തുകാരുടെ സംഖ്യ ഒക്കെ വളരെ കുറവാണെന്ന് നമുക്കൊക്കെ അറിയാം. അങ്ങനെ സമയം കണ്ടെത്തുന്നവർ പോലും ഈ തരത്തിൽ എന്തെ ങ്കിലുമൊരു ത്യാഗം ആവശ്യമായ അല്ലെങ്കിൽ ധീരതയാവശ്യമായ ഒരു നിലപാട് സ്വീകരിച്ചുകാണുന്നില്ല. ബുദ്ധിജീവികളും ഇടത്തര ക്കാരുമെല്ലാം ഓരോരോ പ്രലോഭനങ്ങൾക്ക് വശംവദരാവുക യാണെന്നു തോന്നുന്നു. അത്തരം പ്രലോഭനങ്ങളെ പരിപോഷിപ്പിച്ചു കൊണ്ട് ജനങ്ങളുടെ എതിർപ്പിനെ മറികടക്കാനാകില്ലേ? മോദിയുടെ നേതൃത്വത്തിലുള്ള ഭരണകൂടവും വരുംകാലങ്ങളിൽ ശ്രമിക്കാൻ പോകുന്നത് പ്രലോഭനങ്ങൾ വഴിയുള്ള വശീകരണം തന്നെ ആയിരി ക്കില്ലേ?

എനിക്ക് തോന്നുന്നില്ല. ആ പ്രലോഭനങ്ങളാണ് ഇഷ്യൂ എന്ന്. കാരണം പ്രലോഭനങ്ങൾ പല ഗ്രേഡുകളിൽ വന്നുകൊണ്ടേ യിരിക്കും. പത്തു കൊല്ലം മുമ്പുണ്ടായിരുന്ന പ്രലോഭനങ്ങളല്ല ഇന്നുള്ള പ്രലോഭനങ്ങൾ എന്ന് മാത്രമേ വ്യത്യാസമുള്ളൂ. പത്തു കൊല്ലം മുമ്പ് കമ്പ്യൂട്ടർ ഒരു പ്രലോഭനം ആയിരുന്നു. അല്ലെങ്കിൽ വെറുമൊരു ലാൻഡ് ലൈൻ ഫോൺ ഒരു പ്രലോഭനമായിരുന്നു ഒരിരു പത് കൊല്ലം മുമ്പുവരെ. അപ്പോ പ്രലോഭനങ്ങളുടെ രൂപവും ഭാവവും മാറിക്കൊണ്ടിരിക്കും. ഇപ്പൊ നമ്മൾ ബുദ്ധിജീവികളുടെ കാര്യം പറഞ്ഞുവന്ന സ്ഥിതിക്ക് ഞാൻ പറയുകയാണ് ബുദ്ധിജീവികൾ ഇത്തരം പ്രലോഭനങ്ങളിൽ അല്ല കുടുങ്ങുന്നത്. അതിനുവേണ്ടിയാണ് അവർ മൗനമായിരിക്കുന്നതോ അല്ലെങ്കിൽ ത്യാഗപൂർണമായ ഒരു നിലപാട് സ്വീകരിക്കാതിരിക്കുന്നതോ എന്ന് ഞാൻ കരുതുന്നില്ല. അതിനപ്പുറത്തോട്ടുള്ള ഡീപ്പർ ഇഷ്യൂസ് ആണ് ബുദ്ധിജീവികളുടെ ഈ പ്രവർത്തനത്തിന് കാരണമായിട്ടു ഞാൻ കാണുന്നത്. കാരണം കേരളത്തിലെ അടിസ്ഥാന ബുദ്ധിജീവികൾ പാരമ്പര്യവാദികൾ ആണ്. അവരിൽ നിന്ന് ജാതിയും മതവും ഇറങ്ങിപ്പോയിട്ടില്ല. ആചാര ങ്ങളും അനുഷ്ഠാനങ്ങളും ഇറങ്ങിപ്പോയിട്ടില്ല. സ്വന്തം മക്കളെ മിശ്ര വിവാഹത്തിന് പ്രേരിപ്പിക്കണമെന്നു ഞാനൊരിക്കലും പറയില്ല. കാരണം മക്കളുടെ ഇഷ്ടമാണ്. പക്ഷേ, ഒരു അറേൻജഡ് മാര്യേജി ലേക്ക് ആണ് അവർ നയിക്കപ്പെടുന്നത്. ഈ ബുദ്ധിജീവികൾ അല്ലെങ്കിൽ ഇവിടത്തെ മതേതരത്വവാദികൾ കമ്മ്യൂണിസ്റ്റ് പാർട്ടി യിലും കോൺഗ്രസ്സിലും ഒക്കെയുള്ള മതേതരത്വവാദികൾക്ക് മിശ്രവിവാഹമെന്ന ചിന്ത ഒരു വിദൂരമായ ഒരു ഭാവനയായിട്ട് പോലും കാണാൻ കഴിയുന്നില്ല.

അതിവിടത്തെ ഏറ്റവും വലിയ മഹാന്മാരായ ആളുകളുടെ മക്കളുടെ കാര്യമാണ്. ഞാൻ അവരെ കുറ്റം പറയുകയല്ല. അതവരുടെ കുടുംബ ങ്ങളുടെ കാര്യമാണ്. പക്ഷേ ഞാൻ ആശയപരമായ ഒരു സാധനം അതിന്മേൽ ഒട്ടിച്ചുവയ്ക്കുക ആണ്. ഇത് ഈ പാരമ്പര്യവാദത്തിന്റെ ഭാഗമായിട്ട് പറഞ്ഞതാണ്.

അപ്പോൾ കേരളത്തിലെ അടിസ്ഥാന ബുദ്ധിജീവി, അവൻ കമ്മ്യൂണിസ്റ്റുകാരനോ ഏറ്റവും വലിയ വിപ്ലവകാരിയോ ആണെ ങ്കിലും അവന്റെ ഉള്ളിൽ നിന്ന് ഈ ജാതിയുടേയും മതത്തിന്റേയും വിഷം ഇറങ്ങിപ്പോയിട്ടില്ല. അവന്റെ ഫ്യൂഡൽ പ്രാമാണിത്വത്തിന്റെ വിഷം ഇറങ്ങിപ്പോയിട്ടില്ല. ഇടതുപക്ഷത്തിന്റെ വളരെ പ്രമുഖരായ ബുദ്ധിജീവികളിൽ ചിലരിലെങ്കിലും ഞാനീ ഫ്യൂഡൽ പ്രാമാണിത്വം കണ്ടിട്ടുണ്ട്. ഞാൻ ബുദ്ധിജീവി ആണെന്നുള്ളതു മാത്രമല്ല. ഞാൻ ഇന്നത് പോലെ ഒരാളാണെന്നുള്ള ഒരു വീർപ്പിക്കൽ ഞാൻ കണ്ടിട്ടുണ്ട്. പാരമ്പര്യവാദത്തിന് ഒരു സ്റ്റാറ്റസ്കോ ഉണ്ട്. അതിന്റെ ഉള്ളിൽ കഴിയുന്നതിന് ഒരു സുഖമുണ്ട്. ഈ സുരക്ഷിതത്വത്തെ ഈ സ്റ്റാറ്റസ്കോയെ ഇളക്കുന്ന ഒന്നും അവർ ചെയ്യില്ല. അതിന്റെ ഉള്ളിലെ ക്ലിക്കുകളും നെറ്റ്‌വർക്കുകളും പരസ്പരം സന്തോഷിപ്പിച്ചു സുഖിച്ചു ജീവിക്കുന്നതിന്റെ ഒരു സുഖമുണ്ട്. പിന്നെ അയാളുടെ സ്വന്തമായ ഒരു സ്റ്റാറ്റസ്കോ ഉണ്ട്. അയാൾ സ്വന്തമായി ഉണ്ടാക്കിവയ്ക്കുന്ന അയാളുടെ സാമ്പത്തിക ഭദ്രത അയാളുടെ കുടുംബത്തിന്റെ ഭദ്രത. അപ്പോൾ ഇതിനെ ഇളക്കുകയോ വിഷമിപ്പിക്കുകയോ ഇതിനെതിരെ ഒരു ചെറിയ ചോദ്യം ചെയ്യൽ പോലും വരുന്ന ഒരു കാര്യം ഒരു ചിന്ത അതവർക്ക് ആലോചിക്കാൻപോലും പറ്റുന്നില്ല.

നരേന്ദ്രമോദി കേരളത്തിലെ മുഖ്യമന്ത്രിയോ കേരളത്തിലെ ആഭ്യ ന്തരമന്ത്രിയോ അല്ല. ഇന്ത്യയുടെ പ്രധാനമന്ത്രിയാണ്. ഇവിടെ ഇരുന്നു നരേന്ദ്രമോദിയെ വിമർശിച്ചാൽ ആ വാർത്ത നാളെ ദില്ലി യിൽ ചെന്ന് എനിക്കെതിരെ എന്തെങ്കിലും ഒരു പ്രശ്നം ഉണ്ടായെ ങ്കിലോ എന്നുള്ള രീതിയിൽ ചിന്തിക്കുന്നവർ ബുദ്ധിജീവികൾക്കിട യിൽ ധാരാളം ഉണ്ട്.

അതിന് ഞാൻ അവരെ കുറ്റം പറയുന്നില്ല. അതവരുടെ മാനുഷിക ദൗർബല്യം എന്ന് മാത്രമാണ് ഞാൻ പറയാൻ ആഗ്രഹിക്കുന്നത്. മറുവശത്ത് ഇവിടത്തെ ചാഞ്ചാടുന്ന ബുദ്ധിജീവികളുടെ മറ്റൊരുതരം മോഹവലയം ഉണ്ട്. ഈ രാഷ്ട്രീയ സാമൂഹികവൃത്തങ്ങളിൽ എല്ലാ വരുടേയും നല്ല കുഞ്ഞായിട്ട് ജീവിക്കാനാഗ്രഹിക്കുകയും അങ്ങനെ ജീവിച്ചു വിജയിക്കുകയും ചെയ്ത എഴുത്തുകാരും ബുദ്ധിജീവികളും ഇവിടെയുണ്ട്. ആണും പെണ്ണും. അവരെ സംബന്ധിച്ചിടത്തോളം ഏതെങ്കിലും ഒരു ഗ്രൂപ്പിന്റെ അവരോടുള്ള പ്രണയം സ്നേഹം അതു വിട്ട് പോകാനവർക്ക് ഇഷ്ടമില്ല.

എഴുത്തുകാരന് പറയാനുള്ളത്

കേരളത്തിലുള്ള ഹിന്ദുവർഗീയതയുടെ ഏതു വേദിയിലും ലജ്ജ യില്ലാതെ, പ്രത്യക്ഷപ്പെട്ട് അതിൽ പങ്കെടുക്കുകയും ആ വാദങ്ങൾ പറയുകയും ചെയ്യുന്നവർക്ക് ഇന്ന് എല്ലാ മാർക്സിസ്റ്റ് വേദികളിലും കോൺഗ്രസ് വേദികളിലും അംഗീകാരമുണ്ട്. ഗാന്ധിയൻ വേദി കളിലും അംഗീകാരമുണ്ട്. വർഗീയവാദികളുടെ തോളിൽ കൈയിട്ട് ആർ.എസ്.എസ്സിന്റെ ഒരംഗം ആയതിൽ അഭിമാനിക്കുന്നു എന്ന് പരസ്യമായി പ്രഖ്യാപിക്കുന്ന ഒരു കവി. അല്ലെങ്കിൽ എല്ലാ വർഗീയ വാദി വേദികളിലും പ്രത്യക്ഷപ്പെടുന്നവർ. ഇവരെല്ലാം ഇവിടെ പടിപടി യായിട്ടു മാന്യതയുടെ ചവിട്ടുപടികൾ കയറിപ്പോവുകയാണ് ചെയ്യുന്നത്.

അപ്പോൾ ഇതിന്റെ പിന്നിൽ എന്താണുള്ളത്? ഈ മാന്യതകൾ അവരുടെ മേൽ അണിയിക്കുന്നവരുടെയെല്ലാം ഉള്ളിൽ ഈ ഇരട്ട ത്താപ്പ് തന്നെയാണ് നിലകൊള്ളുന്നത്. ഇവരെ ആദരിക്കുകയും സമൂഹത്തിന്റെ മുമ്പിൽ മഹാവ്യക്തികൾ ആയി ഉയർത്തിപ്പിടിക്കു കയും ചെയ്യുന്ന സി.പി.എമ്മും കോൺഗ്രസും സോഷ്യലിസ്റ്റുകളും സമൂഹത്തോട് പറയുന്നത് ഇവർ വർഗീയവാദികൾ ആയിരിക്കാം പക്ഷേ, ഇവർ ആദരണീയരാണ് എന്നാണ്. ചെറുപ്പക്കാരോടും സാധാരണക്കാരോടും എല്ലാവരോടും ആയിട്ട് ഇങ്ങനെ പറയുക യാണ് ചെയ്യുന്നത്. ഈ ഇരട്ടത്താപ്പും കൂടി ഇവിടെ കിടക്കുന്നുണ്ട്. അപ്പോൾ ഞാൻ പറഞ്ഞുവന്നത്, ഇതാണ് പല എഴുത്തുകാരുടേയും കാര്യത്തിൽ അവരെ ഇങ്ങനെ പിടിച്ചുവലിക്കുന്ന ഒരു കാന്തമാണ് രാഷ്ട്രീയപ്പാർട്ടികളുടെയും മാധ്യമങ്ങളുടെയും വർഗീയമായ ഇരട്ട ത്താപ്പ്. ഞാൻ വർഗീയവാദിയാണെങ്കിലും എന്നെ ആദരിക്കാൻ ഇവിടത്തെ ഏറ്റവും വലിയ സംവിധാനങ്ങൾ തയ്യാറാണെങ്കിൽ ഞാനെന്തിന് ഒരു മതേതരനിലപാട് സ്വീകരിക്കണം? ഇതാണ് ഇതിന്റെ ഇഷ്യു. അനുബന്ധമായിട്ടു ഞാനൊന്നുകൂടി പറയാം. എന്റെ ധാരാളം സുഹൃത്തുക്കൾ മാധ്യമങ്ങളിലുണ്ട്. ഞാനവരോട് ചോദിക്കും നിങ്ങൾ എത്ര പേരാണ് അക്കിത്തത്തിനെപോലൊരു കവിയെ ഇന്റർവ്യൂ ചെയ്യുന്നത്. നിങ്ങൾ അക്കിത്തത്തിനെ ഇന്റർവ്യൂ ചെയ്യാൻ പോകുമ്പോൾ ഒരു വാക്ക് ചോദിക്കാൻ നിങ്ങളുടെ നാവ് അനങ്ങുമോ? എന്തുകൊണ്ടാണ് മഹാകവി അങ്ങ് ഒരു ഫാസിസ്റ്റ് വർഗീയകക്ഷിയുടെ അംഗമായി അതിനെ പിന്തുണയ്ക്കുന്നത്? അങ്ങയുടെ ന്യായം എന്താണ്? ഞങ്ങൾക്ക് അറിഞ്ഞാൽ കൊള്ളാം. മലയാളികൾക്കും അറിഞ്ഞാൽ കൊള്ളാം. കാരണം ഇത് എല്ലാവരും അറിഞ്ഞിരിക്കേണ്ട ഒരു കാര്യമല്ലേ? എന്താണ് അങ്ങ് അതിൽ ആകർഷണീയമായിട്ടും പ്രധാനം ആയിട്ടും കണ്ടത് എന്ന് ചോദി ക്കേണ്ടതല്ലേ? ഇതുവരെ ഒരു മാധ്യമത്തിൽ നിന്നും ഒരു പത്ര പ്രവർത്തകനിൽ നിന്നും ഒരു അഭിമുഖകർത്താവിൽ നിന്നും ഒരു ചോദ്യം വന്നിട്ടില്ല. സുഗതകുമാരിയോട് ചോദിച്ചിട്ടുണ്ടോ? ഇല്ല. ഞാൻ ചില പേരുകൾ പറഞ്ഞുവെന്നേയുള്ളൂ. അവരൊക്കെ എനിക്ക് വളരെ

ബഹുമാനം ഉള്ളവരാണ്. ആശയപരമായുള്ള കാര്യം വരുമ്പോൾ നമുക്കിത് പറയാതെ ഇരിക്കാനാകില്ല. എന്റെ സ്വന്തം സുഹൃത്തുക്കൾ, എന്റെ കുടുംബത്തിൽ നിന്നൊരാൾ വർഗീയവാദിയായാൽ ഞാനവരോട് തീർച്ചയായിട്ടും ചോദിക്കുക തന്നെ വേണം. അവരെ അഭിമുഖീകരിക്കുക തന്നെ വേണം.

• ഫാസിസം, യൂറോപ്യൻ രാജ്യങ്ങളിൽ കമ്മ്യൂണിസം സ്വാധീനമുറപ്പിക്കുന്നതിനെതിരായി മുതലാളിത്തം ആശ്രയിച്ച ഒരു സംവിധാനമാണ് എന്ന് വിലയിരുത്തപ്പെട്ടിട്ടുണ്ട്. ഇന്ത്യൻ സാഹചര്യത്തിൽ ഈ ബി.ജെ.പിക്കോ അല്ലെങ്കിൽ അതിന്റെ പൂർവരൂപമായ ജനസംഘത്തിനോ അതിന്റേയും പൂർവരൂപമായ അതേ ഐഡിയോളജിയോടു കൂടിയ ഹിന്ദു മഹാസഭയ്ക്കോ ഒന്നും രാഷ്ട്രീയമായ യാതൊരു അഡ്രസ്സും ലഭിക്കാതിരുന്ന, പാർലമെന്ററി രാഷ്ട്രീയത്തിൽ കാര്യമായൊരു നിലനില്പും ഇല്ലാതിരുന്ന ഘട്ടത്തിലടക്കം ആർ.എസ്.എസ്സിന്റെ താത്വികന്മാരായ ആളുകൾ അവരുടെ പ്രസംഗങ്ങളിലും ലേഖനങ്ങളിലും സമുദായശരീരത്തെ ബാധിക്കുന്ന ത്രിദോഷങ്ങൾ ഒന്ന് കമ്മ്യൂണിസമാണ്. മറ്റൊന്ന് ഇസ്ലാമാണ്, മൂന്നാമത്തേത് ക്രിസ്തുമതമാണ് എന്നു തുറന്നു പറഞ്ഞിട്ടുണ്ട്. ഈ മൂന്നു ദോഷങ്ങൾക്കെതിരായിട്ടാണ് ഇന്ത്യൻ ഫാസിസം ഹൈന്ദവ വർഗീയതയെ അവരുടെ പ്രവർത്തനങ്ങളുടെ ഇന്ധനമായി ഉപയോഗിച്ചുകൊണ്ടിരിക്കുന്നത്.

ഇന്നത്തെ അവസ്ഥ വെച്ച് നോക്കിയാൽ, കമ്മ്യൂണിസമെന്നു പറയുന്നത് ഏതാനും പ്രവിശ്യകളിൽ ഒഴികെ ഫാസിസത്തിന്റെ ശത്രുസ്ഥാനത്ത് നിൽക്കാൻപോന്ന കെല്പുള്ള ഒന്നല്ല. ബി.ജെ.പി കേന്ദ്രത്തിൽ അധികാരത്തിലെത്തിയതോടുകൂടി ക്രിസ്തുമത പുരോഹിതരിൽ പലരും മോദിയെ സ്തുതിക്കാനും അദ്ദേഹത്തിന് തെരഞ്ഞെടുപ്പ് രാഷ്ട്രീയത്തിൽക്കൂടി പിന്തുണ കൊടുക്കാനും ഞങ്ങൾക്ക് യാതൊരു വിഷമവുമില്ല എന്ന് പ്രഖ്യാപിച്ചുകഴിഞ്ഞു. ലോകത്തെല്ലായിടത്തും ഭീകരവാദത്തിലൂടെ ഇസ്ലാമിനെ രക്ഷിച്ചുകളയാമെന്ന തെറ്റായ ഒരു ഐഡിയോളജിക്കു കീഴ്പ്പെട്ടുകൊണ്ടിരിക്കുന്ന ഒരുപാട് ഭീകരസംഘടനകൾ ഉണ്ടെങ്കിലും, ഇന്ത്യയിലെ മുസ്ലിങ്ങളിൽ മഹാ ഭൂരിപക്ഷവും ഹൈന്ദവവർഗീയ ഫാസിസത്തെ യഥാർഥത്തിൽ ഭയക്കുന്നുണ്ട്. അപ്പോൾ നമ്മൾ നേരത്തെ വിലയിരുത്തിയതു പോലെ, പ്രധാന പ്രതിപക്ഷ രാഷ്ട്രീയകക്ഷിയായ കോൺഗ്രസ്, വ്യക്തിവാദികളും അധികാരമോഹികളുമായ പ്രാദേശികപാർട്ടി നേതാക്കന്മാരുടെ സ്വകാര്യ സാമ്രാജ്യങ്ങളായ സോഷ്യലിസ്റ്റ് വിഭാഗങ്ങൾ, ശക്തി ക്ഷയിച്ചുകൊണ്ടിരിക്കുന്ന ഇടതുപക്ഷം, അധികാരത്തിന്റെ അഴിമതി ഫലം പങ്കുവെച്ചനുഭവിക്കുന്ന ദ്രാവിഡ പാർട്ടികൾ. അങ്ങനെ, രാഷ്ട്രീയരംഗത്തേക്ക് നോക്കിയാൽ നമുക്ക് വല്ലാത്തൊരു

ശൂന്യതയാണ് കാണാൻ കഴിയുന്നത്. പക്ഷേ, ഈ ശൂന്യതയുടേതായ ഒരന്തരീക്ഷം നിലനില്ക്കുകയും, ഇവരിൽ നിന്ന് ഒന്നും പ്രതീക്ഷിക്കാനില്ല എന്ന നിരാശയിലേക്ക് നമ്മളെപ്പോലുള്ള ആളുകൾപോലും വീണുപോവുകയും ചെയ്യുമ്പോൾ സംഭവിക്കുന്ന വലിയ ഒരാപത്ത്, ഒരു ഇരുട്ടിന് നാം നമ്മുടെ തന്നെ മനസ്സിനെ വിട്ടുകൊടുക്കുക എന്നാവില്ലേ?

അതെ. അതാണ് സംഭവിച്ചുകൊണ്ടിരിക്കുന്നത്.

- എൻ.എസ്. മാധവന്റെ ഒരു പരാമർശമുണ്ട്. "മോളേ, കണ്ടോ മഞ്ഞവെയിൽ. ചായുന്ന സൂര്യന്റെ അവസാനത്തെ ആളൽ. ഇനി പത്തടി കൂടി താഴ്ന്നാൽ ഇരുട്ടായി." മഞ്ഞപ്പതിറ്റടി എന്നാണാ ചെറുകഥയുടെ പേര്. ഈ പറഞ്ഞ വിമർശനങ്ങളെല്ലാം തന്നെ. കമ്മ്യൂണിസ്റ്റ് പാർട്ടിയുടേയോ അല്ലെങ്കിൽ ഇടതുപക്ഷത്തിന്റെ മൊത്തത്തിലോ, സോഷ്യലിസ്റ്റ് സ്വഭാവമുള്ള മറ്റ് പാർട്ടികളുടെയോ ഒക്കെ അവസ്ഥ നമ്മളെ നിരാശപ്പെടുത്തുന്ന ഒരുപാട് കാര്യങ്ങളിലൂടെയാണ് കടന്നുപോകുന്നത്. ഈ നിലയിൽ ഇനി പത്തടികൂടി താഴ്ന്നാൽ വരാൻ പോകുന്ന ഇരുട്ടിനെ സംബന്ധിക്കുന്ന ഒരാധി, നമുക്ക് പങ്കുവെക്കാതിരിക്കാൻ കഴിയുമോ?

തീർച്ചയായിട്ടും. ആ ആധി നമുക്ക് പങ്കുവെക്കാം. എന്നാൽ അനവധി ആളുകളുടെ ഉള്ളിലും അങ്ങനൊരു ആധി ഇല്ല. അല്ലെങ്കിൽ അങ്ങനൊരു ആധിയുടെ ബോധം എപ്പോഴെങ്കിലും ഉണ്ടായിട്ടുണ്ടെങ്കിൽ അതിനെ മാറ്റിവെച്ചുകൊണ്ട് പോകുന്ന ഒരു അവസ്ഥയുണ്ട്. ഫാസിസത്തെപ്പറ്റി പറയുമ്പോൾ അതിനിയും വന്നെത്തിയിട്ടില്ല. വന്നെത്തിയേക്കാം എന്നൊക്കെയുള്ള ഒരു അന്ധമായ ശുഭാപ്തി വിശ്വാസം ഞാൻ പലരിലും കണ്ടിട്ടുണ്ട്. ഇതിനകത്തൊക്കെ ഞാൻ മനസ്സിലാക്കുന്നത്, ഇന്ത്യൻ ഭരണകൂടത്തിനുള്ളിൽനിന്ന് ഇന്ത്യയൊട്ടാകെ പ്രസരിച്ചുകൊണ്ടിരിക്കുന്ന ഈ ഫാസിസ്റ്റ് തരംഗം അല്ലെങ്കിൽ തിരയടി, ഇതിനെതിരെ - ഇതിങ്ങനെ ഉണ്ട്, ഇതൊരു വമ്പിച്ച വിപത്താണ്, ഇതേതു സമയവും നമ്മെ വിഴുങ്ങിയേക്കാം എന്ന ഒരു അഖിലേന്ത്യാ ബോധം നിർമിക്കാൻ ഇവിടത്തെ രാഷ്ട്രീയ പാർട്ടികൾക്കാണ് കഴിയുക. ഇവിടത്തെ മാധ്യമങ്ങൾക്കാണ് കഴിയുക. ഒരുപക്ഷേ, രാഷ്ട്രീയപ്പാർട്ടികളേക്കാളേറെ മാധ്യമങ്ങൾക്കാണ്. കാരണം ഞാനാദ്യം പറഞ്ഞപോലെ, ഒരു രാഷ്ട്രീയക്കാരന്റെ ഒരു വാക്കിന് അപ്പോൾ കിട്ടുന്ന പ്രഹരശേഷിയുടെ പതിനായിരം മടങ്ങ് വരുന്ന ഒരു ന്യൂക്ലിയർ ബോംബായിട്ട് അതിനെ വിക്ഷേപിക്കാൻ മാധ്യമങ്ങൾക്ക് സാധിക്കുന്നുണ്ട്, അവരത് ചെയ്യുന്നുമുണ്ട് - അവർക്കാവശ്യമുള്ളപ്പോൾ അത് അഖിലേന്ത്യാതലത്തിലുള്ള അവസ്ഥയാണ്.

കേരളം പോലുള്ള ഒരിടത്തിലേക്ക് നമ്മൾ വന്നു കഴിയുമ്പോൾ ഈ താഴ്ന്നുപൊയ്ക്കൊണ്ടിരിക്കുന്ന സൂര്യൻ-സ്വാതന്ത്ര്യത്തിന്റെ സൂര്യൻ - ഇതിനെപ്പറ്റിയുള്ള അവബോധം, കേരളത്തിലെ സാമൂഹിക, രാഷ്ട്രീയ സംവിധാനങ്ങൾക്കുള്ളിൽനിന്നുതന്നെ വേണം ഉണ്ടാ വേണ്ടത്. ഇപ്പോ തമിഴ്നാട്ടിൽ ഇത്തരമൊരു അവബോധം ഉണ്ടാകു ന്നത് എങ്ങനെയെന്ന് നമുക്കാർക്കും ചിന്തിക്കാൻ കൂടി പറ്റില്ല, അറിഞ്ഞുകൂട. ഇത്തരമൊരു പ്രതിഭാസം ഉണ്ടായിക്കൊണ്ടിരിക്കുക യാണ്, ഇരുട്ട് വന്നെത്തിക്കൊണ്ടിരിക്കുകയാണ്, രാത്രി വരികയാണ് എന്നുള്ള ഈ അവബോധം സാധാരണ ജനങ്ങളിലേക്ക്, - പത്ര പ്രവർത്തകരെ മാറ്റി നിർത്താം - അവർക്കിതറിയാം, അറിഞ്ഞു കൊണ്ട് കണ്ടില്ലെന്ന് നടിക്കുന്നതാണ് - ഇത് കണ്ടാലും തിരിച്ചറി യാൻ കഴിയാത്ത അല്ലെങ്കിൽ മാധ്യമങ്ങളുടേയും രാഷ്ട്രീയപാർട്ടി കളുടേയും വാചകമേളകളിൽ മയങ്ങിക്കിടക്കുന്ന സാധാരണക്കാരന്റെ അടുത്തേക്ക് ഇതെത്തിക്കാൻ ഇവിടത്തെ ഏറ്റവും കൂടുതൽ ആശയ പ്രചാരണശേഷിയുള്ള മാധ്യമസംവിധാനങ്ങൾതന്നെ വേണം. മറ്റാർക്കുമത് ചെയ്യാൻ പറ്റില്ല. അതിനകത്തെ ചെറിയ കൂട്ടർക്കു പോലും അതു ചെയ്യാൻ പറ്റും. മതങ്ങൾക്ക്, അവർക്ക് സാമൂഹിക ബോധമോ, ജനാധിപത്യബോധമോ, മാനവികതയോ ഉണ്ടായി രുന്നെങ്കിൽ പള്ളിയിലും അമ്പലത്തിലും മോസ്കിലും - അതത് ആരാധനാലയങ്ങളിലെ പ്രധാന സ്ഥാനത്തുനിന്നുള്ള പ്രബോധന ങ്ങളിലൂടെ അവർക്ക് വേണമെങ്കിൽ പറയാം. അവിടെ രാഷ്ട്രീയം പറയരുതെന്നും രാഷ്ട്രീയം പറയാമെന്നും, അതിനെപ്പറ്റിയുള്ള തർക്കത്തിലേക്കൊന്നും ഞാൻ കടക്കുന്നില്ല. പക്ഷേ അവർക്കീ കാര്യം അവരുടെ ജനങ്ങളെ പറഞ്ഞു മനസ്സിലാക്കാൻ പറ്റും. അവരത് ചെയ്യുന്നില്ല. ജനങ്ങളുടെ മധ്യത്തിലിരിക്കുന്ന തൊഴിലാളി പ്രസ്ഥാനങ്ങൾക്കിത് ചെയ്യാൻ പറ്റും. പ്രത്യേകിച്ച് വെള്ളക്കോളർ തൊഴിലാളികൾക്ക്. ഒരുപക്ഷേ, ഒരു ചുമട്ടുതൊഴിലാളിക്ക് ഇതിന്റെ സങ്കീർണതകൾ മനസ്സിലായില്ലെന്ന് വരാം. അല്ലെങ്കിൽ അതവനെ ബാധിക്കുന്ന ഒരു പ്രശ്നമല്ലെന്നിരിക്കാം. പക്ഷേ, ഇവിടത്തെ എൻ.ജി.ഒ യൂണിയനോ അധ്യാപക സംഘടനകളടക്കമുള്ള, ജനങ്ങളുമായിട്ട് നിരന്തരം ഇടപെടുകയും സംവദിക്കുകയും ചെയ്യുന്ന സംഘടനകൾക്കു സാധിക്കും. കാരണം ഇവർക്ക് സംഘടനാ പാടവവും പ്രചാരണശേഷിയുമുണ്ട്.

ഒരു രാഷ്ട്രീയപാർട്ടിയെങ്കിലും ഫാസിസത്തിനെതിരെ അവരെ ടുക്കുന്ന ലൈൻ അവർക്ക് വ്യക്തമായിട്ട് പറഞ്ഞുകൂടേ - അവരത് ചെയ്യുന്നില്ല. വീണ്ടും പറയുകയാണ്, ഈ ആപത്തിനെക്കുറിച്ച് കൃത്യമായിട്ടുള്ള ബോധം മനുഷ്യർക്ക് കൊടുക്കാൻ ഇവിടെ മാധ്യമങ്ങൾക്ക് അല്ലാതെ മറ്റാർക്കും കഴിയില്ല. മറ്റുള്ളവരുടെതെല്ലാം അനുബന്ധ റോളുകൾ മാത്രമാണ്. ഉമ്മൻചാണ്ടി നാളെ

ഇതിനെക്കുറിച്ചൊരു പ്രസ് കോൺഫറൻസിൽ പറഞ്ഞുകഴിഞ്ഞാൽ അതിനെ ഒരു കോടി ആളുകളിലേക്ക് എത്തിക്കാനുള്ള ശേഷിയാണ് ഇന്നത്തെ മനോരമയ്ക്കോ മാതൃഭൂമിക്കോ ഉള്ളത്. അതിനെ അവർ സ്ലാന്റ് ചെയ്യുന്ന രീതിയിലൂടെയാണ് അവർ ജനങ്ങളെ സ്വാധീനിക്കുന്നത്. ഈ ശേഷി മറ്റാർക്കുമില്ല. പക്ഷേ, ആ ശേഷി ഉണ്ട് എന്ന് നന്നായറിഞ്ഞുകൊണ്ട് തന്നെ അവർ - നമ്മളിപ്പോ ബുദ്ധിജീവികളുടെ കാര്യം പറഞ്ഞതിനേക്കാളും ആപത്കരമായി സ്വന്തം സുരക്ഷയ്ക്കും മറ്റും വേണ്ടിയിട്ടുള്ള അന്വേഷണമാണ് നടത്തുന്നത്. രാഷ്ട്രീയപ്പാർട്ടികൾക്ക് ഇത്തരം നിലപാട് സ്വീകരിക്കാനുള്ള ആത്മശക്തിയില്ല എന്ന് ഞാൻ പറഞ്ഞതിന്റെ കാരണം, ശ്രീനാരായണ ഗുരുവിനെ കുരിശിലേറ്റി എന്നുള്ള നിശ്ചല ദൃശ്യത്തിന്റെ അർത്ഥമെന്തെന്ന് വ്യക്തമാക്കാൻ ഇവിടത്തെ പിണറായി വിജയനോ വി.എസ്. അച്യുതാനന്ദനോ കോടിയേരി ബാലകൃഷ്ണനോ മറ്റേതെങ്കിലും ഒരു രാഷ്ട്രീയനേതാവിനോ കഴിഞ്ഞില്ല എന്നുള്ളതാണ്. ശ്രീനാരായണന്റെ രൂപം അവിടെ കാണിച്ചെങ്കിലും, ശ്രീനാരായണ ദർശനത്തെ കുരിശിലേറ്റുന്നു എന്നുള്ളതാണ്, ആ നിശ്ചലദൃശ്യത്തിന്റെ അർഥമെന്നത് ഏതു ശിശുവിനും മനസ്സിലാക്കാവുന്നതേയുള്ളൂ. പ്രത്യേകിച്ച് വെള്ളാപ്പള്ളി നടേശൻ. എസ്.എൻ.ഡി.പി നേതൃത്വത്തിൽ വന്നശേഷം കഴിഞ്ഞ ഒരു പത്തുപതിനഞ്ച് കൊല്ലമായിട്ട് ശ്രീനാരായണൻ പറഞ്ഞ ഓരോ വാക്കിനേയും അവർ ചെളിയിലിട്ട്, തട്ടിക്കളിച്ച് ചവിട്ടിമെതിച്ചുവെന്നുള്ളത് ആർക്കുമറിയാവുന്ന കാര്യമാണ്. എന്തുകൊണ്ട്, ഇതാണ് ഞങ്ങൾ നിശ്ചലദൃശ്യത്തിൽ കാണിച്ചത് എന്നിവർക്ക് പറയാൻ പറ്റുന്നില്ല? മറ്റൊന്നുമല്ല ഞങ്ങൾ ചെയ്യുന്നത്, ഇവിടെ ശ്രീനാരായണദർശനത്തിലുണ്ടായ ജീർണതയെയും അധഃപതനത്തേയും, ശ്രീനാരായണമൂല്യങ്ങളെ അദ്ദേഹത്തിന്റെ അനുയായികളെന്നു പറയുന്നവർ എങ്ങനെ തകർത്തു എന്നതിന്റേയും ഒരു പ്രതിബിംബം മാത്രമാണ് ഞങ്ങളവിടെ കാണിച്ചത് എന്ന് നാക്കെടുത്ത് പറയാൻ ഇവർക്കാർക്കും കഴിഞ്ഞില്ലല്ലോ. ഇതാണ് ഞാൻ മുമ്പേ പറഞ്ഞ അടിസ്ഥാന പരാജയം. വെള്ളാപ്പള്ളി നടേശന്റെ ഫാസിസത്തിനു മുമ്പിൽ മുട്ടുകുത്തി. ഇതാണ് സംഭവിച്ചത്. ഇത്തരത്തിൽ വെള്ളാപ്പള്ളി നടേശനു മുമ്പിൽ മുട്ടുകുത്തുന്ന ഒരു സി.പി.എം. നരേന്ദ്രമോദിക്കു മുമ്പിൽ മുട്ടുകുത്തുകയല്ല മൂത്രമൊഴിക്കും. ഇത്തരത്തിലുള്ള ദൗർബല്യം, ഇതിനെ എങ്ങനെ നമ്മൾ പ്രതിരോധിക്കും? മൂന്നാറിലെ പാവംപിടിച്ച തമിഴ് സ്ത്രീകളുടെ വിപ്ലവം എങ്ങനെയോ വിജയിച്ചു, വിജയിച്ചു എന്നു ഞാൻ കരുതുന്നില്ല. എങ്കിലും, ഒരുപക്ഷേ വിജയിച്ചുകാണുമായിരിക്കും. ഇനിയിപ്പോ അതേതെല്ലാം തരത്തിൽ അട്ടിമറിക്കുമെന്ന് നമുക്കറിയില്ല. പക്ഷേ, അത് വിജയിച്ചു. പക്ഷേ ഇത്തരത്തിലൊരു രാഷ്ട്രീയപാർട്ടി മുട്ടുകുത്തുമ്പോൾ, പിന്നെയെല്ലാം പോയില്ലേ?

- ശ്രീനാരായണപ്രസ്ഥാനം, യുക്തിവാദിപ്രസ്ഥാനം, ദേശീയ പ്രസ്ഥാനം, കമ്മ്യൂണിസ്റ്റ്, തൊഴിലാളി, കർഷക വിഭാഗങ്ങളുടെയെല്ലാം സംഘടിത പ്രസ്ഥാനങ്ങൾ ഇവയെല്ലാം കൂടിച്ചേർന്ന് ഉണ്ടാക്കിയെടുത്ത പ്രബുദ്ധതയെക്കുറിച്ച് നമുക്കുള്ള അമിതവിശ്വാസമാണ് കേരളത്തിൽ ഇമ്മാതിരി ഫാസിസ്റ്റ് ആശയങ്ങൾക്കൊന്നും ചുവടുറപ്പിക്കാൻ കഴിയില്ല എന്നുണ്ടായിരുന്ന ഒരു മിഥ്യാധാരണയ്ക്ക് അടിസ്ഥാനം എന്നു കരുതാം.

  വാസ്തവത്തിൽ ആ വിശ്വാസം വെച്ചുകൊണ്ടാണ് പാവംപിടിച്ച ഏതോ ഒരു ബ്രാഞ്ച് കമ്മിറ്റിക്കാർ ആ നിശ്ചലദൃശ്യം കൊണ്ടുവന്നത്. അവരുടെ ആദർശബോധത്തെ ഞാൻ നമിക്കുകയാണ്. അവർക്കുണ്ടായിരുന്ന ആത്മധൈര്യമോ ആത്മശുദ്ധിയോ എ.കെ.ജി. സെന്ററിലിരുന്നവർക്ക് ഉണ്ടായില്ല.

- ശരിയായൊരു കാര്യം, തെറ്റായി വ്യാഖ്യാനിച്ച് എതിർപ്പ് ഉയർത്തിക്കൊണ്ടുവരുമ്പോൾ ആ ശരിയായ കാര്യത്തെ ന്യായീകരിക്കാൻ വേണ്ട ധൈര്യം കാണിക്കുന്നില്ല എന്നാണല്ലോ സൂചിപ്പിച്ചത്. സത്യത്തെ അഭിമുഖീകരിക്കാനോ സത്യത്തെ മുറുകെപ്പിടിക്കാനോ ഉള്ള ഒരു ആർജ്ജവമില്ലായ്മ നമ്മുടെ രാഷ്ട്രീയ പ്രസ്ഥാനങ്ങളുടെ ഒരു പൊതുസ്വഭാവമായി മാറിയിട്ടുണ്ട്. കമ്മ്യൂണിസ്റ്റ് പ്രസ്ഥാനത്തെ സംബന്ധിച്ചിടത്തോളം ഒരു ഘട്ടം വരെയെങ്കിലും അവർ ജനങ്ങൾക്ക് പ്രിയങ്കരരായിരുന്നതിനു കാരണം അവർ സത്യത്തെ മുറുകെപ്പിടിച്ചവരായിരുന്നു എന്നതാണ് നേരത്തെ പറഞ്ഞുവല്ലോ, അരാഷ്ട്രീയവൽക്കരണം ആണ് കേരളത്തിൽ കഴിഞ്ഞ കുറേ ദശകങ്ങളായി സംഭവിച്ചുകൊണ്ടിരിക്കുന്നതെന്ന്. ഇപ്പോൾ തിരിഞ്ഞുനോക്കുമ്പോൾ നമുക്ക് മനസ്സിലാക്കാൻ കഴിയും, കക്ഷിരാഷ്ട്രീയവൽക്കരണം കൂടുകയും രാഷ്ട്രീയവൽക്കരണം ഇല്ലാതാവുകയും ചെയ്തു.

  കറക്ട് ആണ്. വാസ്തവത്തിൽ കമ്മ്യൂണിസ്റ്റ് പാർട്ടിയിൽ സാധാരണക്കാരും ഇടത്തരക്കാരും സമുദായത്തിലെ ഉപരിവിഭാഗങ്ങളിൽ നിന്നുപോലും ഗണ്യമായൊരു വിഭാഗവും ആകൃഷ്ടരാകുമ്പോൾ അങ്ങനെ രാഷ്ട്രീയവൽക്കരിക്കപ്പെട്ടതുകൊണ്ട് ശരിയെന്ന് അവർക്കു തോന്നിയ പാർട്ടിയിലേക്കവർ ചേരുകയാണ് ചെയ്തത്. യഥാർത്ഥത്തിൽ ഇന്ന് സംഭവിക്കുന്നത് അരാഷ്ട്രീയവൽക്കരിക്കപ്പെട്ടുകൊണ്ട് ഒരു കക്ഷിരാഷ്ട്രീയത്തെ സ്വന്തം താത്പര്യങ്ങൾക്ക് ഉപയോഗിക്കുക എന്നുള്ള ശൈലിയിലേക്കിത് മാറിയിരിക്കുന്നു എന്നതാണ്. അങ്ങനെയൊരു സാഹചര്യത്തിൽ തീർച്ചയായും കക്ഷി ഉണ്ടാവുകയും രാഷ്ട്രീയം ഇല്ലാതാവുകയും ചെയ്യുന്നു എന്നു പറയാം.

- ഇത് ഫാസിസത്തിന് ഏറ്റവും അനുകൂലമായ സാഹചര്യമാണ്. നെഹ്റു ജർമൻ ഫാസിസത്തെകുറിച്ച് പറയുമ്പോൾ പറയുന്നുണ്ട്,

ജർമനി പോലെ സംസ്കാരികമായി പ്രബുദ്ധതയുള്ള ഒരു രാജ്യത്ത് ഇത്ര നിഷ്ഠുരമായ ഒരാശയം എങ്ങനെ മേൽക്കൈ നേടിയെന്നത് അതിശയകരമായിരിക്കുന്നു എന്ന്. ആനന്ദിന്റെ ലേഖനത്തിൽ അദ്ദേഹവുമിത് പരാമർശിക്കുന്നുണ്ട്. വിയന്ന പോലെ യൂറോപ്പിലെ പ്രബുദ്ധമായൊരു സ്ഥലത്ത് ഹിറ്റ്ലർ ചെന്നപ്പോൾ – ഇന്ത്യയിൽ വഴിയോരക്കച്ചവടക്കാർ മുതൽ വലിയ ബുദ്ധിജീവികൾ വരെ മോദിഭരണത്തേയും അതിന്റെ പിന്നിലുള്ള പ്രത്യയശാസ്ത്രത്തെയുമെല്ലാം പിന്തുണയ്ക്കുന്നതുപോലെ – ഹിറ്റ്ലർ വിയന്നയിൽ കാലുകുത്തിയപ്പോൾ അദ്ദേഹത്തിന് അഭിവാദ്യമർപ്പിക്കാൻ ലക്ഷങ്ങൾ തടിച്ചുകൂടിയെന്ന് പറയുന്നുണ്ട്. അപ്പോൾ ജനതയുടെ സാംസ്കാരികപ്രബുദ്ധതയുടെ പാരമ്പര്യം ആ ജനത ഇതുപോലുള്ള ഭീകരതകൾക്ക് അടിപ്പെടുകയില്ല എന്നുള്ളതിനൊരു ഗ്യാരന്റിയൊന്നുമല്ല. അങ്ങനെ വരുമ്പോൾ, ഒരുപക്ഷേ ഇത്തരം പ്രബുദ്ധതകൾ ഇല്ലാത്ത നാടുകളിൽ ഫാസിസത്തിനെതിരെ ജനങ്ങളെ അഭിസംബോധന ചെയ്യാനുള്ള രാഷ്ട്രീയ ഇച്ഛാശക്തി പാർട്ടികൾക്ക് ഇന്നല്ലെങ്കിൽ നാളെ ഉണ്ടാവുമെന്ന് പ്രതീക്ഷിക്കാനെങ്കിലും കഴിയുമോ?

ആ പ്രതീക്ഷ ഒരിക്കലും നശിക്കാൻ പാടില്ല എന്നാണെന്റെ ആഗ്രഹം. പക്ഷേ, എനിക്ക് അല്പമെങ്കിലും പ്രതീക്ഷയുണ്ടായിരുന്ന ഇടതുപക്ഷംപോലുള്ള ഒരു രാഷ്ട്രീയപ്രസ്ഥാനത്തിലെ പുതിയ തലമുറക്കാരായ നേതാക്കളെയോ അതിന്റെ പ്രധാന പ്രവർത്തകരെയോ എടുത്തുനോക്കിയാൽ പോലും ഒരു വിശാലലോകവീക്ഷണത്തോടുകൂടി, മലയാളി എന്നു പറയുന്ന ആ ഐഡന്റിറ്റിയെ പറ്റിയുള്ള ഒരു ബോധമോ – കേരളത്തിന്റെ അവകാശങ്ങൾക്കുവേണ്ടി ഞങ്ങൾ സമരം ചെയ്യുന്നു എന്നു പറയുന്നതുപോലുള്ള വർത്തമാനങ്ങൾക്കപ്പുറത്ത് എന്താണ് മലയാളി, എന്താണ് കേരളം, എന്താണിവിടത്തെ യഥാർഥ ആവശ്യങ്ങളെന്ന് ഈ തരത്തിലുള്ള ഒരവബോധമോ ആത്മാവിനോടടുത്ത് നില്ക്കുന്ന ഒരു മതേതരത്വബോധമോ, ജനാധിപത്യബോധമോ അല്ലെങ്കിൽ ഏറ്റവും പ്രധാനപ്പെട്ട, പൗരന്റെ മുമ്പിലുള്ള എളിമയോ ഇവിടെ സി.പി.എമ്മിലെ പുതിയ തലമുറയിൽ ഞാൻ കാണുന്നില്ല. ജനാധിപത്യത്തിന്റെ fundamental എന്നു പറയുന്നതാണ് പൗരന്റെ മുമ്പിൽ ഒരു രാഷ്ട്രീയ പ്രവർത്തകൻ പ്രകടിപ്പിക്കേണ്ട എളിമ. അതേതാണ്ട് പൂർണമായി ഇല്ലാതായി. ഒരു പച്ചപ്പുഞ്ചിരി, വോട്ട് ചോദിക്കാൻ ചെല്ലുമ്പോൾ ഒരു കുഞ്ഞിനെയെടുത്ത് ഉമ്മ കൊടുപ്പ് തുടങ്ങിയ പ്രദർശനാത്മകമായ ചില എളിമ കാട്ടലുകളുണ്ടാവാം. പക്ഷേ, ഉള്ളിന്റെയുള്ളിൽ, ഈ ചെറുപ്പക്കാരടക്കം ഫ്യൂഡലിസ്റ്റുകളാണ്, എന്താണ് ഒരു സെക്കുലർ സ്റ്റേറ്റ് എന്നു ചോദിച്ചാൽ അതിനുത്തരം പറയാൻ ശേഷിയുള്ളവരില്ല. അങ്ങനെ വന്നുകഴിയുമ്പോൾ സുഗതൻമാഷാദ്യം സൂചിപ്പിച്ചതുപോലെ തത്കാലം വളരെ ഇരുളടഞ്ഞൊരു ഭാവിയാണ് ഞാൻ

മുന്നിൽക്കാണുന്നത്. കാരണം, ജനങ്ങൾ പ്രകമ്പിതരായാൽപ്പോലും അവരെ ഏകോപിപ്പിച്ച് ധൈര്യം കൊടുത്ത് മുന്നോട്ടുനയിക്കാൻ ശേഷിയുള്ള ഹൃദയശുദ്ധിയോ, കർമ്മശുദ്ധിയോ ഉള്ള ഒരു പാർട്ടി ഇന്ന് കേരളത്തിലില്ല. ഇന്ത്യയുടെ ആകെ സ്ഥിതിയും വ്യത്യസ്ത മല്ല. കേരളത്തിലെ ഓരോ പാർട്ടിയും ഒരു പ്രൈവറ്റ് ലിമിറ്റഡ് കമ്പനിയോ പബ്ലിക് ലിമിറ്റഡ് കമ്പനിയോ ആയിട്ട്, അതിന്റെ ഓഹരി ക്കാർക്ക് വേണ്ടി ഭരിച്ച് ജീവിക്കുകയാണ്. അയ്യഞ്ച് കൊല്ലം കൂടുമ്പോൾ ഏതെങ്കിലും മൂന്ന് കമ്പനികൾ കൂടിയൊരു കോർപ്പ റേറ്റ് ഉണ്ടാക്കി അത് അധികാരത്തിൽ വരും. അങ്ങനെയിരിക്കെ ഒരു മാർഗവുമില്ല വാസ്തവത്തിൽ. ഇന്ത്യൻ ഭരണഘടന പൗരന് കൊടു ത്തിരിക്കുന്ന അഭിപ്രായസ്വാതന്ത്ര്യത്തിന്റെയും മനുഷ്യസ്വാതന്ത്ര്യ ത്തിന്റെയുമെല്ലാമൊരു പങ്ക് പറ്റിയാണ് മാധ്യമങ്ങൾ പ്രവർത്തിക്കു ന്നത്. അപ്പോ ഈ പരാജയപ്പെട്ട രാഷ്ട്രീയപ്പാർട്ടികൾക്കും, വളർന്നു വരുന്ന ഫാസിസ്റ്റ് ശക്തികൾക്കുമിടയ്ക്ക് പൗരനുവേണ്ടി വളരെ ശക്തമായ നിലപാടെടുക്കാൻ ബാധ്യതയുള്ളത് മാധ്യമങ്ങൾക്കാണ്. അതിനുവേണ്ടി മാത്രമാണ് ഫോർത്ത് എസ്റ്റേറ്റ് എന്നു പറയുന്ന സ്ഥാപനത്തെ നമ്മൾ നിർമിച്ചുവെച്ചിരിക്കുന്നത് - നിർഭാഗ്യവശാൽ, അവരോരോന്നും ഈ രാഷ്ട്രീയപ്പാർട്ടികളെപ്പോലെ അവരവർക്കു വേണ്ടി മാത്രമാണ് നിലകൊള്ളുന്നത്. പറഞ്ഞുവന്നത്, സുഗതൻമാഷ് പറഞ്ഞുവന്നതുപോലെയുള്ള scenario തുടർന്നാൽ മാധ്യമങ്ങൾക്കു മാത്രമേ ഇതിനിടയ്ക്കു നിന്ന് പൗരനുവേണ്ടി പ്രവർത്തിക്കാനുള്ള ശേഷിയുള്ളൂ. അതവർ ചെയ്താൽ, ഒരുപക്ഷേ, ഈ ആപത്ത് നമ്മളെ വിഴുങ്ങുന്നതിനു മുമ്പ് ചെറിയ ചെറിയ പഴുതുകൾ ഉണ്ടാ ക്കാൻ പറ്റുമായിരിക്കും, പറ്റും, പറ്റേണ്ടതാണ്. അതവർ ചെയ്തില്ലെ ങ്കിൽ പിന്നെയേതാണ്ട് പരിപൂർണമായ ഇരുട്ടാണ്. സമ്പൂർണ അന്ധകാരം.

- ഫാസിസം എന്ന വിപത്തിന്റെ ഭീഷണി സംബന്ധിച്ച് ഉയരുന്ന ഈ ആശങ്കകൾ അഭിസംബോധന ചെയ്തുകൊണ്ട് ജനശക്തിയുടെ ഓണപ്പതിപ്പിൽ സി.പി.എം. പി.ബി അംഗമായ എം.എ. ബേബി അദ്ദേഹത്തിന്റെ പ്രതികരണങ്ങൾ പ്രകാശിപ്പിച്ചിരുന്നല്ലോ. താങ്കൾ അതു കണ്ടിട്ടുണ്ടാകുമെന്ന് വിശ്വസിക്കുന്നു.

അതെ.

- അതിൽ എം.എൻ. വിജയൻ മാഷ് ഫാസിസത്തിനെതിരെ 1980 കളിലും തൊണ്ണൂറുകളിലും വളരെ നിരന്തരമായും യാതൊരു വിട്ടുവീഴ്ചയില്ലാതെയും വളരെ നിശിതമായ ഭാഷയിൽ നമ്മുടെ കേരളം പോലുള്ള സംസ്ഥാനത്ത് ഫാസിസ്റ്റ് ആശയങ്ങൾ ജന ജീവിതത്തെ കീഴടക്കിക്കൊണ്ടിരിക്കുകയാണെന്ന് മുന്നറിയിപ്പ് നല്കി യിരുന്നു. ഞങ്ങൾക്കൊക്കെ അത് നേരിട്ട് അനുഭവമുള്ളതാണ്.

സാംസ്കാരിക നേതൃത്വത്തിൽ തീർച്ചയായും കമ്മ്യൂണിസ്റ്റ് പാർട്ടിയുടെ പ്രാദേശിക ഘടകങ്ങളുടെ ആവേശകരമായ പിന്തുണയോടുകൂടി ആ ക്യാമ്പയിൻ നടന്നിരുന്നു. അന്നും സി.പി.എമ്മിലെ നേതൃത്വനിരയിലുള്ള ഒരു വിഭാഗം ആളുകൾ പുലി വരുന്നേ പുലി വരുന്നേ എന്നു പറഞ്ഞു ഇല്ലാത്ത പുലിപ്പേടി ഉണ്ടാക്കുന്നു എന്നു പരിഹസിച്ചു. ബേബിയുടെ ഇപ്പോഴത്തെ പ്രതികരണം പോലും വിജയൻമാഷ് നല്കിയ മുന്നറിയിപ്പിന്റെ പാഠങ്ങൾ ഒക്കെ പരിഗണനാർഹമാണ്. അത് പരിഗണിക്കും എന്ന് പറയുമ്പോൾ തന്നെ ഫാസിസം ഇന്ത്യയിൽ വന്നുകഴിഞ്ഞു എന്ന് പറയുന്നതിനോട് യോജിക്കാൻ കഴിയുന്നില്ല എന്ന രീതിയിൽ അതിനെ നിസ്സാരവൽക്കരിക്കുകയാണ്. ഒന്നുകിൽ കേന്ദ്രത്തിൽ അധികാരത്തിൽ വരിക അല്ലെങ്കിൽ സംസ്ഥാനങ്ങളിൽ അധികാരത്തിൽ വരിക കൂടുതൽ സീറ്റുകൾ നേടുക മുതലായവയാണ് ഇതിൽ ഉള്ളത് എന്നെനിക്കു തോന്നുന്നു. വാസ്തവത്തിൽ തെരഞ്ഞെടുപ്പിലെ വോട്ടിലും സീറ്റിലും കൂടിയല്ല ഒരു ജനതയുടെ മേൽ ഫാസിസം അതിന്റെ അധീശത്വം സ്ഥാപിക്കുന്നത്. നേരെമറിച്ച് സമൂഹത്തിൽ സാംസ്കാരിക തലത്തിൽ മനുഷ്യന്റെ മനോഭാവങ്ങളിൽ അരിച്ചുകടന്നു അവിടെ വേരുറപ്പിച്ചിട്ടാണ് ഇത് അധികാരസ്ഥാനങ്ങളുടെ സാധ്യതകൾ ഉപയോഗിക്കുന്നത്. ആ രീതിയിൽ ഉപയോഗിക്കാൻ കഴിയുംവിധം കഴിഞ്ഞ ചില ദശകങ്ങളിൽ സമൂഹത്തിനുള്ളിൽ ഈ ആശയഗതി പ്രവർത്തിച്ചുകൊണ്ടിരിക്കുന്നു എന്ന തിരിച്ചറിവ് ഇവിടെ രാഷ്ട്രീയ പ്രസ്ഥാനങ്ങൾക്ക് ഉണ്ടായില്ല. സാംസ്കാരിക നായകന്മാർ എന്ന് പറയുന്നവർക്ക് ഉണ്ടായില്ല. ഇവിടെ ഒരു കാലത്ത് നവോത്ഥാനത്തിന്റേയും മതനിരപേക്ഷമായ ആത്മീയതയുടേയും പാരമ്പര്യം പിന്തുടർന്ന് മനുഷ്യനായി ജീവിക്കാൻ തുടങ്ങിയ സാമുദായിക വിഭാഗങ്ങൾക്ക് ഉണ്ടായില്ല. ഇവരെല്ലാം ക്രമേണ ഈ പറഞ്ഞ നിലമൊരുക്കലിൽ ഫാസിസത്തിന് അധികാരത്തിലേക്ക് കടന്നുവരുന്നതിനുള്ള സാമൂഹികമായ നിലമൊരുക്കലിന് ഒത്താശ ചെയ്തുകൊടുക്കുകയാണ് ചെയ്തത് എന്ന് പറഞ്ഞാൽ ശരിയല്ലേ?

തീർച്ചയായിട്ടും അതു ചെയ്തത് ശരിയാണ്. സ്വാതന്ത്ര്യാനന്തര കാലഘട്ടത്തിൽ ഒരു കണക്കുവെച്ച് എനിക്കു കൃത്യമായി പറയാൻ കഴിയില്ലെങ്കിലും കേരളത്തിലെ ആദ്യത്തെ മന്ത്രിസഭകളുടെ കാലത്ത്, വേണമെങ്കിൽ 57ലെ മന്ത്രിസഭയുടെ കാലത്ത് എന്നു തന്നെ പറയാം. ഇത്തരം ഭീഷണികളെപ്പറ്റി അവബോധമുള്ള പാർട്ടി നേതൃത്വങ്ങളും നേതാക്കളും എല്ലാ പാർട്ടികളിലുമുണ്ടായിരുന്നു. കമ്യൂണിസ്റ്റ് പാർട്ടിയിൽ മാത്രമല്ല കോൺഗ്രസ്സിലുമൊക്കെ.

ആർ. ശങ്കറെപ്പോലെയുള്ളൊരു മനുഷ്യനെ ഞാനിപ്പോൾ എടുത്തു പറയട്ടെ. ഈഴവരുടെ അന്നത്തെ അനിഷേധ്യനേതാവ് എന്ന നിലയ്ക്ക് ഈഴവ സമൂഹത്തിനുവേണ്ടി പ്രവർത്തിക്കുമ്പോഴും

ഒരുപക്ഷേ, larger values നുവേണ്ടി മതേതരത്വത്തിനും ജനാധിപത്യ ത്തിനും വേണ്ടി നിലകൊള്ളാൻ ശങ്കറിന് കഴിഞ്ഞു എന്നാണ് എന്റെ യൊരു അപൂർണമായ അറിവ്. അത്തരത്തിൽ ശങ്കറിനെ മാത്രം ഒരുദാഹരണമായി ഞാനെടുത്തു പറഞ്ഞെന്നേയുള്ളൂ.

- സി. കേശവനെപോലുള്ള ആളുകൾ വേറെയുണ്ടായിരുന്നു.

സി. കേശവനെ പോലുള്ളവർ. അതിലേക്കു നമ്മൾ പോകുന്നു പോലുമില്ല. നമ്മൾ എടുത്തു പറയേണ്ടതില്ലാത്ത രീതിയിൽ സമ്പൂർണ ജനാധിപത്യവാദികളും മതേതരവാദികളുമായിരുന്നു ആ തലമുറയിലെ നേതാക്കന്മാർ. ഒരുപക്ഷേ വിമോചന സമരമായിരുന്നു അതുവരെ നിലനിന്നിരുന്ന ഈയൊരു ജനാധിപത്യബോധവും മതേതരത്വബോധവുമുള്ള ഒരു സംവിധാനത്തിനുള്ളിലൊളിച്ചിരുന്ന ദുർഭൂതങ്ങളെ പെട്ടെന്ന് ഇങ്ങനെ കെട്ടഴിച്ചുവിട്ടത് എന്ന് എനിക്കു പലപ്പോഴും സംശയം തോന്നാറുണ്ട്. പക്ഷേ, അതുകൊണ്ടു, വിമോചനസമരത്തെ മാത്രം ഇതിനൊരു കാരണമായിട്ട് നമുക്കെ ടുത്തു പറയാൻ പറ്റില്ല. പക്ഷേ, അതൊരു factor ആയിരുന്നു എന്നു ള്ളതിൽ എനിക്കു സംശയമില്ല. ഇവിടത്തെ മാധ്യമങ്ങളും, ചോരയുടെ രുചി അറിഞ്ഞത് (tasting the blood) വിമോചനസമരത്തിൽ കൂടെയാണ് എന്നെനിക്കു തോന്നുന്നു. വർഗീയതയേയും മതതീവ്രത യെയുമൊക്കെ ഉപയോഗിച്ചു ഭരണകൂടങ്ങളേയും സംവിധാനങ്ങ ളേയും ഇളക്കിക്കളയാം, ഞങ്ങൾ നോക്കിയാലും അതിളകും എന്ന് ഇവിടത്തെ മുഖ്യധാരാ പത്രങ്ങൾക്ക് (അന്ന് ടെലിവിഷൻ ചാനലു കളില്ല) ഒരു ധാരണയുണ്ടായി. അവർക്ക് ഞങ്ങൾ പിടിച്ചാലും ഭരണ കൂടങ്ങൾ കുലുങ്ങും. രാഷ്ട്രീയപാർട്ടികൾ കുലുങ്ങും എന്നു തോന്നി ത്തുടങ്ങി. ഏതായാലും പിന്നെയവിടന്നങ്ങോട്ട് ഇതിലെല്ലാം ഈ ജാതിമത കണക്കുകൂട്ടലുകൾ വരുന്നു.

മുപ്പതുകളിലും നാല്പതുകളിലും ഒക്കെ ജാതിയുടെ പ്രശ്നം കേരള ത്തിൽ വളരെ ശക്തമായിട്ടുണ്ടായിരുന്നു എന്നുള്ളത് ഒരു വാസ്തവ മാണ്. പക്ഷേ, നഗ്നമായ ജാതിപറച്ചിലിനും മതംപറച്ചിലിനും ഒരു മാന്യത ഉണ്ടായിവന്നത് സ്വാതന്ത്ര്യത്തിനു ശേഷമാണ്. അതൊരു വളരെ സങ്കീർണമായിട്ടുള്ള കാര്യമാണ്. ആരെങ്കിലുമൊരു ഗവേഷകൻ ഇരുന്നിട്ട് കഴിഞ്ഞയൊരു നാല്പതു കൊല്ലം അമ്പതു കൊല്ലത്തെ മലയാള പത്രങ്ങളുടെ ഫയലുകളിലൂടെ കടന്നുപോയാൽ എങ്ങനെയാണ് പടിപടിയായിട്ടു മലയാള മാധ്യമങ്ങളുടെ വർഗീയതാ decibel ഇങ്ങനെ വർധിച്ചുവർധിച്ചു വന്നിട്ട് അവർ ഇത്തരം പ്രവണത കളെ legitimise ചെയ്യുകയും മാന്യവൽക്കരിക്കുകയും ചെയ്യുന്ന ഒരു പ്രസ്ഥാനം രൂപപ്പെടുത്തിയെടുത്തത് എന്നു മനസ്സിലാക്കാം. (അതിന്റെ വിശദാംശങ്ങളിലേക്കൊന്നും ഞാൻ കടക്കുന്നില്ല) സ്വന്തം

മനഃശാസ്ത്രത്തിൽ ഒളിച്ചിരുന്ന വർഗീയതകൾ പുറത്തേക്കിറക്കാ നുള്ള ഒരിടമായിട്ട മാധ്യമങ്ങൾ രൂപാന്തരപ്പെട്ടു എന്നത് മലയാളി കളുടെ ഏറ്റവും വലിയ നിർഭാഗ്യം. ഇത്രമാത്രം പത്രസ്വാതന്ത്ര്യ ത്തിൽ വിശ്വസിക്കുന്ന ഒരു ജനത ഇന്ത്യയിലുണ്ടെന്ന് എനിക്കു തോന്നുന്നില്ല. ഈ പത്രങ്ങളിൽ പലതും സ്വാതന്ത്ര്യസമരത്തിന്റെ ഭാഗമായിരുന്നു, ഇവിടത്തെ നവോത്ഥാനത്തിന്റെ വക്താക്കളായി രുന്നു ഒരു പരിധിവരെയെങ്കിലും ഈ പത്രങ്ങൾ. അതുകൊണ്ട് ശരാശരി മലയാളിക്ക് ഇവരിൽ വലിയ വിശ്വാസമുണ്ടായിരുന്നു. ആ വിശ്വാസത്തെയാണ് ഇവർ വ്യഭിചരിച്ചത്. ഈ മാധ്യമങ്ങളുടെ കൂറുമാറ്റം മുഖേനെയാണ് ഏറ്റവുമധികം മലയാളികളുടെ മുമ്പിൽ ഏറ്റവുമധികമായി ഈ വർഗീയാശയങ്ങൾ പരന്നതും വിശ്വാസ്യത നേടിയതും എന്നാണ് എന്റെ വിശ്വാസം. തെളിവായിട്ട് പ്രത്യേക ഉദാഹരണങ്ങൾ നമുക്കെടുത്ത് പറയാൻ പറ്റും. അതിലേക്ക് ഇവിടെ കടക്കേണ്ട കാര്യമില്ല. കേരളത്തിലെ ബുദ്ധിജീവികളിലെ മഹതീ മഹാന്മാരെന്നു വാഴ്ത്തപ്പെടുന്ന എത്രയോ പേർ വർഗീയതയുടെ തുറന്ന വക്താക്കളായി മാറിയിരിക്കുന്നു. അവർക്കിന്ന് ലഭിക്കുന്ന മാന്യത, ഇവിടത്തെ ജനാധിപത്യ ഭരണകൂടങ്ങളിൽനിന്നും ഇവിടത്തെ പൊതുസമൂഹ സ്ഥാപനങ്ങളിൽ നിന്നും അവർക്കിന്ന്, ലഭിക്കുന്ന മാന്യത, മാത്രം മതി ആരെയും ഇന്നിവിടെ വർഗീയവാദി യാക്കാൻ. അപ്പോൾ ഇതാണിതിന്റെ പാത. ഞാനതിന്റെ എല്ലാ വിശദാംശങ്ങളിലേക്കും കടന്നിട്ടില്ല. പക്ഷേ, ഈ പ്രക്രിയയെ രാഷ്ട്രീയത്തിനപ്പുറത്തുള്ള ഒരു പ്രചരണതന്ത്രമായിട്ടു ഞാൻ കാണും, അതായത് the broadcasting ability the massive broadcasting ability of the media, വർഗ്ഗീയതയെ വെള്ളയടിച്ചു കാണി ക്കാനുള്ള മധ്യമ ശേഷിയാണ് ശരാശരി പൗരനെ ഇതിൽ കുഴപ്പ മൊന്നുമില്ല ഈ വർഗീയതയും ഈ ഫ്യൂഡലിസവുമൊക്കെ നമുക്ക് ഇവരെല്ലാം അനുവദിച്ചിട്ടുള്ളതാണ്, ഇതെല്ലാം സ്വീകാര്യമാണ് എന്ന മനഃശാസ്ത്രത്തിലേക്ക് കൊണ്ടുവന്നു ചാടിച്ചിരിക്കുന്നത്. അതു കൊണ്ട് ഒരു പ്രൊഫസറുടെ കൈ വെട്ടിയാലും ഇന്നാർക്കുമൊരു കുഴപ്പവുമില്ല.

- ഈ ഫാസിസ്റ്റ് പ്രവണത ഒരു യഥാർത്ഥ ഫാസിസ്റ്റു പാർട്ടിയിൽനിന്ന്, അല്ലെങ്കിൽ ഒരു നാസി പാർട്ടിയിൽനിന്ന്, അതുമല്ലെങ്കിൽ ആനന്ദിനെ പോലെയുള്ള ആളുകൾ സമീകരിച്ചുകാണിക്കുന്നതുപോലെ ഒരു കമ്മ്യൂണിസ്റ്റ് ഏകാധിപത്യ ഭരണക്രമത്തിൽ നിന്നു മാത്രമേയു ണ്ടാകൂ എന്നു നമുക്ക് പറയാൻ കഴിയില്ല. കാരണം ഇന്ത്യൻ നാഷണൽ കോൺഗ്രസ്സിന്റെ ഈ ദീർഘകാല പാരമ്പര്യമൊക്കെ ഉണ്ടായിരിക്കെ തന്നെയാണ് സ്വന്തം അധികാരത്തിനു ഒരു ഭീഷണി നേരിട്ടപ്പോൾ ശ്രീമതി ഇന്ദിരാഗാന്ധി അടിയന്തരാവസ്ഥ അടിച്ചേല്പി ച്ചത്. അത് ഒരു അർധഫാസിസ്റ്റു ഭീകരവാഴ്ച തന്നെയെന്നു

ഇന്ത്യയിലെ ജനങ്ങൾ വിലയിരുത്തിക്കഴിഞ്ഞതാണ്. അസംഘടിതരും നിരക്ഷരരുമായ ഇന്ത്യയിലെ ഗ്രാമീണ ജനത തന്നെ ആ അനുശാസനപർവത്തിന്റെ അന്ത്യം കുറിക്കുകയും ചെയ്തു.

സാമ്പത്തികനയങ്ങളെ സംബന്ധിച്ച് പറയുകയാണെങ്കിൽ ഇന്ത്യൻ നാഷണൽ കോൺഗ്രസ് നെഹ്റു കാലഘട്ടത്തിനുശേഷം പടിപടിയായി അതിന്റെ സോഷ്യലിസ്റ്റ് അനുഭാവം കൈയൊഴിഞ്ഞു. നെഹ്റു കാലഘട്ടത്തിൽ പോലും സോഷ്യലിസ്റ്റ് ആഭിമുഖ്യം പൂർണമായിരുന്നെന്ന് നമുക്ക് പറയാൻ കഴിയില്ല. കാരണം സ്വാതന്ത്ര്യം കിട്ടുന്നതിനോടടുത്തുതന്നെ ഏതാണ്ട് ഇവിടത്തെ വൻകിട സാമ്പത്തിക താത്പര്യങ്ങൾ കോൺഗ്രസിന്റെ ഭാഗമായി വേഷം മാറിക്കഴിഞ്ഞിരുന്നു. അവരുടെ സമ്മർദ്ദത്തിനു നെഹ്റുവിന്റെ കാലഘട്ടത്തിൽ തന്നെ ഗവണ്മെന്റ് വഴങ്ങിക്കൊടുത്തു എന്നുമറിയാം.

നമ്മുടെ കേരളത്തിൽ നടന്ന വിമോചനസമരത്തിന്റെ പിന്നിൽ പ്രവർത്തിച്ച അത്തരം ഘടകങ്ങളെപ്പറ്റിയും നമുക്കറിയാം. വാസ്തവത്തിൽ 1990കളോട് കൂടി നഗ്നമായി മുതലാളിത്താനുകൂലമായിത്തീർന്ന, ആഗോളീകരണാനുകൂലമായിത്തീർന്ന പുതിയ സാമ്രാജ്യത്വത്തിന്റേയും മുതലാളിത്തത്തിന്റേയും സാമ്പത്തികനയങ്ങളെ ഒരുപക്ഷേ, അതിനേക്കാളും രൂക്ഷമായ നിലയിൽ പ്രണയിക്കുന്നവരാണ് ഈ പുതിയ ഫാസിസ്റ്റ് രാഷ്ട്രീയകക്ഷിയുടെ നേതാക്കന്മാരും മോദി ഭരണത്തിൽ മന്ത്രിമാരും എന്നിരിക്കെ ജനങ്ങളുടെ അടിസ്ഥാനപ്രശ്നങ്ങൾ എന്ന് ഞാൻ പറയുമ്പോൾ ഇന്ത്യയിലെ ജനങ്ങളുടെയെല്ലാം അടിസ്ഥാനപ്രശ്നങ്ങൾ ഒന്നല്ല. സമ്പന്നന്റേയും ഇടത്തരക്കാരന്റേയും ദരിദ്രന്റേയും താത്പര്യങ്ങളൊന്നല്ല. ആദിവാസികളുടേയും സവർണമേധാവികളുടേയും താത്പര്യമൊന്നല്ല. ഹൈന്ദവരുടേയും മുസ്ലീങ്ങളുടേയും ക്രിസ്ത്യാനികളുടേയും താത്പര്യങ്ങളും അഭിലാഷങ്ങളുമൊന്നല്ല. ഈ എല്ലാ വിഭാഗങ്ങളിലും സമ്പന്നവർഗതാത്പര്യത്തോട് കൂടിയവർ അല്ലെങ്കിൽ സമ്പന്നരായിത്തീരാം. ധനാധിപതികളായിത്തീരാം എന്നാഗ്രഹിക്കാൻ കഴിയുന്ന വിഭാഗം മുഴുവൻ ഈ നയങ്ങളെ ഇഷ്ടപ്പെടുന്നവരാണ്. പക്ഷേ, മഹാഭൂരിപക്ഷം ജനങ്ങളും ഈ നയങ്ങളെ ഇഷ്ടപ്പെടുന്നവരല്ല. ആ നയങ്ങളുടെ ദുരിതമനുഭവിക്കുന്ന ജനങ്ങൾ ഈ ഫാസിസ്റ്റു വാഴ്ച കൊണ്ട് പെട്ടെന്ന് നിരാശരായിത്തീരുകയും മറ്റെന്തെല്ലാം പറഞ്ഞാലും അതിനെതിരാവുകയും ചെയ്യില്ലേ?

1930കളിൽ സ്പെയിനിലേയും മറ്റും സംഭവങ്ങൾ നടന്നുകൊണ്ടിരിക്കുന്ന കാലത്ത് ദിമിത്രോവ് എന്ന ചിന്തകൾ പറഞ്ഞിട്ടുള്ള ഒരു വാചകം ഞാനോർക്കുകയാണ്: "ഫാസിസം പ്രവർത്തിക്കുന്നത് മുഴുത്ത സാമ്രാജ്യവാദികൾക്കനുകൂലമായാണ്. എങ്കിലും അവർ ജനങ്ങൾക്കു മുമ്പിൽ പ്രത്യക്ഷപ്പെടുന്നത് നാശോന്മുഖമായ ഒരു രാഷ്ട്രത്തെ രക്ഷിക്കാനെത്തിയ ധീരാത്മാക്കൾ എന്ന ഭാവത്തിലാണ്,

ഇത് വളരെ കൃത്യമായിട്ട് ഏതാണ്ട് ഒരു മുക്കാൽ നൂറ്റാണ്ടിനുശേഷം ഇന്ത്യൻ ഫാസിസത്തിന്റെ പ്രവർത്തനശൈലി നോക്കുമ്പോൾ നമുക്കു കാണാം. ഇങ്ങനെയുള്ളൊരു ഫാസിസം ഈ രാജ്യത്തിനാപത്താണ് നമ്മുടെ ജീവിതത്തിനാപത്താണ് എന്ന് ഇന്ത്യയിലെ ജനങ്ങൾ വൈകാതെ മനസ്സിലാക്കാൻ വല്ല സാധ്യതയും കാണുന്നുണ്ടോ?

ഞാനാദ്യം പറഞ്ഞപോലെ വൈകാതെ അവരെങ്ങനെ മനസ്സിലാക്കിയാലും - അതു മനസ്സിലാക്കുന്നവരുണ്ടാകാം - അതിപ്പറഞ്ഞ രീതിയിലോ ഈ തരത്തിലുള്ള ഒരു ആശയപരമായ വ്യക്തതയോടൊ ആയിരിക്കില്ല അവരതു മനസ്സിലാക്കുന്നത്. അവരതു മനസ്സിലാക്കുന്നത് അവരുടെ ദൈനംദിന അനുഭവങ്ങളിലൂടെ, താങ്ങാനാകാത്ത വിധം വില വർധിക്കുമ്പോഴോ മറ്റ് ജീവിതദുരിതങ്ങൾ ഉണ്ടാകുമ്പോഴോ ആണ് അവരിത് മനസ്സിലാക്കാൻ പോകുന്നത്. പക്ഷേ, ആ മനസ്സിലാക്കലിന്റെ അടുത്തതലം എന്നു പറയുന്നത്, ആ മനസ്സിലാക്കലിൽ നിന്നു അവർ അടുത്ത കാലുകുത്തേണ്ടത്, അതായത് ഒരു proactive ആയിട്ട്, അതിനെ മറ്റൊരു നീക്കത്തിലേക്ക് നയിക്കാൻ അവർക്കുള്ള ഏകമാർഗം അവർക്ക് അവസരം വരുമ്പോൾ തെരഞ്ഞെടുപ്പിലൂടെ ഈ മനഃശാസ്ത്രം അവർ വെളിവാക്കുക എന്നുള്ളതാണ്. നരേന്ദ്രമോദിയെ അധികാരത്തിൽ കൊണ്ടുവന്നത് ഇന്ത്യയിലെ പത്തോ പന്ത്രണ്ടോ കോർപ്പറേറ്റ് മുതലാളിമാർ മാത്രം കൂടിയാണ് എന്നുപോലും ഒരുപക്ഷേ പറയാൻ കഴിയും. ഇപ്പോൾ അമേരിക്കൻ പ്രസിഡണ്ടിനെ നിർമ്മിക്കുന്നു, ഒരു പത്തു നാല്പത്താറ് അമേരിക്കൻ കോർപ്പറേറ്റുകൾ ചേർന്നാണ് അമേരിക്കൻ പ്രസിഡണ്ടിനെ കൊണ്ടുവരുന്നത് എന്നപോലെതന്നെ. ആദ്യമായിട്ടാണ് ഒരുപക്ഷേ ഇന്ത്യയിൽ ഇവിടത്തെ ഒന്നോ രണ്ടോ ഡസൻ മുതലാളിമാർ ചേർന്ന് ഒരു പ്രധാനമന്ത്രിയെ സമ്പാദിക്കുന്നത്. ആദ്യമായിട്ടാണ് ഇങ്ങനെ സംഭവിക്കുന്നത്. അപ്പോൾ മോദിയുടെ പ്രവർത്തനം, മോദിക്കു നിലനിൽക്കണമെങ്കിൽ, മോദിക്ക് ഒരു ഭാവിയുണ്ടാകണമെങ്കിൽ മോദി ഈ മുതലാളിമാർക്കുവേണ്ടി സാധുക്കളുടേത് എന്ന രീതിയിൽ വിറ്റഴിച്ച സ്വപ്നങ്ങൾ, അതിനെ മുന്നോട്ടു കൊണ്ടുപോകണമെങ്കിൽ അതു വെറുതെ ഒരു പേരിനു മാത്രമായി മുന്നോട്ടുകൊണ്ടുപൊയിക്കൊണ്ടിരുന്നു വേണമല്ലോ മോദിക്കു നിലനില്ക്കാൻ. അതെല്ലാം വേണമെങ്കിൽ തീർച്ചയായിട്ടും മോദിക്ക് ഈ മുതലാളിമാർ പറയുന്ന നയങ്ങൾ അനുഷ്ഠിച്ചേ മതിയാകൂ. അതിൽ എനിക്ക് യാതൊരു സംശയവുമില്ല. ആ മുതലാളിമാർ ഇവിടെ മാത്രമല്ല എന്നാണ് എന്റെ ഉറച്ച വിശ്വാസം. ആ മുതലാളിമാർ ഇന്ത്യക്കു പുറത്തുള്ള പല വൻരാഷ്ട്രങ്ങളിൽ കൂടിയിരിക്കുന്നവരാണ്. അവരായിരിക്കും മോദിയുടെ പിന്നിൽ ചരടുവലിക്കുന്നവർ. അഥവാ ഇനി ആ മനുഷ്യനെന്തെങ്കിലുമൊരു പ്രോലിറ്റേറിയൻ ചായ്‌വ്

ഉണ്ടായിരുന്നെങ്കിൽ തന്നെ യാതൊരു കാരണവശാലും അത് നടപ്പി ലാക്കാൻ മോദിക്ക് സാധിക്കാൻ പോകുന്നില്ല. ഈയവസ്ഥയിൽ തീർച്ചയായിട്ടും ജനങ്ങൾ സഹിക്കാൻ പോവുകയാണ്. ജനങ്ങൾ മനസ്സിലാക്കാൻ പോവുകയാണ്.

പക്ഷേ ഇതെല്ലാം ശരിയാണ്. എന്താണൊരു ബദൽ ഇതിനെതിരെ നിങ്ങൾ എന്നെ സ്വീകരിക്കൂ, എന്നിൽ വിശ്വാസമർപ്പിക്കൂ, ഞാൻ മോദി വാഗ്ദാനം ചെയ്തതിനെല്ലാം അപ്പുറത്തുള്ള ഒരു നല്ല ലോകത്തിലേക്കു നിങ്ങളെ കൊണ്ടുപോകാം എന്നു പറയാൻ ആത്മധൈര്യമുള്ള, ശക്തിയുള്ള, ജനങ്ങളോട് കൂറുള്ള, ആരാണു ള്ളത്? അതാണെനിക്ക് ആവർത്തിച്ചു ചോദിക്കാനുള്ളത്. അവർക്ക് വേണ്ടി വോട്ട് ചെയ്യുന്ന ജനങ്ങളോട് കൂറുള്ള ഏതു രാഷ്ട്രീയപാർട്ടി യാണ് ഇന്ന് ഇന്ത്യയിൽ ഉള്ളത്?

ഇവിടെ നാളെ ഫാസിസം വന്നാലും നരേന്ദ്രമോദിയും സംഘ പരിവാറും നാളെയിവിടെ ഹിറ്റ്ലറുടെ ജർമനിയേക്കാൾ ഭീകരമായ ഒരു രാഷ്ട്രമാക്കി ഇതിനെ മാറ്റിയാലും, ഇവിടുത്തെ ന്യൂനപക്ഷങ്ങളെ ഹിറ്റ്ലർ ചെയ്തതിനേക്കാളും വമ്പിച്ച, ഉന്മൂലനത്തിലൂടെ തകർത്താലും ഇവരുടെയൊരു രോമത്തിനുപോലും. ഇവരുടെയും ഇവരുടെ സിൽബന്ദികളുടേയും ഇവരുടെ കൂട്ടാളികളുടേയും ഒരു രോമത്തിനുപോലും ഒരു തകരാറും വരില്ലാ എന്നുള്ളത് ഇവർക്കറിയാം. കാരണം രാഷ്ട്രീയം ഇത്തരമൊരു പുറംചൊറിയൽ സംവിധാനമാണ്. നീയും ഞാനും, ഞാനും നീയും. ഇന്നു ഞാൻ നാളെ നീ. ഇന്നധികാരത്തിൽ നീ അടുത്ത വർഷത്തിൽ പിന്നെയും ഞാൻ വരാം. ഇത് ഇന്ത്യൻ രാഷ്ട്രീയ പാർട്ടികൾക്കെല്ലാം അറിയാം. ഇവിടെ യു.ഡി.എഫ് ഭരിച്ചതുകൊണ്ട് സി.പി.എമ്മിന് എന്ത് വിഷമം? അഞ്ചു കൊല്ലത്തേക്ക് അധികാര കസേരയിൽ ഇരുന്നുകൊണ്ടുള്ള ചില സുഖഭോഗങ്ങൾ സാധ്യമാകുന്നില്ല എന്നുള്ളതല്ലാതെ സി.പി. ഐ.എമ്മിലെ എണ്ണപ്പെട്ടവർക്കും അവരോടനുബന്ധിച്ചിരിക്കുന്ന വർക്കും ആവശ്യമുള്ള എല്ലാ കാര്യങ്ങളും ഇവിടെ സസുഖം നടന്നു കിട്ടുന്നുണ്ട്.

ജനശക്തി, സെപ്തംബർ 16-30, 2016

കഥയെഴുതുന്ന ഞാൻ ജനാധിപത്യവാദിയായിരിക്കണം

കെ. കണ്ണൻ - സക്കറിയ

വലതുപക്ഷ സാംസ്കാരികജീവിതത്തിന്റെ അപകടകരമായ സ്വാധീന മുള്ള സംസ്കാരവും സമൂഹവുമാണ് മലയാളിയുടേത്. അതുകൊണ്ടു തന്നെ മലയാളി എഴുത്തുകാരും ബുദ്ധിജീവികളും മാധ്യമങ്ങളുമടങ്ങുന്ന ധൈഷണിക സമൂഹത്തിന്റെ നേരിയ അലസതപോലും പൊതു ബോധത്തെ വലിയ കെണികളിൽപെടുത്തും.

കുഴപ്പംപിടിച്ച കാലമാണിന്ന്. വൈദികബ്രാഹ്മണ്യത്തിലധിഷ്ഠിതമായ ഹിംസാത്മകദേശീയത പ്രത്യക്ഷമായിത്തന്നെ രാഷ്ട്രീയത്തിലിട പെടുകയും അതിന്റെ വിനാശകരമായ പ്രതിഫലനം പൊതുജീവിതത്തെ യാകെ കലുഷിതമാക്കുകയും ചെയ്യുന്ന സന്ദർഭം. സാധാരണക്കാരും എഴുത്തുകാരും സാംസ്കാരിക പ്രവർത്തകരുമെല്ലാം ഇരകളാക്കപ്പെട്ടു കൊണ്ടിരിക്കെ, സാമാന്യബോധമുള്ള ഓരോ മനുഷ്യനു നേരെയും 'എന്തു ചെയ്യും' എന്ന ചോദ്യം ഉയർന്നുവരുന്നു. "ദശലക്ഷക്കണക്കിന് ദലിതരും ആദിവാസികളും മുസ്ലിങ്ങളും ക്രിസ്ത്യാനികളുമെല്ലാം അടങ്ങുന്ന മുഴുവൻ ജനവിഭാഗങ്ങളും എപ്പോൾ എവിടെനിന്ന് ആക്രമണം വരുമെന്നറിയാതെ ഒരുതരം ഭീതിയുടെ നിഴലിൽ കഴിയാൻ നിർബന്ധിക്കപ്പെട്ടിരിക്കുന്നു" എന്ന് അരുന്ധതിറോയിയെപ്പോലുള്ളവർ ആശങ്കപ്പെടുന്നു.

സാമാന്യജനതയ്ക്കുമേലുള്ള ഭരണകൂടത്തിന്റെ ആക്രമണോ ത്സുകതയുടെ കൂടുതൽ വിപുലമായ ഉദാഹരണമായിരുന്നു നോട്ട് അസാധുവാക്കൽ. ജീവിതത്തിനുവേണ്ട അവശ്യം അടിസ്ഥാന സൗകര്യ ങ്ങളൊന്നുമില്ലാതെ കഴിയുന്ന ഇന്ത്യൻ ഗ്രാമീണരായിരുന്നു ഇതിന്റെ ഇരകൾ. നഗരകേന്ദ്രീകൃതമായ ഇന്ത്യൻ ബാങ്കിങ് സംവിധാനത്തിൽ നിന്നു മാത്രമല്ല, വിവരവിനിമയ ഉപാധികളിൽ നിന്നുപോലും ഭ്രഷ്ടരാക്ക പ്പെട്ടവരാണവർ. ജീവിതത്തെക്കുറിച്ച് ഒരുതരം ഭീതിയും അരക്ഷിത ബോധവും അത് സാധാരണക്കാർക്കിടയിൽ വിതച്ചു. അടിയന്തരാവസ്ഥ യിൽപോലും നിരക്ഷരരും ഗ്രാമീണരുമായ ഇന്ത്യൻ ജനത ഒരു പക

അകമേ പാകിവെച്ചിരുന്നു. എന്നാൽ, ഇപ്പോൾ സംഭവിച്ചത് അപകട കരമായ ഒരു പാകപ്പെടലാണ്. കർഷകരും ഭൂരഹിത തൊഴിലാളികളും ഗ്രാമീണ വ്യാപാരികളും കൂലിവേലക്കാരുമായ ഭൂരിപക്ഷ ജനതയ്ക്കു മേലുള്ള സ്വേച്ഛാധികാര പ്രയോഗത്തിന് ഞെട്ടിപ്പിക്കുന്ന പൊതുസമ്മതി ലഭിച്ചു. നോട്ട് അസാധുവാക്കലിനുശേഷം ഇന്ത്യൻ ഗ്രാമജീവിതത്തിന് എന്തു സംഭവിച്ചു എന്ന വസ്തുതാ റിപ്പോർട്ടുകൾ മാത്രം മതിയായി രുന്നു, ഈ തീരുമാനത്തിന്റെ ജനവിരുദ്ധത വെളിപ്പെടുത്താൻ. എന്നാൽ, ദേശീയമാധ്യമങ്ങൾ റിപ്പോർട്ടർമാരെ ഗ്രാമങ്ങളിലേക്കയച്ചില്ല. സമ്പന്ന വർഗത്തിന്റെ ആശങ്കകളും മധ്യവർഗത്തിന്റെ നഷ്ടങ്ങളുമായിരുന്നു ഒന്നാംപേജിൽ. എ.ടി.എമ്മുകൾക്കും ബാങ്കുകൾക്കും മുന്നിലെ നീണ്ട ക്യൂകളുടെ പടം കൊടുത്ത് പത്രങ്ങൾ സാധാരണക്കാരെ ദേശാഭിമാനി കളായ പൗരന്മാരാക്കുകയും ചെയ്തു. ചുരുക്കം ചില ആക്റ്റിവിസ്റ്റുകളും സോഷ്യൽ മീഡിയയിലെ ചില പോസ്റ്റുകളും നടത്തിയ വിമർശനങ്ങൾ കേൾക്കാത്ത ശബ്ദങ്ങളായി ഒടുങ്ങി.

ജനാധിപത്യവിരുദ്ധമായ ഒരു ഭരണകൂടത്തിന്റെ നയങ്ങളെ സ്വാധീനി ക്കാനോ തിരുത്താനോ അവയിൽ ഇടപെടാനോ സ്വാഭാവികമായും ഇത്തരം പ്രതികരണങ്ങൾക്ക് കഴിയില്ല എന്നു വാദിക്കാം. എന്നാൽ ഭരണ കൂടത്തെ സമ്മർദ്ദത്തിലാക്കാനോ പ്രതിക്കൂട്ടിലാക്കാനോ അല്ലെങ്കിൽ പ്രതിരോധത്തിലാക്കാൻപോലുമോ അവയ്ക്ക് കഴിയേണ്ടതാണ്.

നമ്മുടെ ധൈഷണിക സമൂഹം നവകൊളോണിയലിസത്തോടും മുതലാളിത്തത്തോടും വർഗീയതയോടും എങ്ങനെ ഇടപെടുന്നു എന്ന ആലോചന ഇതിന്റെ ഉത്തരത്തിലേക്ക് നയിക്കും. സാംസ്കാരിക നവീകരണത്തിന് നേതൃത്വം നല്കിയവരിൽ മുതലാളിത്തത്തിന്റേയും കൊളോണിയലിസത്തിന്റേയും സ്വാധീനം എല്ലാ കാലവുമുണ്ടായിരുന്നു. കൊളോണിയലിസത്തിന്റെ സാംസ്കാരിക അധിനിവേശത്തെ ലിബറലിസമായി തെറ്റിദ്ധരിക്കുകയും അതിനെ അതേപടി സ്വാംശീ കരിക്കുകയും ചെയ്ത വിഭാഗം, അതിനോട് സന്ദേഹപൂർണമായ അകലം പാലിച്ച വിഭാഗം, അതിനെ കൃത്യമായി തിരിച്ചറിഞ്ഞ വിഭാഗം എന്നി ങ്ങനെയുള്ള വൈരുധ്യങ്ങളിലൂടെയായിരുന്നു കൊളോണിയൽ അധിനി വേശത്തിന്റെ ബലപ്പെടൽ.

എന്നാൽ, നവകോളനിവത്കരണത്തിൽ കുറെക്കൂടി സങ്കീർണവും അപകടകരവുമായിത്തീർന്നു കാര്യങ്ങൾ. കൊളോണിയൽ മൂലധന ത്തിന്റെ പഴയ സ്വാധീനം സ്വാംശീകരണത്തിലൂടെ ബലപ്പെട്ട് ഇപ്പോൾ അടിമത്തമായി മാറിയിരിക്കുന്നു. ഇന്ത്യയിലെ ആധിപത്യപ്രത്യയശാസ്ത്ര വുമായി രക്തബന്ധം തന്നെയുണ്ട് പുത്തൻ കൊളോണിയലിസത്തിന്. മാധ്യമങ്ങൾ അടക്കമുള്ള നമ്മുടെ ധൈഷണികനേതൃത്വം ഒരു സന്ദേഹ വുമില്ലാതെയാണ് പുത്തൻ കൊളോണിയൽ യുക്തിക്ക് അടിമപ്പെടുന്നത്. അതുകൊണ്ടുതന്നെ, അപകടകരമായ സ്വാധീനമായി മാറിയിരിക്കുന്നു മാധ്യമങ്ങളും നമ്മുടെ ബുദ്ധിജീവിവർഗവും. ഈയൊരു വിപത്തിനെ അടയാളപ്പെടുത്തുകയാണ് ഈ അഭിമുഖം.

- എഴുത്തും എഴുത്തുകാരും ഉഴുതുമറിച്ച മണ്ണാണ് കേരളത്തിന്റേത് ഒരർഥത്തിൽ. മലയാളിയുടെ പുരോഗമനപരമായ അസ്തിത്വത്തിന് ഇവിടത്തെ എഴുത്തിനോടും കടപ്പാടുണ്ട്. അത്തരമൊരു യാഥാർഥ്യത്തിന്റെ അവകാശികളായ നാം എം.ടി. വാസുദേവൻനായരോടുള്ള ആക്രമണോത്സുകമായ പ്രതികരണങ്ങളിൽപോലും സന്ദേഹിച്ചു നില്ക്കുകയാണ്. കോഴിക്കോട്ട് ഈയിടെ എം.ടിക്ക് ഐക്യദാർഢ്യം പ്രകടിപ്പിക്കാൻ ചേർന്ന ഒരു പരിപാടി ഉദ്ഘാടനം ചെയ്തത് ഭാഷയിലെ ഒരു പ്രധാന എഴുത്തുകാരൻപോലുമല്ല.

ശരിയാണ്, പ്രതികരണം വേണ്ടത്ര ഉണ്ടാകുന്നില്ല. എഴുത്തുകാർക്ക് പൊതുവിൽ ഒരുകാലത്ത് പ്രത്യയശാസ്ത്രപരവും ആശയപരവുമായ പ്രതിബദ്ധതയുണ്ടായിരുന്നു. സാമൂഹിക പ്രതിബദ്ധത എന്നത് വിലയിടിഞ്ഞ വാക്കാണെങ്കിലും, അതിപ്രധാനമാണ്. അതിന്റെ മൂല്യങ്ങളോടുള്ള പ്രതിബദ്ധത ഇന്ന് ഇല്ല. നമ്മുടെ കാലഘട്ടത്തിൽ ജനാധിപത്യത്തോടാണ് പ്രത്യേകമായും ഈയൊരു പ്രതിബദ്ധത വേണ്ടത്. അത് മനഃപൂർവം തന്നെ ഉണ്ടാകണം. ബോധപൂർവം തന്നെ നാം ഇന്ത്യക്കാരാണ്, അപകടമാണ് ഇവിടത്തെ കാര്യങ്ങൾ, ഇന്ത്യൻ ഭരണകൂടങ്ങൾക്കെല്ലാം, അത് ബി.ജെ.പിയാണെങ്കിലും കോൺഗ്രസ്സാണെങ്കിലും സ്വേച്ഛാധിപത്യസ്വഭാവമുണ്ട് എന്ന് മനസ്സിലാക്കാനുള്ള അവബോധം വേണം. സ്വേച്ഛാധിപത്യത്തിന്റെ വാൾ നമ്മുടെ തലയ്ക്കുമീതെ ഓങ്ങിയിരിക്കുകയാണ്. മാവോയിസ്റ്റുകളെ എൻകൗണ്ടർ എന്നുപറഞ്ഞ് വെടിവെച്ചിടുന്ന സി.പി.എം. സർക്കാർ തൊട്ട്, സോണിയാഗാന്ധിയുടെ കോൺഗ്രസ് തൊട്ട്, മോദിയുടെവരെ... ഇവരുടെയെല്ലാം ഒരേപോലെയുള്ള സംഭവമാണ്. ഈയൊരു അവബോധമാണ് വേണ്ടത്.

1947 മുതൽ നാം മുന്നോട്ടുവെക്കുന്ന ഒരു ജനാധിപത്യസ്വപ്നമുണ്ട്. നേരത്തെതന്നെ അടിയന്തരാവസ്ഥയിൽ അതിന് ഒരു പ്രഹരം കിട്ടിയതാണ്. ആ ജനാധിപത്യസ്വപ്നം ഇന്ന് ആപത്തിലാണ് എന്ന കാര്യം മനസ്സിൽ കയറിയാലേ എം.ടിയുടെ നേരെയുണ്ടായ ആക്രമണത്തെ ഒരു പ്രധാന ഇഷ്യൂ ആയി കാണാനാകൂ. ഇത് എഴുത്തുകാരനെ മാത്രം സംബന്ധിച്ച ഇഷ്യൂ അല്ല. ഏതൊരു മലയാളിപൗരനേയും ഇന്ത്യൻ പൗരനേയും സംബന്ധിച്ച ഇഷ്യൂ ആയി എടുത്തുകാണണം.

എം.ടി. ഒരു ഇക്കണോമിസ്റ്റ് അല്ല എന്നു പറഞ്ഞാണ് അവർ ആക്രമിച്ചത്. എം.ടി. ഇക്കണോമിസ്റ്റും എഴുത്തുകാരനും ആകേണ്ട. സാധാരണ പൗരന്മാർ വഴിവക്കിലും കോണിലും മൂലയിലും അമ്പലപ്പറമ്പിലും പള്ളിമുറ്റത്തും നിന്ന് വിളിച്ചുപറഞ്ഞുകൊണ്ടിരിക്കുന്ന കാര്യമാണിത്. കാരണം, ഇത്രയധികം ജനങ്ങളെ ബാധിക്കുന്ന കാര്യമാണ്. ബി.ജെ.പി നേതാവ് പറഞ്ഞത് ശുദ്ധ അസംബന്ധമാണ്. എൻ.എസ്. മാധവൻ പറഞ്ഞതുപോലെ, ഒരു സാമ്പിൾ ഡോസ് കൊടുത്ത് എം.ടിയെ ഇന്ന് ആക്രമിക്കാമെങ്കിൽ, എം.ടി. ഇന്ന്

കേരളത്തിൽ അലങ്കരിക്കുന്ന അദ്വിതീയമായ ആ പദവി വെച്ചു കൊണ്ട്, എം.ടിയെ ആക്രമിച്ചിട്ടും എല്ലാവരും മിണ്ടാതിരിക്കുകയാണെങ്കിൽ പിന്നെ എന്തും ചെയ്യാമല്ലോ എന്നതിനുള്ള ശ്രമമാണോ എന്നും സംശയിക്കണം. തുഞ്ചൻപറമ്പിന്റെ കാര്യത്തിൽ എം.ടിയോടുള്ള പകയും സംഘപരിവാറിനുണ്ട്.

● നമ്മുടെ ഇന്നത്തെ എഴുത്തുകാർ ഭരണപക്ഷത്താണോ?

ഇന്നത്തെ എഴുത്തുകാർ ഭരണപക്ഷത്താണ് എന്നതിനെ സാമാന്യവത്കരിക്കാനാകില്ല. കേരളത്തിലെ മുഖ്യധാരാ എഴുത്തുകാരിൽ ഏതെങ്കിലും രാഷ്ട്രീയപാർട്ടിയുടെ കുടക്കീഴിൽ ജീവിക്കുന്ന ധാരാളം പേരുണ്ട്. അങ്ങനെ അവർക്ക് ജീവിച്ച് പരിശീലനമുണ്ട്. അഴീക്കോടിനെയോ വിജയൻ മാഷെപ്പോലെയോ ഉള്ള ഉന്നതരായ സ്വതന്ത്രചിന്തകർപോലും പഴയ നാഷണലിസത്തിന്റേയും സ്വാതന്ത്ര്യസമര കാലഘട്ടത്തിന്റേയും തുടർച്ചയായി അന്നുണ്ടായിരുന്ന രാഷ്ട്രീയ പാർട്ടികളുമായി ഒന്നിച്ചുപോകുകയും ആ പാരമ്പര്യം തുടരുകയുമാണ് ചെയ്തത്. അതിനുശേഷം ഈ പാർട്ടികളുടെ കീഴ്ക്കാംതൂക്കായ പതനം സംഭവിച്ചപ്പോഴും അഴീക്കോടിനെപ്പോലുള്ളവർക്ക് ഇതിൽനിന്ന് സ്വന്തം ജീവിതത്തെ വിടർത്തിയെടുക്കാൻ കഴിഞ്ഞില്ല.

പിന്നെ വന്നവരിൽ സേതു, മുകുന്ദൻ, സച്ചിദാനന്ദൻ, ആനന്ദ്, കുഞ്ഞബ്ദുള്ള (അവന്റേത് നിഷ്കളങ്കതകൊണ്ട് കാണിച്ച അബദ്ധങ്ങളാണ്... അവന് രാഷ്ട്രീയമേ മനസ്സിലായിട്ടില്ല. ഇതുവരെ) അവരുടേതായ രീതിയിൽ രാഷ്ട്രീയപാർട്ടികളെ അകറ്റിനിർത്താൻ ശ്രമിച്ചിട്ടുണ്ട്. മുകുന്ദൻ സാഹിത്യ അക്കാദമി പ്രസിഡണ്ട് ആയെങ്കിലും മുകുന്ദന്റെ രീതിയിൽ ഒരു പ്രതിരോധം സൃഷ്ടിച്ചിരിക്കാമെന്ന് ഞാൻ വിചാരിക്കുകയാണ്. ഭരണപക്ഷത്താണ് അവർ നില്ക്കുന്നത് എന്ന് ഞാൻ പറയില്ല. പുതിയ തലമുറയിലും ഇ.സന്തോഷ്കുമാർ, ഉണ്ണി. ആർ, സന്തോഷ് ഏച്ചിക്കാനം, പ്രമോദ് രാമൻ, അൻവറലിയും ഗോപീകൃഷ്ണനും അനിതയും അടക്കമുള്ള കവികൾ. ആരും ഭരണകൂടങ്ങളുടെയൊപ്പം നിൽക്കുന്നവരല്ല. എന്നാൽ, എം.ടിയുടെ മേൽ നടത്തിയ ആക്രമണത്തിന്റെ ഗുരുതരാവസ്ഥ നമ്മുടെ എഴുത്തുകാർക്ക് പൊതുവിൽ മനസ്സിലായിട്ടുണ്ടോ. ഇത് ഒരു തുടക്കം മാത്രമാണ് എന്ന അർത്ഥത്തിൽ മനസ്സിലാക്കിയിട്ടുണ്ടോ എന്ന് എനിക്ക് സംശയമുണ്ട്.

● മുമ്പ് പല നിർണായക സന്ദർഭങ്ങളിലും മൗനം പാലിച്ചയാളാണ് എം.ടി. എന്നാണ് ബി.ജെ.പിയുടെ വിമർശനം.

അടിസ്ഥാനപരമായി എഴുത്തുകാരൻ മൗനിയാണോ അല്ലയോ എന്നത് അല്ല ഇഷ്യു. എഴുത്തുകാരൻ അവനവന്റെയുള്ളിൽ

117

എന്തിനോട് കൂറുപുലർത്തുന്നു എന്നതിലാണ് കാര്യം. സമൂഹത്തിലെ പ്രശ്നങ്ങളോട് പ്രസംഗങ്ങളിലൂടെയും എഴുത്തിലൂടെയും മറ്റും പ്രതികരിക്കുന്ന എഴുത്തുകാരുണ്ട്. അത്തരമൊരു നടപടിയിലേക്ക് പ്രവേശിക്കാത്ത എഴുത്തുകാരുമുണ്ട്. ഉള്ളിന്റെയുള്ളിൽ അവർ ജനാധിപത്യവാദികളും മതേതരവിശ്വാസികളുമാണോ എന്നതാണ് പ്രശ്നം. ആ ഒരു പ്യൂരിറ്റിയുണ്ടല്ലോ. പ്യൂരിറ്റി ഓഫ് ഐഡിയാസ്... അതുണ്ടോ ഇല്ലയോ എന്നതാണ് പ്രശ്നം. അങ്ങനെ കൂറുപുലർത്താത്ത ഒരു നടപടിയും എം.ടി. ഇതുവരെ സ്വീകരിച്ചിട്ടില്ല. അദ്ദേഹത്തിന്റെ എഴുത്തിൽ നിന്നോ പ്രസംഗത്തിൽ നിന്നോ വായനയിൽ നിന്നോ അത്തരത്തിലുള്ള ഒന്നും കണ്ടെത്താൻ കഴിയില്ല. എം.ടി. ഒരു പൊതുപ്രസംഗത്തിലൂടെ അതു ചെയ്തുവോ എന്നു ചോദിച്ചാൽ, ആ മൗനം ഏത് എഴുത്തുകാരനും വകവെച്ചുകൊടുക്കേണ്ട സ്വാതന്ത്ര്യമാണ്. എനിക്ക് കഥയെഴുതാൻ മാത്രമേ അറിയൂ എന്നു വെക്കുക. പ്രസംഗിക്കാനും ലേഖനമെഴുതാനും അറിയില്ല. പക്ഷേ, കഥയെഴുതുന്ന ഞാൻ ജനാധിപത്യവാദിയായിരിക്കണം. മതേതരവിശ്വാസി ആയിരിക്കണം. പുരുഷമേധാവിത്തവാദിയായിരിക്കരുത്. അതാണ് പ്രധാനം. എം.ടി. ഒരു സംഘട്ടനകുതുകിയല്ല. സഹിക്കാൻ വയ്യാതെയാണ് അദ്ദേഹം നോട്ട് റദ്ദാക്കലിനെപ്പറ്റി പറഞ്ഞത് എന്നതിൽ സംശയം വേണ്ട.

- സംഘ്പരിവാറിനേയും ഇടതുപക്ഷത്തേയും അതിസൂക്ഷ്മമായി പിന്തുടരുന്ന ബുദ്ധിജീവികൾ മുസ്ലീം വർഗീയതയോട് അലസത പുലർത്തുന്നു എന്ന വിമർശനവും ഇതോടൊപ്പമുണ്ടായി.

എനിക്ക് ഉറപ്പുള്ള കാര്യമാണ്, മുസ്ലിം വർഗീയത അവസാനമായും ബാധിക്കുന്നത് ഇവിടത്തെ മുസ്ലിമിനെത്തന്നെയാണ്. കേരളത്തിലെ ഹിന്ദുക്കളും ക്രിസ്ത്യാനികളുമായി വളരെ ഭംഗിയായി ഇണങ്ങിച്ചേർന്ന, യാതൊരു തരത്തിലുമുള്ള കലഹവുമില്ലാതെ ജീവിക്കുന്ന ഒരു സമൂഹം. നമ്മുടെ നവോത്ഥാനത്തിലടക്കം വമ്പിച്ച സംഭാവന നടത്തിയ ഒരു സമൂഹം. കേരളത്തിലെ രണ്ടാമത്തെ വലിയ സമൂഹമാണ് മുസ്ലിങ്ങൾ എന്നും ഓർക്കണം.

മുസ്ലിംലീഗിനെയെടുക്കാം. മുസ്ലിങ്ങളെ മറ്റു മതങ്ങൾക്കെതിരായി തിരിക്കുന്ന ഒരു ശക്തിയായി ഞാൻ മുസ്ലിംലീഗിനെ കാണുന്നില്ല. അങ്ങനെ കാണാൻ വളരെ വിഷമമുണ്ട്. മുസ്ലിംലീഗ് കൂടി ഇല്ലെന്നായാൽ ഒരുപക്ഷേ, ഇവിടെ കാര്യങ്ങൾ വഷളാകാൻ സാധ്യതയുണ്ട്. വിദ്യാഭ്യാസപരമായും സാമ്പത്തികരംഗത്തും പ്രൊഫഷണൽ രംഗത്തും മുന്നേറിക്കൊണ്ടിരിക്കുന്ന മുസ്ലിം സമൂഹത്തെ അടിമപ്പെടുത്താൻ ഇസ്ലാമിക തീവ്രവാദം എല്ലാ വിദ്യകളും പ്രയോഗിക്കും. ഹിന്ദുക്കൾക്കും ക്രിസ്ത്യാനികൾക്കും എതിരെ മുസ്ലിങ്ങളെ തിരിക്കാനും ശ്രമിക്കും. ഇത് മുസ്ലിങ്ങളുടേയും മലയാളികളുടേയും ദുരവസ്ഥയായിത്തീരും.

ഹിന്ദുവർഗീയതയോട് നമ്മൾ പ്രതികരിക്കുന്നതിന്റെ കാരണം, ഹിന്ദു വർഗീയത പ്രഖ്യാപിച്ചിട്ടുള്ള രാഷ്ട്രീയപാർട്ടി ഇന്ത്യ മുഴുവൻ വ്യാപിച്ച രാഷ്ട്രീയപാർട്ടിയാണ്. ഇന്ത്യ ഭരിക്കുന്ന പാർട്ടിയാണ്. ഭൂരിപക്ഷത്തെ പ്രതിനിധീകരിക്കുന്നു എന്ന് അവർ അവകാശപ്പെടുകയാണ്. വെറും 31 ശതമാനം വോട്ടേ അവർക്കു ലഭിച്ചുള്ളൂ എങ്കിൽപ്പോലും അവരുടെ വർഗീയത മുസ്ലിം എന്ന ന്യൂനപക്ഷത്തിലെ ഒരു സൂക്ഷ്മന്യൂനപക്ഷത്തിന്റെ വർഗീയതയേക്കാൾ എത്രയോ ആയിരം മടങ്ങ് അപകടകാരിയാണ് കേരളത്തിലടക്കം.

- അപ്പോൾ ഹിന്ദു വർഗീയതയാണ് പ്രധാന ആപത്ത്?

തീർച്ചയായും. പക്ഷേ, ഐ.എസിനെപ്പോലെയൊക്കെയുള്ള ഒരു ഭീകരത കേരളത്തിലേക്ക് ഇറക്കുമതി ചെയ്താൽ തീർച്ചയായും നമ്മൾ അതിനെ നേരിടണം. മുസ്ലിം തീവ്രവാദത്തിന്റെ പേരിൽ ഉണ്ടായിട്ടുള്ള പല കേസുകളും കെട്ടിച്ചമയ്ക്കപ്പെട്ടവയാണ് എന്ന് സംശയിക്കണം. മഅ്ദനിയുടെ കാര്യത്തിൽ പ്രത്യേകിച്ചും. ഇവിടത്തെ എൽ.ഡി.എഫ്. ഭരണകൂടവും യു.ഡി.എഫ്. ഭരണകൂടവും ഈ ഗൂഢാലോചനയ്ക്ക് കൂട്ടുനിന്നിട്ടുണ്ട്. നായനാരാണ് മഅ്ദനിയെ പിടിച്ചുകൊടുത്തത്. സംഘപരിവാറും പൊലീസും കേരളത്തിലെ മുസ്ലിങ്ങളെപ്പറ്റി ഒരേ മനഃശാസ്ത്രമാണ് പങ്കുവെക്കുന്നത് എന്നു തോന്നും. ഉമ്മൻചാണ്ടിയിരുന്നാലും പിണറായി വിജയൻ ഇരുന്നാലും അതിൽ മാറ്റമില്ല.

- സംവാദത്തേയും വിയോജിക്കാനുള്ള അവകാശത്തേയും ഹനിക്കുന്നതിനെതിരെ എഴുത്തുകാരും ശാസ്ത്രജ്ഞരും സിനിമാ പ്രവർത്തകരും ചിത്രകാരന്മാരുമെല്ലാം ഒന്നുചേർന്ന് പ്രകടിപ്പിച്ച പ്രതിഷേധം സമീപകാലത്തുണ്ടായി. ഇന്ന് രാജ്യത്ത് സംഭവിച്ചുകൊണ്ടിരിക്കുന്ന കാര്യങ്ങളിൽ ലജ്ജ തോന്നുന്നുവെന്ന് അരുന്ധതീറോയി പറഞ്ഞു. ധൈഷണിക മേഖലയിലുണ്ടായ ഈ പ്രതിഷേധം എന്തുകൊണ്ടാണ് പൊതുബോധത്തെ തൊടാതെ കടന്നുപോയത്?

എഴുത്തുകാരന്റെ ആ പ്രവൃത്തി എതിർപ്പിന്റെ ഒരു പ്രഖ്യാപനം മാത്രമായിരുന്നു. ഞാൻ അവാർഡ് തിരിച്ചുകൊടുത്തില്ല. അത് എന്തുകൊണ്ടാണ് എന്ന് എഴുതുകയും ചെയ്തു. കാരണം, സാഹിത്യ അക്കാദമി മാത്രമേയുള്ളൂ എഴുത്തുകാർ അവർക്കുവേണ്ടി നിർമിച്ചിരിക്കുന്നവയിൽ ബാക്കിയുള്ള സ്ഥാപനം. അന്ന് സാഹിത്യ അക്കാദമിയെ ടാർഗറ്റ് ചെയ്തതിനോട് എനിക്ക് വിഷമം തോന്നിയിരുന്നു. ഇന്ന് തിരിഞ്ഞുനോക്കുമ്പോൾ ഒരുപക്ഷേ, അവാർഡ് തിരിച്ചുകൊടുക്കുന്ന ആ പ്രസ്ഥാനമായിരുന്നു അസഹിഷ്ണുത എന്നറിയപ്പെടുന്ന സ്വേച്ഛാധിപത്യവർഗീയ പ്രവണതകൾക്കെതിരെയുണ്ടായ ആദ്യ തുറന്ന പ്രതികരണം എന്നു തോന്നുന്നു. അതുകൊണ്ട് അത് വിലപ്പെട്ടതുമാണ്. അതൊരു പാത സൃഷ്ടിച്ചു എന്നതിലും

സംശയമില്ല. പൊതുസമൂഹം തീർച്ചയായും അത് ശ്രദ്ധിച്ചിരിക്കും. അത് ഫലിച്ചോ ഇല്ലയോ എന്നത് വേറെ കാര്യം. അത് വിജയ ത്തിലേക്കുപോയോ, മോദിയെ താഴെയിറക്കിയോ... ഒന്നുമില്ല എന്നത് സത്യമാണ്.

• അടിയന്തരാവസ്ഥയ്ക്കൊടുവിൽ വന്ന ജനവിധി ഇന്ദിരാഭരണ കൂടത്തെ പ്രതിക്കൂട്ടിലാക്കിയപോലെ, ബാബറി മസ്ജിദ് ധ്വംസനത്തെ തുടർന്ന് രൂപപ്പെട്ട മതനിരപേക്ഷശക്തികളുടെ അനൗപചാരികമായ ഐക്യനിര സവർണ ഫാസിസത്തെ അടയാളപ്പെടുത്തിയപോലെ ഒരു പ്രതികരണം ഇത് പൗരസമൂഹത്തിലുണ്ടാക്കിയില്ല.

ഇന്നത്തെ ഭരണം ഒരു പ്രച്ഛന്ന അടിയന്തരാവസ്ഥയായി കൊണ്ടു പോകാൻ മോദിയെയും ബി.ജെ.പിയെയും ആർ.എസ്.എസ്സിനെയും സഹായിക്കുന്ന മാധ്യമശക്തികളുണ്ട്. ഏറ്റവും അപകടം പിടിച്ച കാര്യം നടക്കുമ്പോൾപോലും ശരാശരി ഇന്ത്യക്കാരൻ അവന്റെ രാജ്യത്തെ വായിക്കുന്നത് മാധ്യമങ്ങളിലൂടെയാണ്. അവന് കാര്യം പറഞ്ഞുകൊടുക്കാൻ വേറെ ആരുമില്ല. നിലവിലുള്ള പ്രച്ഛന്ന അടിയന്തരാവസ്ഥയുടെ ഓരോ അടയാളത്തെയും ചൂണ്ടിക്കാട്ടി ഇത് ഇങ്ങനെയാണ് എന്ന് ജനങ്ങളോടു പറയാൻ മാധ്യമങ്ങളില്ല. സോഷ്യൽ മീഡിയയിൽ ചില ബ്ലോഗുകളോ ഫെയ്സ്ബുക്കിലെ പോസ്റ്റിങ്ങുകളോ അല്ലാതെ. കേരളത്തിലെയും ഇന്ത്യയിലെയും മുഖ്യധാരാ മാധ്യമങ്ങൾ ഈ അപകടസൂചനകളെ അവഗണിക്കുക യാണ്. അവാർഡു കിട്ടുമ്പോഴൊക്കെ എം.ടിയെ ആകാശംമുട്ടെ വാഴ്ത്തുകയും അദ്ദേഹത്തിന്റെ രചനകളെ വ്യാപാരം ചെയ്യുകയും ചെയ്യുന്ന മാധ്യമങ്ങൾ ഇങ്ങനെയൊരു പ്രശ്നം വന്നപ്പോൾ കണ്ടില്ല എന്നു നടിക്കുകയാണ് ചെയ്തത്. അതിനെ ധൈഷണികസമൂഹ ത്തിനെതിരായ ഒരു ഫാസിസ്റ്റ് നീക്കമായി കണ്ടില്ല.

ശരാശരി പൗരന് ജനാധിപത്യം ഭീഷണിയിലാണ്. ഒരു യഥാർഥ അടിയന്തരാവസ്ഥയുടെ വക്കിലാണ് നാം. അല്ലെങ്കിൽ ഇത്തരത്തിൽ ഒരു പ്രച്ഛന്ന അടിയന്തരാവസ്ഥ കൊണ്ടുനടക്കുകയാണ് എന്നു പറഞ്ഞു കൊടുക്കാൻ ആളില്ല. അത് പറഞ്ഞു കൊടുക്കേണ്ടത് മലയാള മനോരമയും മാതൃഭൂമിയും ടൈംസ് ഓഫ് ഇന്ത്യയും ഇന്ത്യൻ എക്സ്പ്രസ്സുമെല്ലാമായിരുന്നു. നാഷണൽ എന്ന് സ്വയം വിളിക്കുന്ന ഉത്തരേന്ത്യൻ ചാനലുകളും ഏഷ്യാനെറ്റുമെല്ലാമായി രുന്നു. അതിനുപകരം അർണബ് ഗോസ്വാമിയെപ്പോലുള്ള വിഷജീവി കളെയാണ് നമുക്ക് ലഭിച്ചത്.

• ഈ പ്രതികരണമില്ലായ്മ, ഇന്ന് ജീവിച്ചിരിക്കുന്ന എഴുത്തുകാരന്റെ, പ്രത്യേകിച്ച് മലയാളി എഴുത്തുകാരന്റെ രാഷ്ട്രീയമൂല്യം വട്ടപ്പൂജ്യ മായതുകൊണ്ടുകൂടി സംഭവിക്കുന്നതല്ലേ?

രാഷ്ട്രീയപാർട്ടികൾക്കതീതമായ രാഷ്ട്രീയബോധം വേണം എഴുത്തുകാർക്കും എല്ലാവർക്കും. എന്താണ് ഇന്ത്യക്കുവേണ്ട, കേരളത്തിനുവേണ്ട രാഷ്ട്രീയം എന്ന് അതിന്റെ അടിസ്ഥാനമൂല്യങ്ങൾ വെച്ച് ചിന്തിച്ചുകൊണ്ടുള്ള രാഷ്ട്രീയബോധം ചുരുക്കമായേ എഴുത്തുകാരിൽ കാണുന്നുള്ളൂ. നാലോ അഞ്ചോ കാര്യങ്ങളിൽ നാം മുറുക്കിപ്പിടിച്ചേ മതിയാകൂ.

ജനാധിപത്യം, മതേതരത്വം, സ്ത്രീപുരുഷ സമത്വം, സാധുജനപക്ഷം, ഇവ തലച്ചോറിൽ തിരുകിയാവണം നമ്മൾ ഓരോ തവണയും വാ തുറക്കേണ്ടത്, പേന എടുക്കേണ്ടത്. ഈ അടിസ്ഥാനമുണ്ടെങ്കിൽ നമ്മൾ പറയുന്നതിനും ചെയ്യുന്നതിനും ഒരു പ്രതിഫലനം എവിടെയെങ്കിലും വരാതിരിക്കില്ല. ഇത്തരം കാര്യങ്ങളിൽ നാം അയവോടെ സംസാരിക്കാൻ പാടില്ല. വിജയൻ മാഷൊക്കെ അദ്ദേഹത്തിന്റേതായ രീതിയിൽ അതു ചെയ്തു. അഴീക്കോട് ഒരു ക്ലിക്സോട്ടിയൻ രീതിയിലാണെങ്കിലും ചെയ്തു. ഇപ്പോൾ സച്ചിദാനന്ദനെയും ആനന്ദിനെയും ബി. രാജീവനെയും സുനിൽ പി. ഇളയിടത്തിനെയും കുരീപ്പുഴ ശ്രീകുമാറിനെയും പോലുള്ളവർ അത് ചെയ്യുന്നതായി കാണുന്നുണ്ട്.

- പക്ഷേ, ഇതെല്ലാം പറയേണ്ട മാധ്യമങ്ങൾ നിശ്ശബ്ദരായിരിക്കുന്നു?

അതെ. ഈ ദുസ്സൂചനകളും ആപത്തിന്റെ നേരിട്ടുള്ള ലക്ഷണങ്ങളും കാണുമ്പോൾ അവർ പറയുന്നില്ല. തിരഞ്ഞെടുപ്പിൽ മതം ഉപയോഗിക്കുന്നതുമായി ബന്ധപ്പെട്ട കോടതിവിധിയെ ടൈംസ് ഓഫ് ഇന്ത്യ ഏഴാമത്തെയോ എട്ടാമത്തെയോ സ്റ്റോറിയായാണ് അടക്കം ചെയ്തത്. ഈ തരത്തിൽ എല്ലാത്തിനുമേലും ഒതുക്കൽ നടത്തുകയാണ് മാധ്യമങ്ങൾ. മലപ്പുറത്തെയോ യു.പിയിലെയോ ഒരു ഗ്രാമീണന് ഫാസിസത്തിന്റെ ആപത്ത് വായിച്ചെടുക്കാൻ ശേഷിയില്ല. അവിടെയാണ് മാധ്യമങ്ങൾ ജനപക്ഷത്ത് നില്ക്കേണ്ടതിന്റെ ആവശ്യം. എഴുത്തുകാരിൽ ചിലർ ഭരണപക്ഷത്ത് നിൽക്കുന്നവരുണ്ടാകും. എന്നാൽ, മാധ്യമങ്ങൾ ഏതാണ്ട് സമ്പൂർണമായി ഭരണപക്ഷത്താണ്.

- മീഡിയയുടെ കോർപറേറ്റുവത്കരണം ഏറെ ചർച്ച ചെയ്യപ്പെട്ടതാണ്. അതിന്റെ അപകടകരമായ ഇംപാക്റ്റ് ആണ് വർഗീയവത്കരണം. മത വർഗീയത മാത്രമല്ല, ഇന്ത്യൻ മാധ്യമങ്ങൾ ആരെ, ഏതു വർഗത്തെ പ്രതിനിധീകരിക്കുന്നു എന്നതും പ്രശ്നമാണ്. നോട്ട് അസാധുവാക്കിയ പ്രശ്നത്തിൽ ജനങ്ങളുടെ ദുരിതം സ്റ്റോറികളായി ഒതുക്കുകയാണ് മാധ്യമങ്ങൾ ചെയ്തത്. അതിന്റെ ഗൂഢലക്ഷ്യങ്ങൾ, ജനവിരുദ്ധത വായനക്കാർക്കു മുന്നിൽ അനാവരണം ചെയ്യപ്പെട്ടില്ല. മാത്രമല്ല, ഭരണകൂടത്തിന്റെ സ്വേച്ഛാധിപത്യപരമായ ഒരു

തീരുമാനത്തോട് അടിമപ്പെടാനുള്ള മനോഭാവം ജനങ്ങളിലുണ്ടാക്കുന്നതിൽ മാധ്യമങ്ങൾ വിജയിക്കുകയും ചെയ്തു.

മീഡിയ ഭരണവർഗം തന്നെയാണ് എപ്പോഴും എല്ലായ്പ്പോഴും. അതിൽ തർക്കമില്ല. കേരളത്തിൽ എൽ.ഡി.എഫ്. ഭരണത്തിൽ വരുന്നതിനെ പല്ലും നഖവും ഉപയോഗിച്ച് എതിർത്ത മാധ്യമങ്ങൾപോലും ഭരണത്തിൽ വന്നുകഴിഞ്ഞാൽ എൽ.ഡി.എഫിന്റെ പക്ഷത്തേക്ക് പതുക്കെ ചായുന്നതായി കാണാം. ഇന്ന് മാധ്യമങ്ങളുടെയെല്ലാം തലപ്പത്ത് കോർപ്പറേറ്റുകളാണ് എന്നു പറയാറുണ്ട്. കോർപ്പറേറ്റാകുന്നതിൽ ഒരു തെറ്റും പറയാനാകില്ല. കാരണം കോർപ്പറേറ്റുകളില്ലാതെ മൂലധനത്തെ കൈകാര്യം ചെയ്യാനാകില്ല. നമ്മൾ എന്തിനാണ് ഒരു പത്രം, ചാനൽ നടത്തുന്നത് എന്ന ചോദ്യത്തിന് കൃത്യമായ ഉത്തരമില്ലാതെ ഒരു കൂട്ടം ആളുകളുടേയും മാർക്കറ്റിങ്ങ് താത്പര്യങ്ങളുടേയും മാത്രം വ്യവസ്ഥിതിക്ക് ഉത്തരം പറയാൻ തുടങ്ങുമ്പോഴാണ് ഷണ്ഡത്വം പ്രകടമാകുന്നത്. ഒരു ഇഷ്യൂവുമായി ബന്ധപ്പെട്ട് ജനങ്ങളുടെ പക്ഷത്തുനിന്ന് ഉറപ്പോടെ നിങ്ങളെ സംബന്ധിച്ച് ഇത് ശരിയല്ല, ഇതാണ് ഇതിന്റെ പിന്നിലുള്ളത് എന്നു പറയാൻ സാധ്യമല്ലാതെ വരുന്നു. അതുകൊണ്ടാണ് നോട്ട് അസാധുവാക്കലിനെ ന്യായീകരിക്കേണ്ടിവരുന്നത്, അതിനോട് പാകപ്പെടാനുള്ള അന്തരീക്ഷമൊരുക്കുന്നത്.

പഴയ കാലത്ത് മാധ്യമങ്ങളുടെ തലപ്പത്ത് ഒന്നോ രണ്ടോ വ്യക്തികളേ ഉണ്ടായിരുന്നുള്ളൂ എങ്കിലും അവർക്ക് ഒരു സാമൂഹിക ദർശനവും സാംസ്കാരിക ദർശനവും ഉണ്ടായിരുന്നു. പല മാധ്യമങ്ങളും സ്ഥാപിക്കപ്പെടുമ്പോൾ സ്വാതന്ത്ര്യസമരവും ദേശീയപ്രസ്ഥാനവുമാക്കെ ഒരു ബീക്കൺ പോലെ അവിടെ നിലകൊണ്ടിരുന്നു. ഇന്ന് പണത്തിന്റെ ഇഷ്യൂവാണ് എല്ലാത്തിനെയും നിയന്ത്രിക്കുന്നത്. അല്ലെങ്കിൽ അന്നത്തെ രാഷ്ട്രീയപാർട്ടികളുമായുള്ള സമവാക്യങ്ങൾ: അങ്ങനെ വരുമ്പോഴാണ് ഇത്തരത്തിലുള്ള തമസ്കരണങ്ങൾ, ഒഴിഞ്ഞുമാറലുകൾ ഉണ്ടാകുന്നത്. ഗൗരവമുള്ള ഒരു കാര്യം അവതരിപ്പിക്കാൻ ഫലിതത്തിന്റെ ഒരു പംക്തിയുണ്ടാക്കുന്നതുപോലുള്ള കള്ളത്തരങ്ങൾ ഉണ്ടാക്കുന്നത്.

- കേരളത്തിൽ ഈയിടെ നടന്ന മാവോവാദി നേതാക്കളുടെ കൊലയെക്കുറിച്ചും മാധ്യമങ്ങളിൽ വന്നത് പൊലീസ് ഭാഷ്യമാണ്. വർഗീസിന്റെ നീചമായ കൊലയുടെ ഓർമ്മയുണ്ട് കേരളത്തിലെ മാധ്യമങ്ങൾക്ക്. എന്നിട്ടും നിലമ്പൂരിലെ കോളനിയിലേക്ക് പൊലീസ് അകമ്പടിയോടെയാണ് നമ്മുടെ മാധ്യമപ്രവർത്തകർ പോകുന്നത്

ഇത് ലജ്ജാവഹം മാത്രമല്ല, അതൊരു സാമൂഹിക ദുരന്തം കൂടിയാണ്. പൊലീസിന്റെ കൂടെ മാവോവാദികളെ തേടി കാട്ടിലേക്കു പോകുന്ന മാധ്യമപ്രവർത്തകൻ എന്തുതരം മനുഷ്യനാണ്?

ആരെയാണ് അയാൾ പ്രതിനിധീകരിക്കുന്നത്? ഒന്നുകിൽ അയാൾ പോകരുത്, എനിക്ക് പേടിയാണ്, എന്നെ വെടിവെച്ചുകൊല്ലും എന്ന് പറയണം. എന്നാൽ, പൊലീസ് അകമ്പടി സേവിച്ച് കാട്ടിൽ പോയി പൊലീസ് ഭാഷ്യം എഴുതിയെടുത്ത് വായനക്കാർക്കു മുന്നിൽ അവതരിപ്പിക്കുന്ന ജനവഞ്ചകനാണ്. പണ്ട് അജിതയെ മേശപ്പുറത്തു കയറ്റി പാവാടയും ബ്ലൗസും ഇട്ട് നിർത്തി. ചുറ്റുപാടും പൊലീസു കാർ വഷളൻ ചിരി ചിരിച്ച് ആർത്ത് തിമിർത്ത് നില്ക്കുന്ന ചിത്രം പ്രധാന പത്രങ്ങൾ ഒന്നാംപേജിൽ അച്ചടിച്ചു. 17 വയസ്സുള്ള ഒരു പെൺകുട്ടിയുടെ വസ്ത്രാക്ഷേപത്തിനെ ഒരു മനസ്സാക്ഷിക്കുത്തു മില്ലാതെ അവതരിപ്പിക്കുകയായിരുന്നു അന്ന്.

- സമീപകാലത്ത് പടർന്നുപിടിച്ച ദേശീയത എന്ന വ്യാധിക്ക് ന്യായീ കരണം നല്കുന്നതിലും മാധ്യമങ്ങളാണ് മുന്നിൽ. കോഴിക്കോട് ക്രൗൺ തിയേറ്ററിൽ ഡങ്കൽ എന്ന സിനിമയുടെ അവസാനഭാഗത്ത് ദേശീയഗാനത്തിന്റെ 30 സെക്കൻഡ് വരുന്ന പശ്ചാത്തല സംഗീത മുണ്ട്, ബി.ജെ.പി. മാത്രം... കാണികളിൽ ഭൂരിപക്ഷവും എഴുന്നേറ്റു നിന്നാണ് ആ ദൃശ്യം കണ്ടത്. ഇത്തരം പാകപ്പെടലിലേക്ക് ജനങ്ങളെ കൊണ്ടെത്തിക്കുന്നതിൽ മാധ്യമങ്ങൾക്ക് വലിയ പങ്കില്ലേ?

എങ്ങനെയാണ് ഒരു വാർത്ത ലഭിക്കുന്നത് എന്നതിന്റെ അടിസ്ഥാന ത്തിലാണ് ശരാശരി പൗരൻ അതിന്റെ അർത്ഥത്തെയും യഥാർത്ഥ ത്തെയും കാണുന്നത്. ദേശീയഗാനത്തെക്കുറിച്ച് വാർത്ത ഏതുവിധ ത്തിലാണ് മാധ്യമങ്ങൾ പൊതുജനങ്ങൾക്ക് നല്കിയത് എന്നതിന്റെ അടിസ്ഥാനത്തിൽ ജനം അതിനെ സ്വീകരിക്കുകയാണ് ചെയ്തത്. ആ വാർത്ത സൃഷ്ടിച്ച ഭീതി മൂലമാണ്, ഒരു സിനിമയുടെ ഭാഗ മായി പോലും ദേശീയഗാനം കാണുമ്പോൾ ചാടിയെഴുന്നേൽക്കു ന്നത്. പാവം തെരുവുനായ്ക്കളെപ്പറ്റി മാധ്യമങ്ങൾ ഉണ്ടാക്കിയ കപട നാടകങ്ങൾ വിശ്വസിച്ച എത്ര പൗരന്മാർ നായ്ക്കളെ കണ്ട് പേടിച്ചോടി കിണറ്റിൽ വീണും മറ്റും മരിച്ചു.

ദേശീയഗാനത്തെക്കുറിച്ച് ഇത്തരമൊരു വിധി എന്തുകൊണ്ട് ഉണ്ടായി എന്നതിനെപ്പറ്റി ഒരു ചർച്ച ഞാൻ ഇതുവരെ ഒരു പ്രമുഖ മലയാള പത്രത്തിലും വായിച്ചിട്ടില്ല. അത് ചർച്ച ചെയ്യാതെ ഇതിനെക്കുറിച്ച് സ്റ്റോറികൾ മാത്രം കൊടുത്തുകൊണ്ട് ഇവർ രക്ഷപ്പെടുകയാണ്. എന്തുകൊണ്ട് സുപ്രീംകോടതിയെക്കൊണ്ട് ഈ വിധി ഇറക്കിപ്പിച്ചു? പാർലമെന്റിൽ പാസാക്കുന്ന നിയമമായി ഈ തീരുമാനം വന്നുകൂടേ? അതല്ല, കേന്ദ്രഭരണകൂടത്തിന്റെ ഒരു ഓർഡിനൻസായി വന്നുകൂടേ? ആഭ്യന്തരമന്ത്രാലയത്തിന്റെ ഒരു ഉത്തരവായി പോലും വന്നുകൂടേ? എന്തുകൊണ്ട് സുപ്രീംകോടതി എന്നു പറയുന്ന ചട്ടുകത്തിനെ ഉപ യോഗിച്ച് ഈ ഉത്തരവ് ജനങ്ങൾക്കിടയിലേക്കിട്ടു? ഈ ചോദ്യം ഒരു മാധ്യമവും ചോദിച്ചില്ല. ഈ ഓർഡർ ഇറക്കിയ ന്യായാധിപന്റെ മുൻ ചരിത്രം അവർക്കറിയാമെങ്കിലും മൂടിവെച്ചു.

എഴുത്തുകാരന് പറയാനുള്ളത്

- ഇന്നത്തെ കേന്ദ്രഭരണകൂടത്തെ നിയന്ത്രിക്കുന്ന ആധിപത്യ പ്രത്യയ ശാസ്ത്രം, അതിന്റെ ഉപകരണങ്ങളായ നീതിന്യായ സംവിധാനം, ബ്യൂറോക്രസി, പൊലീസ് എന്നിവയുടെ ജനാധിപത്യത്തിനും മാനുഷികതയ്ക്കും എതിരായ നടപടികൾക്ക് വളം വെച്ചു കൊടുക്കു ന്നത് നാലാം തൂണായ മാധ്യമങ്ങളാണെന്ന് പറയാം.

  മാധ്യമങ്ങൾ ഭരണവർഗങ്ങളുടെ ഭാഗമായി മാത്രം നില്ക്കാൻ ഇഷ്ട പ്പെടുന്നവരാണ്. അതിന്റെ എല്ലാ സുഖസൗകര്യങ്ങളും ആനന്ദങ്ങളും കനികളെല്ലാം ഭക്ഷിച്ചുകൊണ്ടേയിരിക്കുന്നവരാണ്. ഒരു വിധത്തിലല്ല പല വിധത്തിൽ മൂലധനനിക്ഷേപം നടത്തിക്കഴിയുമ്പോൾ മൂലധന ത്തിന് പലതരത്തിലുമുള്ള പിടിപ്പുകേടുകളുമുണ്ടാകും. മറച്ചു വെക്കലുകൾ അതിന് ആവശ്യമായി വരും. ഇതിന് ഭരണകൂടത്തിന്റെ കണ്ണടയ്ക്കലുകൾ കൂടി ആവശ്യമാണ്. മാധ്യമങ്ങൾ ഇന്ന് വലിയ വ്യവസായങ്ങളാണ്. പണ്ട് ഗോയങ്ക എന്നു പറയുന്ന ഒരു മനുഷ്യൻ യുദ്ധം ചെയ്തതല്ലാതെ... ഈ അവസ്ഥയിൽ ഒരു മാധ്യമവും റിസ്ക് എടുക്കാൻ തയ്യാറാകില്ല. നിലനില്ക്കണമെങ്കിൽ മാധ്യമങ്ങൾക്ക് ഭരണകൂടങ്ങളെ പിന്തുണച്ചേ പറ്റൂ. അവർ പറയുന്ന എല്ലാ നുണ കളും അപ്പാടെ ഇവർ ജനങ്ങളുടെ മേൽ വർഷിക്കുന്നു. ഫാസിസ ത്തിന്റെ കടന്നുവരവുകളെ വെള്ളപൂശുന്നു. കൊലയാളികളെ മഹാപുരുഷന്മാരായി ചായം തേക്കുന്നു.

- കോടതികളിൽ കയറി റിപ്പോർട്ടു ചെയ്യാനുള്ള അവകാശത്തിനായി സമരം നടത്തുകയാണ് കേരളത്തിലെ പത്രപ്രവർത്തക സമൂഹം. എന്നാൽ, കേരളത്തിലെ കോടതിവിധികളെ, സാധാരണക്കാര ന്റേയും ഇരകളാക്കപ്പെടുന്നവരുടേയും പക്ഷത്തുനിന്ന് റിപ്പോർട്ടു ചെയ്യാൻ കേരളത്തിലെ മാധ്യമങ്ങൾക്ക് കഴിഞ്ഞിട്ടുണ്ടോ? കോടതിയിൽ നിന്ന് തങ്ങൾ എന്താണ് വായനക്കാർക്ക് നല്കുന്നത് എന്ന സ്വയം വിമർശനം കേരളത്തിലെ മാധ്യമസമൂഹം നടത്തു ന്നില്ല.

  ഇതെല്ലാം നേരത്തെപറഞ്ഞ ഇരട്ടത്താപ്പിന്റെ ഭാഗമാണ്. വഴി ത്തിരിവുണ്ടാക്കുന്ന കോടതിവിധികൾ മാധ്യമങ്ങളുടെ മൂലയിൽ നാലുവരിയിൽ കിടക്കുന്നതുകാണാം. അസംബന്ധ വിധികളെ ക്കുറിച്ച് ഒരു വിമർശനവും ഉണ്ടാകാറില്ല. ഇവരുടെ കോടതിയിൽ പോക്ക് എന്നു പറയുന്നത് വിധികൾ എഴുതിയെടുക്കുന്നതിനപ്പുറത്ത് - അത് ഏതു സ്റ്റെനോഗ്രാഫർക്കും ചെയ്യാവുന്ന ജോലിയാണ് - ഇവർ കോടതിയുടെ നിരീക്ഷകരോ നീതിന്യായ വ്യവസ്ഥിതിയുടെ വിമർശകരോ വിധിയുടെ പ്രത്യാഘാതങ്ങൾ മനസ്സിലാക്കുന്നവരോ അല്ല. കോടതിയിൽ വർഗീയതയുള്ള ജഡ്ജിമാരുണ്ടായേക്കാം. വളരെ വർഗീയമായ വിധികൾ വരാറുണ്ട്. മാധ്യമങ്ങളിൽ ഒരിടത്തും അതിന്റെ സൂചനപോലും ഉണ്ടാകാറില്ല.

- അഭിഭാഷകരുടെ കൈയിൽ നിന്ന് അടി കിട്ടുമ്പോഴെല്ലാം അവർക്കത് കിട്ടണം എന്ന ആഹ്ലാദമാണ് പൊതുവേയുണ്ടാകുന്നത്. മാത്രമല്ല, മാധ്യമപ്രവർത്തകർ നേരിട്ട ഈ പ്രതിസന്ധിയോട് കേരളീയ പൊതു സമൂഹം മുഖംതിരിക്കുകയും ചെയ്തു. ശരിക്കും അടികിട്ടേണ്ടവർ തന്നെയാണോ മാധ്യമപ്രവർത്തകർ?

കേരളത്തിലെ മാധ്യമപ്രവർത്തകർ അടികിട്ടേണ്ടവരാണ് എന്നു ഞാൻ പറയില്ല. ഒരു കണക്കിന് അവർ നിസ്സഹായരാണ്. അവർ ഉടമ പറയുന്നതിനനുസരിച്ച് പെരുമാറേണ്ടവരാണ്. അതേസമയം മന്ത്രിമാരാകുന്നതുപോലെയുള്ള അവസ്ഥയാണ് അവരുടേത്. ഉടൻ അവർ ജനങ്ങളിൽ നിന്ന് അകലും. ഒരു വലിയ കടലാണ് സാധാരണ ജനങ്ങൾക്കും മാധ്യമപ്രവർത്തകർക്കും ഇടയിലുണ്ടാകുന്നത്. അവരുടെ ജീവിതശൈലിപോലും ഭിന്നമാകുന്നു. ഒരുതരം എലിറ്റ് ജീവിതം. സാധാരണക്കാരനെ സംബന്ധിച്ച് പത്രം ഏജന്റാണ് അയാളുടെ മാധ്യമപ്രവർത്തകൻ, അല്ലെങ്കിൽ നാട്ടിൻപുറത്ത് വാർത്ത ശേഖരിക്കുന്ന പ്രാദേശിക ലേഖകൻ. തീരുമാനമെടുക്കുന്ന, കേരളത്തെ തന്നെ വഴിതെറ്റിക്കാൻ ശേഷിയുള്ള വാർത്തകൾ നല്കുന്ന മാധ്യമപ്രവർത്തകരൊക്കെ വേറൊരു ലോകത്താണ് ജീവിക്കുന്നത്. അവർക്ക് ജനങ്ങളുമായി ഒരു ബന്ധവുമില്ല. അതുകൊണ്ടാണ് അവർക്ക് ഇങ്ങനെ സംഭവിക്കുമ്പോൾ ജനങ്ങളുടെ പ്രതികരണമില്ലാത്തത്.

- കേരളം മാധ്യമപൂരിത സമൂഹമായി തീർന്നത് ദോഷമാണ് ചെയ്തത് എന്നാണോ?

മാധ്യമപൂരിതാവസ്ഥ കേരളീയ സമൂഹത്തിന് അപകടമാണ് ചെയ്തത്. കേരളത്തെ അതിന് രാഷ്ട്രീയമായോ സാംസ്കാരികമായോ ജനാധിപത്യപരമായോ മതേതരപരമായോ മുന്നോട്ടു നടത്താൻ കഴിഞ്ഞിട്ടില്ല. കാരണം, ഈ പറഞ്ഞ സാച്ചുറേഷനിൽ പുരോഗമനത്തിന്റെയോ പുതിയ ഭാവിയുടേയോ പുതിയ ജീവിത സംസ്കാരവും പുതിയ മലയാളിയെയും സൃഷ്ടിക്കുന്നതിന്റെയോ യാതൊരു മൂല്യങ്ങളും വന്നിട്ടില്ല. മറിച്ച് ഇതിന്റെ നല്ലൊരു പങ്ക് സമൂഹത്തെ പുറകോട്ടടിപ്പിക്കുന്ന അന്ധവിശ്വാസങ്ങളുടേയും ജാതി മതവർഗീയതാപ്രീണനങ്ങളുടേയും മിശ്രിതമാണ്. ഇത് അബോധമായും ബോധപൂർവമായുമാണ് സംഭവിക്കുന്നത്. ഇക്കാര്യത്തിൽ രാഷ്ട്രീയപാർട്ടികൾ പോലുമല്ല നമ്മുടെ ഏറ്റവും വലിയ ആപത്ത്, മാധ്യമങ്ങളാണ്.

- നവ കൊളോണിയലിസത്തിന്റെ പ്രധാന മൂലധനം സാംസ്കാരിക ധൈഷണിക മണ്ഡലമാണ്. ബോധപൂർവം സംഭവിക്കുന്ന ഈ വലതുപക്ഷവത്കരണത്തെ നമ്മുടെ എഴുത്തുകാർക്ക് തിരിച്ചറിയാൻ പോലും കഴിയാത്തത് എന്തുകൊണ്ടാണ്?

കേരളം ഒരു പ്രത്യേക സ്ഥലമാണ്. ഇവിടെ, രാഷ്ട്രീയപാർട്ടികളുടെ അടിസ്ഥാനത്തിലാണെങ്കിൽപോലും സുസജ്ജമായ ഇടതുപക്ഷ മുണ്ട്; എത്രമാത്രം അധഃപതനമുണ്ടെങ്കിലും അത് ഇന്ത്യയിലെ സവിശേഷമായ അവസ്ഥയാണ്. അതുകൊണ്ട് ഇവിടത്തെ എഴുത്തു കാരെ സംബന്ധിച്ച് വലതുപക്ഷവത്കരണം എന്നത് ഏതെങ്കിലും ഒരു ആഗോളസാഹചര്യത്തിന്റെ ഭാഗമായി ഉണ്ടാകുന്നതല്ല. അക്കിത്തത്തിനെയോ സുഗതകുമാരിയെയോ വിഷ്ണുനാരായണൻ നമ്പൂതിരിയെയോ പി. വത്സലയെയോപോലുള്ള എഴുത്തുകാർ വലതുപക്ഷത്തേക്ക് പോകുന്നത് ആലോചിച്ചും ചിന്തിച്ചുമാണ്. കേരളത്തിലെ പ്രത്യേക സാഹചര്യത്തിൽ അവർ അവരുടെ ഹൃദയം പറഞ്ഞിട്ടാണ് ആ പക്ഷത്തുനിൽക്കുന്നത് എന്നാണ് ഞാൻ വിശ്വസി ക്കുന്നത്. ആർ.എസ്.എസ്സുകാരനാണ് എന്നതിൽ താൻ അഭിമാനി ക്കുന്നു എന്ന് തുറന്നുപറയാനുള്ള ആർജവം അക്കിത്തത്തിനുണ്ടായി. ഇവിടെ സംഭവിച്ചിരിക്കുന്ന എഴുത്തുകാരുടെ കാലുമാറ്റങ്ങൾ, മാടമ്പ് കുഞ്ഞുകുട്ടന്റെയടക്കം ആഗോളപ്രതിഭാസത്തിന്റെ ഭാഗമല്ല. നിങ്ങൾ ഇടതുപക്ഷത്തുനിന്ന് വലതുപക്ഷത്തേക്ക് പോയാലും ഇവിടത്തെ വിചിത്രമായ സാംസ്കാരിക അന്തരീക്ഷത്തിൽ സമൂഹം നിങ്ങൾക്ക് നല്കുന്ന അംഗീകാരത്തിനോ ബഹുമാനത്തിനോ ആദരവിനോ പദവിക്കോ യാതൊരു കുറവും വരുത്തുന്നില്ല. ഇന്ന് എനിക്ക് ആർ.എസ്.എസ്സിന്റെയോ മറ്റേതെങ്കിലും വർഗീയതയുടേയോ വേദി യിൽ അവരുടെ ഒരാളിനെപ്പോലെ ഇരിക്കാം. നാളെ എനിക്ക് സി.പി.എമ്മിന്റെ വേദിയിൽ കൃത്യമായ ക്ഷണം കിട്ടിയിരിക്കും. അവിടെയും ഞാൻ ആദരണീയനാണ്. മറ്റന്നാൾ ഞാൻ കോൺ ഗ്രസ്സിന്റെ വേദിയിലുണ്ടാകും. ഈ തരത്തിലുള്ള ഒരു മറിമായമാണ് ഇവിടെ സൃഷ്ടിക്കപ്പെട്ടിരിക്കുന്നത്. വർഗീയതകളോട് തുറന്ന കൂറു പുലർത്തുകയും കേരളത്തിലെ, മതേതരമെന്ന് സ്വയം വിശേഷി പ്പിക്കുന്ന പാർട്ടികളുടേയും സംഘടനകളുടേയും വേദികൾ അലങ്കരി ക്കുകയും അവരുടെ സമ്മാനങ്ങൾ നേടുകയും ചെയ്യാമെങ്കിൽ അതിലും മെച്ചം മറ്റെന്ത്? അത്തരത്തിലുള്ള എഴുത്തുകാർക്ക് ഇത്തര ത്തിൽ ഒരുറപ്പുകൂടിയുണ്ട് ഇവിടെ. ഞാൻ ഏതു വർഗീയതയിലേക്കു പോയാലും എന്റെ മറ്റു കാര്യങ്ങൾക്ക് ഒരു കുറവും വരില്ല. എനിക്ക് കിട്ടേണ്ട മികച്ച പുരസ്കാരങ്ങൾ മതേതര ഭരണകൂടത്തിന്റെയടക്കം കിട്ടുകയും ചെയ്യും.

● അവാർഡുകളും അക്കാദമി അംഗത്വങ്ങളും... നിലപാടെടുക്കുന്ന ഒരു മലയാളി എഴുത്തുകാരന് ഇന്ന് നഷ്ടപ്പെടാനെന്തൊക്കെയാണുള്ളത്?

കേരളത്തിലെ ഒരു എഴുത്തുകാരന് ഇത്തരത്തിലുള്ള സ്വകാര്യ പുരസ്കാരങ്ങൾ ലഭിക്കാൻ ഒരുപക്ഷേ, അയാളുടെ രാഷ്ട്രീയ നില പാടുകൾ പ്രതിബന്ധമായേക്കാം, ഒരു പരിധിവരെ. എന്നാൽ കേന്ദ്ര, കേരള സാഹിത്യ അക്കാദമികളുടെ പുരസ്കാരം ലഭിക്കാൻ എന്റെ

അറിവിൽ ഇത്തരത്തിലൊരു പരിഗണന ബാധിക്കില്ല എന്നാണ് തോന്നുന്നത്. സ്വന്തം രാഷ്ട്രീയനിലപാടുമൂലം അവാർഡുകൾ കിട്ടില്ല എന്ന് എഴുത്തുകാർക്ക് ഭയപ്പെടാനില്ല എന്നു പറയുന്നതിന് കാരണമുണ്ട്. മൂന്നോ നാലോ എഴുത്തുകാരുടെ കമ്മിറ്റിയാണ് അത് തീരുമാനിക്കുന്നത്. നിലപാടെടുക്കുന്നതിൽ പിന്നെയെന്താണ് എഴുത്തുകാരനെ പിന്തിരിപ്പിക്കുന്നത് എന്നറിയില്ല. മാത്രമല്ല അവാർഡും അംഗത്വവുമാണോ ഒരു എഴുത്തുകാരന്റെ യഥാർഥ പ്രശ്നം? നന്നായി എഴുതുക എന്നതു മാത്രമല്ലേ അവന്റെയും അവളുടേയും ഒരേയൊരു ജോലി, അത് സാധിക്കുകയല്ലേ യഥാർഥ ആഗ്രഹപൂർത്തി?

കേരളം അസാധാരണമായ ഒരു സ്ഥലമാണ്. നമുക്ക് ഒന്നും ഒളിഞ്ഞും മറഞ്ഞും നേടാനില്ലെങ്കിൽ എഴുത്തുകാരന് അസാമാന്യമായ സ്വാതന്ത്ര്യമുള്ള നാടാണ് കേരളം എന്നാണ് ഞാൻ വിശ്വസിക്കുന്നത്. തെറിയും ചീത്തയുമൊക്കെ കേൾക്കും. വിമർശനവും നല്ലപോലെ വരും. എന്റെ കാര്യത്തിൽ സംഭവിച്ചപോലെ ഏതെങ്കിലും രാഷ്ട്രീയപാർട്ടികളിൽപ്പെട്ട പോഴന്മാർ ആക്രമിച്ചെന്നിരിക്കും. പക്ഷേ, അതൊക്കെ അപൂർവ സംഭവങ്ങളാണ്. അതിനെ ഒരു പൊതു അടയാളമായി കാണാനാകില്ല.

- പദ്മഭൂഷൺ തിരിച്ചേല്പിച്ച് രാഷ്ട്രപതിക്ക് എഴുതിയ കത്തിൽ, മുതിർന്ന ശാസ്ത്രജ്ഞനായ പി.എം. ഭാർഗവ ശാസ്ത്രത്തിന്റേയും യുക്തിയുടേയും അടിത്തറകൾ ദുർബലമാകുന്നതിനെക്കുറിച്ചുകൂടി മുന്നറിയിപ്പ് നൽകുന്നുണ്ട്. "ഹിന്ദു യാഥാസ്ഥിതികത്വത്തിനു ചുറ്റും കറങ്ങുന്ന ജനാധിപത്യവിരുദ്ധ സർക്കാർ കേന്ദ്രം ഭരിക്കുന്നു. ബി.ജെ.പി. അടിസ്ഥാനപരമായിത്തന്നെ ശാസ്ത്രബോധത്തിന് എതിരും അന്ധവിശ്വാസത്തിന്റെ പക്ഷത്തുനിൽക്കുന്നതുമായ പാർട്ടിയാണ്" എന്ന് ഒരു അഭിമുഖത്തിൽ അദ്ദേഹം പറയുന്നുമുണ്ട്. ഒരു പക്ഷേ, മുമ്പത്തേക്കാളും വിക്ഷുബ്ധവും സങ്കീർണവുമായ സാഹചര്യത്തിലാണ് ഇന്നത്തെ ബുദ്ധിജീവി സമൂഹം. എന്നിട്ടും കേരളത്തിന്റെ ഐഡന്റിറ്റി, പ്രതികരണങ്ങൾ ഇന്റലക്ച്വൽ തലത്തിൽനിന്ന് ഒരുതരം ഇമോഷണൽ ലെവലിലേക്ക് അധഃപതിക്കുകയാണ്. ഇതിൽ സമകാലിക ബുദ്ധിജീവിതത്തിനുള്ള പങ്കെന്താണ്?

ഇതിൽ ബുദ്ധിജീവിവർഗത്തിനെ മാത്രമായി കാണേണ്ടതില്ല. കേരളത്തിന്റെ മുഖ്യധാരാ സംസ്കാരത്തിന്റെ ചിന്തയിൽ വന്ന പുരോഗമനപരമായ മാറ്റത്തെ നവോത്ഥാനം എന്ന് നമ്മൾ വിളിച്ചുകഴിഞ്ഞാൽ, അതോടൊപ്പംവന്ന ശാസ്ത്രബോധവും എല്ലാം മുപ്പത് നാല്പത് വർഷമായി താഴോട്ട് പോയിക്കൊണ്ടിരിക്കുകയാണ്. ശാസ്ത്രസാഹിത്യ പരിഷത്ത് ഗംഭീരമായ പ്രവർത്തനം നടത്തി. സി.പി.എം.

എന്തുകൊണ്ടോ അതിനെ പ്രോത്സാഹിപ്പിച്ചില്ല. അതിന്റെ കാരണം എനിക്കറിയില്ല.

ഒരു ബുദ്ധിജീവിക്കും ഒരു എഴുത്തുകാരനും എത്രമാത്രം തന്റെ സന്ദേശം ആളുകളുടെ അരികിൽ എത്തിക്കാൻ കഴിയും? മാധ്യമങ്ങളുടെ സഹായമില്ലാതെ ഇത് കഴിയില്ല. 15 പേരുടെ മുന്നിൽ അയാൾക്ക് പ്രസംഗിക്കാം. അത് 1500 പേരിലേക്ക് എത്തിക്കണമെങ്കിൽ ഒന്നുകിൽ അയാളുടെ കൈയിൽ വൻ പണം വേണം. ലഘുലേഖയായി അച്ചടിച്ച് വിതരണം ചെയ്യാൻ, അതല്ലെങ്കിൽ ഏതെങ്കിലും മാധ്യമം പ്രസിദ്ധീകരിക്കാൻ തയ്യാറാകണം.

സാംസ്കാരിക കൂപ്പുകുത്തലുകൾ, അന്ധവിശ്വാസങ്ങളുടേയും ആൾദൈവങ്ങളുടേയും തിരിച്ചുവരവ്, എല്ലാ മതങ്ങളും ആരാധനകളുടേയും അനുഷ്ഠാനങ്ങളുടേയും ദ്രവിച്ചു മണ്ണടിഞ്ഞ അസ്ഥികൂടങ്ങളെ പൊക്കിയെടുത്തുകൊണ്ട് ഫ്ളക്സുകളാക്കി സ്ഥാപിക്കുന്നു. ഇതിനോടെല്ലാം യുദ്ധം ചെയ്യാൻ ഒരു ബുദ്ധിജീവിക്കും സാധിക്കില്ല. ഇവിടത്തെ ഏറ്റവും പ്രചാരമുള്ള പത്രങ്ങൾ എത്രതവണ ഒരെഴുത്തുകാരന് പറയാനുള്ളത് പ്രസിദ്ധീകരിക്കും? വർഷത്തിൽ ഒരിക്കൽ അനുവദിച്ചാൽ ഭാഗ്യം. സാമൂഹിക അധഃപതനമുണ്ടാകുമ്പോൾ അതിന് തടയിടേണ്ട ചുമതല മാധ്യമങ്ങളുടേതാണ്. അവരാണ് മലയാളിയുടെ യഥാർഥ പ്രബോധകർ. ഈ പ്രബോധനം ഇവിടെ നടക്കുന്നില്ല. ഇതിനുപകരം അസത്യങ്ങളും അർധസത്യങ്ങളും ചെറിയ ചെറിയ സത്യങ്ങളും കൊണ്ട് മാധ്യമങ്ങൾ മലയാളികളെ മറ്റൊരു മായാലോകത്ത് നിർത്തിയിരിക്കുകയാണ്. ഇതിനു പിന്നിൽ കൊമേഴ്സ്യലായിട്ടും ലാഭവും നിലനില്പും സംബന്ധിച്ചുമൊക്കെ നൂറായിരം കാര്യങ്ങളുണ്ട്. അവയെ നമുക്ക് വകവെച്ചു കൊടുക്കാം. പക്ഷേ, അവർക്ക് ഒരു സാംസ്കാരിക ഉത്തരവാദിത്വമുണ്ട്. കേരളത്തിന്റെ സമൂഹനിർമാണത്തോടനുബന്ധിച്ച്, മലയാളിക്ക് ഏറ്റവും നല്ലത് എന്ത് എന്ന് നോക്കിയുള്ള ഒരു കാഴ്ചപ്പാട് മാധ്യമങ്ങൾക്കുണ്ടാകണമായിരുന്നു. ആ ദർശനം ഇല്ലേ ഇല്ല. ആൾദൈവങ്ങളും ജീർണിച്ച ആരാധനകളുടെ പുനഃപ്രതിഷ്ഠകളും ജനങ്ങളെ കീഴടക്കുമ്പോൾ ഇത് ജീർണതയിലേക്കുള്ള തിരിച്ചുപോക്കാണ് എന്ന് വിമർശനബുദ്ധിയോടെ ചൂണ്ടിക്കാണിക്കാൻ മാധ്യമങ്ങൾക്ക് കഴിയുന്നില്ല. മാധ്യമങ്ങൾക്ക് മലയാളികളോടുള്ള കൂറ് ഇല്ലാതെയായിത്തീർന്നതും അവരുടെ കൂറ് അവരോട് മാത്രമായിത്തീർന്നതും ഒരു പക്ഷേ, അവർതന്നെ അറിയുന്നില്ല.

- മലയാളി എഴുത്തിലെ മുഖ്യധാര ഇന്നും താങ്കൾകൂടി ഉൾപ്പെടുന്നവരുടേതാണ്. നിങ്ങൾ പുതിയ തലമുറയായിരുന്ന കാലത്ത്, മുൻതലമുറയോട് നടത്തിയ ആശയസംഘട്ടനം ഏതുവിധത്തിലുള്ളതായിരുന്നു?

മുൻതലമുറയോട് ഞങ്ങൾക്ക് സംഘട്ടനം നടത്തേണ്ടി വന്നിട്ടില്ല. യൂറോപ്യൻ റൊമാൻ്റിസിസ്റ്റുകളുടെ പാരമ്പര്യമാണ് പുരോഗമന സാഹിത്യം പിന്തുടർന്നത്. യൂറോപ്യൻ, റഷ്യൻ, ബ്രിട്ടീഷ് റൊമാൻ്റിസിസ്റ്റുകളുടെ ആ റൊമാൻ്റിസിസത്തിൽനിന്നാണ് ഞങ്ങളെപ്പോലുള്ളവർ വഴിമാറിയത്. അതേസമയം ബഷീറിനേയും മാധവിക്കുട്ടിയേയും പോലുള്ളവരിൽനിന്ന് വഴിമാറേണ്ട ആവശ്യം എന്നെപ്പോലൊരു എഴുത്തുകാരന് വന്നിട്ടില്ല. കാരണം, ഞങ്ങൾ പ്രതീക്ഷിച്ച പല കാര്യങ്ങളും അതിലുണ്ടായിരുന്നു. പൊറ്റെക്കാട്ട് റൊമാൻ്റിസിസ്റ്റ് ആയിരുന്നുവെങ്കിലും അതിനപ്പുറത്ത് അതിമനോഹരമായ മാനവികതയുടെ തലം ഉണ്ടായിരുന്നു. ക്രാഫ്റ്റിൻ്റേയും കാല്പനികതയുടേയും കാര്യത്തിൽ ഒരു വഴിത്തിരിവ് റൊമാൻ്റിക് സാഹിത്യത്തിൽനിന്ന് ഞങ്ങൾക്ക് നടത്തേണ്ടിവന്നിട്ടുണ്ട്.

ഇന്ന് മുപ്പതുകളിലും നാല്പതുകളിലും നില്ക്കുന്ന എഴുത്തുകാർക്ക് കലഹിച്ചുപിരിയേണ്ട ആവശ്യം വന്നിട്ടില്ല. കാരണം ഞങ്ങളും അവരും നില്ക്കുന്നത് ആധുനികതയുടെ പലതരം നിർവചനങ്ങൾക്കുള്ളിലാണ്. ഇ.സന്തോഷ്‌കുമാറിനെപ്പോലെയും ഉണ്ണിയേയും ഹരീഷിനെപ്പോലേയുമുള്ള പുതിയ എഴുത്തുകാർ ഉണ്ടാക്കിക്കൊണ്ടിരിക്കുന്നത് ആധുനികതയുടെ പുതിയ നിർവചനങ്ങളും രൂപങ്ങളുമാണ്.

● പുതിയ എഴുത്തുകാർക്ക് താങ്കളുടെ തലമുറയിൽനിന്ന് ഒരു വേർപിരിയൽ ഇല്ല എന്നാണോ?

അല്ല, വ്യക്തമായ വേർപിരിയലിൻ്റെ രചനകൾ ഉണ്ടായിട്ടുണ്ട് - പ്രത്യേകിച്ച് രാഷ്ട്രീയമായ വേർപിരിയൽ. ടി.ഡി. രാമകൃഷ്ണൻ്റെ രചനകൾ കൃത്യമായി വേർതിരിഞ്ഞുപോയവയാണ്. സന്തോഷ് കുമാറിൻ്റെ അന്ധകാരനഴിയും സുഭാഷ്ചന്ദ്രൻ്റെ മനുഷ്യന് ഒരു ആമുഖവും അങ്ങനെയുള്ളവയാണ്. അവ പ്രധാനപ്പെട്ട അടയാളങ്ങളുമാണ്.

● മലയാളത്തിൽ അതിജീവിക്കപ്പെട്ട രചനകളും എഴുത്തുകാരും സാഹിത്യത്തെ സാമൂഹികരാഷ്ട്രീയവിമർശനത്തിൻ്റെ ആയുധമാക്കിയവരാണ്. സക്കറിയ ഏറ്റവുമൊടുവിൽ എഴുതിയ കഥകൾപോലും ഈയൊരു തലത്തിൽ നിന്ന് വായിക്കാവുന്നതാണ്. എന്നാൽ, ഇപ്പോൾ എഴുത്തിൽ പ്രായംകൊണ്ടല്ല, പാകംകൊണ്ട് 'ന്യൂജെൻ' എന്നു പറയാവുന്ന തലമുറയുണ്ടോ?

തീർച്ചയായും ഉണ്ട്. ഞങ്ങളുടെ മുന്നിൽ വ്യത്യസ്തമായ സാഹചര്യമായിരുന്നു. പൊറ്റെക്കാട്ട്, തകഴി, കേശവദേവ്, ബഷീർ, എം.ടി, മാധവിക്കുട്ടി. അതുവരെ മലയാളി വായനക്കാരൻ അനുഭവിച്ചിരുന്ന ഭാവുകതയിൽനിന്ന് ആധുനികത എന്ന സബ്ജക്ടീവ് അനുഭവത്തിലേക്ക് മാറുകയാണ്. മേതിൽ രാധാകൃഷ്ണൻ, അയ്യപ്പപ്പണിക്കർ,

129

സച്ചിദാനന്ദൻ. ഇവരൊക്കെ കൂടിച്ചേർന്ന് രാവും പകലുംപോലെ തീർത്തും വ്യത്യസ്തമായ ഒരു എഴുത്ത് ഉണ്ടാകുകയാണ്. അതുവരെ ലോകസാഹിത്യവും ക്ലാസിക്കുകളുമാണ് വിവർത്തനം ചെയ്തിരുന്നത്. പെട്ടെന്ന് വളരെ കലാപകാരികളായ കവിതകളും ബ്ലാക്ക് എഴുത്തുമൊക്കെ വിവർത്തനത്തിലൂടെ വരുകയാണ്. ഇന്ന് അത്തരത്തിൽ അടർന്നുപോകേണ്ട സാഹചര്യം ഇല്ല. മുകുന്ദനും സേതുവും സച്ചിദാനന്ദനും പോലുള്ളവർ ഇന്നും അനാധുനികരാകാതെ നിലനില്ക്കുന്നു എന്നതായിരിക്കാം അതിന്റെ ഒരു കാരണം. പുതിയ എഴുത്തുകാരുടെ ഏറ്റവും പുതിയ രചനകൾക്കുപോലും വഴിമാറിയതിന്റെ ഇംപാക്ട് പൂർണമായി കിട്ടാതെ പോകുന്നുണ്ടോ? അവയെ പറിച്ചെടുത്ത് വേറെ നടണം.

- അത് പുതിയ എഴുത്തിന്റെ ശേഷിക്കുറവല്ലേ?

തീർച്ചയായും അല്ല. നേരത്തെ പറഞ്ഞതുപോലെ അത്തരം രചനകൾ വരുന്നുണ്ട്. പക്ഷേ, നിരൂപകർ ഇപ്പോഴും മറ്റെവിടെയോ കുടുങ്ങിക്കിടക്കുകയാണ്. മലയാള സാഹിത്യത്തിൽ എൺപതുകൾക്കുശേഷം വഴിത്തിരിവുണ്ടാകുന്നില്ല എന്നത് സ്ഥിരം പറഞ്ഞുകൊണ്ടിരുന്നതാണ്, ഞങ്ങൾ ഉണ്ടാക്കിവെച്ചതുപോലത്തെ ഒരു വഴിത്തിരിവ് എവിടെ എന്നായിരുന്നു ചോദ്യം. പക്ഷേ, അത് തൊണ്ണൂറായപ്പോഴേക്കും വന്നു. അത് ഒരു ഞെട്ടിക്കുന്ന വഴിത്തിരിവാണോ എന്നു ചോദിച്ചാൽ ഒരുപക്ഷേ, അല്ല. പക്ഷേ, അത് കൃത്യമായി മുന്നോട്ട് പോവുകയാണ്.

- നിങ്ങൾ പ്രശസ്തിയിലൂടെയല്ല വിചാരണകളിലൂടെ പാകപ്പെട്ടവരാണ്. എന്നാൽ, ഇന്നത്തെ എഴുത്തുകാരുടെ യഥാർത്ഥ മൂലധനം പ്രതിഭയല്ല, പ്രശസ്തിയാണ്. അത് പലപ്പോഴും വ്യാജവും നിർമിക്കപ്പെടുന്നതുമാണ്. ഇന്നത്തെ രചനകൾ അതിവേഗം പ്രശസ്തമാകുന്നു, ആഘോഷിക്കപ്പെടുന്നു. ഈ പോപ്പുലാരിറ്റിയെ എങ്ങനെ വിശദീകരിക്കാം?

സാമൂഹിക മാധ്യമങ്ങളുടെ പ്രചരണശേഷിയും പരപ്പും പ്രസാധകരുടെ മാർക്കറ്റിങ്ങ് തന്ത്രവുമാണ് ആ പ്രതിഭാസം ഉണ്ടാക്കുന്നത്.

- അപ്പോൾ അതിന് വായനയുമായി ബന്ധമില്ലേ?

ഉണ്ട്, ഈ മാർക്കറ്റിങ്ങ് തന്ത്രമാണ് പുതിയ വായനക്കാരെ ആകർഷിക്കുന്നത്. ഒരു കാരണവശാലും മീരയുടേയോ ബെന്യാമിന്റേയോ പുസ്തകം കൈയിലെടുക്കാൻ സാധ്യതയില്ലാത്ത ഒരാൾപോലും സോഷ്യൽ മീഡിയയിലൂടെയും മറ്റുമുള്ള മാർക്കറ്റിങ്ങ് ശേഷികൊണ്ട് ആ പുസ്തകം വായിക്കാൻ ശ്രമിക്കുന്നു. ഒരുപക്ഷേ, വായിക്കുന്നു. എല്ലാ മുതലാളിത്തങ്ങൾക്കും അതിന്റെ മാർക്കറ്റിങ്ങ് സ്ട്രാറ്റജിയുണ്ട്.

പ്രസാധനം കേരളത്തിൽ ഇന്ന് വലിയ മുതലാളിത്തമാണ്. എന്ത് പ്രശ്നങ്ങളുണ്ടെങ്കിലും കേരളത്തിന് ഏറ്റവും ലാഭകരമായ കച്ചവടങ്ങളിലൊന്ന് പ്രസാധനമാണ്. മാർക്കറ്റ് വിപുലീകരിച്ചേ പറ്റൂ. അതിന്റെ ഭാഗമായിട്ട് അവർ അതതുസമയത്ത് തരംഗങ്ങൾ സൃഷ്ടിച്ചു കൊണ്ടേയിരിക്കും.

● ഈ തരംഗങ്ങളിലേക്ക് വ്യാജന്മാരും കയറിപ്പറ്റില്ലേ?

അതിന് നമുക്ക് ഒന്നും ചെയ്യാൻ പറ്റില്ല. വ്യാജന്മാരും ദൈവത്തിന്റെ കുഞ്ഞുങ്ങളാണ്.

● അത് വായനയ്ക്ക് ഗുണമല്ലല്ലോ ചെയ്യുക?

കുറച്ച് വ്യാജന്മാർ കടന്നുപോകട്ടെ, കൂടുതൽ വായനക്കാരുണ്ടാകുന്നതാണ് അതിലും പ്രധാനം. മുതലാളിത്തത്തിനേ ഇങ്ങനെ ഒറിജിനലിനേയും വ്യാജനേയും എല്ലാം കക്ഷത്തിൽവെച്ച് കൊണ്ടുനടക്കാൻ അറിയൂ.

● മുതലാളിത്തം വായനയേക്കാളേറെ ലക്ഷ്യം വെക്കുന്നത് ലാഭമല്ലേ?

അവന്റെ ലാഭമാണ് അവന്റെ മൂല്യം. എന്നാൽ, ഈ കൃതികൾക്ക് വായനാമൂല്യവും സാഹിത്യമൂല്യവും ഒട്ടുമില്ലാതിരുന്നെങ്കിൽ അത് വായനക്കാർ വാങ്ങില്ല. അങ്ങനെയുള്ളൊരു വായനക്കാരുടെ സമൂഹം കേരളത്തിലുണ്ട്. അതിനെ തട്ടിക്കളയാൻ എളുപ്പമല്ല. പതിപ്പുകളിൽ നിന്ന് പതിപ്പുകളിലേക്ക് കുതിക്കുന്ന എഴുത്തുകാർക്ക് കൂടുതൽ വായനക്കാർ ഉണ്ടാവുമ്പോൾ എല്ലാവർക്കും അതിന്റെ ഒരു പങ്ക് ലഭിക്കുന്നുണ്ട്.

● എഴുത്തിനെപ്പോലെ തന്നെ സാഹിത്യവിമർശനവും കൃത്യമാകുന്നത് അത് സാമൂഹികവും രാഷ്ട്രീയവുമായ വിമർശനമായി പരിണമിക്കുമ്പോഴാണ്. എന്നാൽ, അത്തരം വിമർശനങ്ങളോട് ഇന്നത്തെ എഴുത്തുകാരൻ അസഹിഷ്ണുത പുലർത്തിക്കാണുന്നു. അവർക്ക് വിമർശകനെയല്ല, സ്തുതിപാഠകരെയാണ് വേണ്ടത്.

ഇന്നത്തെ എഴുത്തുകാർക്ക് വിമർശനങ്ങളോട് അസഹിഷ്ണുതയുണ്ടെന്ന് ഞാൻ പറയില്ല. എന്നാൽ ഇന്നത്തെ എഴുത്തുകാർക്ക് ലഭിക്കുന്നത് സ്തുതിപാഠകരെയാണ് എന്നാണ് തോന്നുന്നത്.

● അതിൽ എഴുത്തുകാർ അഭിരമിക്കുന്നുണ്ടോ?

ഇല്ല എന്നു വിശ്വസിക്കാനാണ് എനിക്കിഷ്ടം. സ്തുതിപാഠകരിൽ അഭിരമിച്ചാൽ എഴുത്തുകാരന്റെ കഥ കഴിഞ്ഞു. അവിടെവെച്ചുകേട്ട പ്രസംഗവും സ്തുതികളും ആ സ്റ്റേജിൽ വെച്ചിട്ട് നാം ഇറങ്ങണം.

- സന്തോഷ് ഏച്ചിക്കാനത്തിന്റെ 'ബിരിയാണി' എന്ന കഥയെക്കുറിച്ച പ്രതിനിധാനപരമായ വിമർശനത്തിന് കഥാകൃത്തുതന്നെ വിശദീകരണവുമായി എത്തി. സ്വന്തം കഥയെ കഥാകൃത്ത് ഇമ്മട്ടിൽ വിശദീകരിക്കേണ്ടതുണ്ടോ?

റൂബിൻ കൊണ്ടുവന്നത് പ്രത്യയശാസ്ത്രപരമായ, രാഷ്ട്രീയമായ വിമർശനമാണ്. സാഹിത്യപരമായ വിമർശനമല്ല. അത്തരമൊരു വിമർശനം വരുമ്പോൾ അതിന് എഴുത്തുകാരൻ മറുപടി പറയേണ്ട ആവശ്യമുണ്ട്. നിങ്ങളുടെ കഥ ബോറാണ് എന്നു പറഞ്ഞാൽ ഞാൻ അത് ശ്രദ്ധിക്കേണ്ട കാര്യമില്ല. എന്നാൽ, എന്റെ കഥയെ പ്രത്യയശാസ്ത്രപരമായി വിമർശിച്ചാൽ മറുപടി പറയുന്നതുതന്നെയാണ് നല്ലത്.

- സോഷ്യൽ മീഡിയ നിർവഹിക്കുന്നുവെന്ന് പറയുന്ന സാമൂഹിക വിമർശനത്തിന് എന്തെങ്കിലും ഇംപാക്റ്റ് ഉണ്ടാക്കാനാകുന്നുണ്ടോ?

സോഷ്യൽ മീഡിയയിൽ വരുന്ന സാമൂഹിക വിമർശനങ്ങളിൽ പലതിന്റേയും അപകടത മനസ്സിലാക്കാതെ അതേപടി വിഴുങ്ങുന്ന നിരവധി പേരുണ്ട്. ഇന്ത്യൻ ജനാധിപത്യംപോലെതന്നെ സോഷ്യൽ മീഡിയയിലെ ജനാധിപത്യത്തിനും ചൂഷണം ചെയ്യപ്പെടാനുള്ള സാധ്യത ഏറെയാണ്. ഇന്ത്യയിലെ ജനാധിപത്യം ചൂഷണം ചെയ്താണ് ബി.ജെ.പി. അധികാരത്തിലെത്തിയത്. അതുപോലെ ഏതു വർഗീയതയ്ക്കും ഹിന്ദു, മുസ്ലിം, ക്രിസ്ത്യൻ വർഗീയതയ്ക്കും ജാതിസ്പർധയ്ക്കും എല്ലാം ഇടം സോഷ്യൽ മീഡിയയിൽ കിട്ടുന്നുണ്ട്. സോഷ്യൽ മീഡിയയിലെ ജനാധിപത്യത്തിന് ഇത്തരത്തിലൊരു വമ്പിച്ച പ്രശ്നമുണ്ടെങ്കിലും ജനാധിപത്യം വേണ്ടെന്നുവെക്കാൻ കഴിയില്ല എന്നതാണ് യാഥാർഥ്യം.

- എന്നാൽ ഈ ജനാധിപത്യത്തിന്റെ ഇടത്തെ വിനാശകരമായി ഉപയോഗപ്പെടുത്തുന്നത് സംഘ് പരിവാർ പോലുള്ള പ്രതിലോമ ശക്തികളല്ലേ?

അതെ, ആസൂത്രിതമായി ഇത്തരം ശക്തികളാണ് ഉപയോഗപ്പെടുത്തുന്നത്. ഹിന്ദു, മുസ്ലിം, ക്രിസ്ത്യൻ ശക്തികൾക്കുവേണ്ടി കൂലിക്കെടുത്തവർ സോഷ്യൽ മീഡിയ ഉപയോഗപ്പെടുത്തുന്നുണ്ട്. ഇതുകൊണ്ടുകൂടിയാണ് അവരുടെ സാന്നിധ്യം നമുക്ക് ഇത്ര അനുഭവപ്പെടുന്നത്. ബി,ജെ.പിക്കുവേണ്ടി ട്രോളായി പ്രവർത്തിച്ച അനുഭവം വിവരിക്കുന്ന സ്വാതി ചതുർവേദിയുടെ 'ഐ ആം എ ട്രോൾ' എന്ന പുസ്തകം ഈയിടെയാണ് വന്നത്. മറിച്ച് സ്വതന്ത്രരായി ചിന്തിക്കുന്നവർ ഒറ്റപ്പെട്ടവരാണ്. അവർക്ക് ഒരു സംഘത്തെ ഉണ്ടാക്കി ആക്രമിക്കാനാകില്ല.

- സമൂഹത്തിൽ ധീരമായ ശബ്ദങ്ങൾ നിശ്ശബ്ദമാക്കപ്പെടുമ്പോൾ പകരം വരുന്നത് പിന്തിരിപ്പൻ സ്വരങ്ങളാണ്. യേശുദാസിന്റേതായി ഒരു അഭിപ്രായം വായിച്ചു. എൺപതുകൾക്കുമുമ്പ് ഒരു പെൺകുട്ടി വന്ന് കൂടെനിന്ന് ഫോട്ടോ എടുക്കട്ടെ എന്ന് ചോദിക്കില്ല. അതായിരുന്നു അടക്കവും ഒതുക്കവും. ഇത് എന്റെ ഭാര്യ, മകൾ എന്നുപറഞ്ഞ് പരിചയപ്പെടുത്തിയാൽതന്നെയും അവർ അകലം പാലിച്ചിരുന്നു. ദേഹത്തുരസിയുള്ള സെൽഫി വേണ്ട എന്നു പറഞ്ഞായിരുന്നു അദ്ദേഹത്തിന്റെ പ്രതികരണം. നമ്മുടെ സാംസ്കാരിക ജീവിതത്തിൽ വലിയ സ്ഥാനമുള്ള ഒരു വ്യക്തിയെന്ന നിലയ്ക്കാണ് യേശുദാസിന്റെ പരാമർശം ശ്രദ്ധിക്കേണ്ടത്.

പരമദയനീയമായ ഒരു സാമൂഹിക നിലപാടാണ് യേശുദാസ് പ്രദർശിപ്പിച്ചത്. സ്ത്രീകൾ അവർക്കായി പുതിയ ഒരിടം കണ്ടുപിടിച്ചു കൊണ്ടിരിക്കുന്ന ഒരു കാലത്ത്, സമൂഹത്തിലെ മുഖ്യധാരാ ശക്തികളും യാഥാസ്ഥിതികർപോലും അത് കുഴപ്പമില്ല എന്ന് ചിന്തിക്കാൻ തുടങ്ങിയ കാലത്ത്; ഹിന്ദു, ഇസ്ലാം, ക്രിസ്ത്യൻ യാഥാസ്ഥിതികങ്ങൾ അതിന് ഇടം നല്കാൻ തയ്യാറാകുന്ന കാലത്താണ് യേശുദാസിനെപ്പോലൊരു മഹാനായ വ്യക്തിയിൽനിന്ന് ഇത്തരമൊരു പരാമർശമുണ്ടാകുന്നത്. ഉള്ളിന്റെയുള്ളിൽ ഒരു മൂല്യബോധം വേണം. ഞാൻ ജീവിക്കുന്ന സമൂഹം. എന്താണ് അതിന്റെ പ്രശ്നങ്ങൾ... സ്ത്രീകളുടെ മേലുള്ള പുരുഷമേൽക്കോയ്മയാണ് കേരളത്തിലെ ഏറ്റവും പ്രധാന പ്രശ്നങ്ങളിലൊന്ന്. എന്നെ സംബന്ധിച്ച് ഇതൊരു അടിസ്ഥാനമൂല്യമാണ്. മലയാളിയെന്ന നിലയ്ക്ക് ഞാൻ വായ് തുറക്കുമ്പോൾ ഈ മൂല്യം എന്റെയുള്ളിൽ പ്രവർത്തിക്കും. അത്തരത്തിലൊരു മൂല്യഘടന യേശുദാസിന്റെ ഉള്ളിൽ ഇല്ലായിരിക്കാം. അദ്ദേഹത്തിന്റെയുള്ളിൽ രാഗവും സംഗീതവും അതിന്റെ വാക്കുകളുമൊക്കെയുള്ളൂ. അങ്ങനെയുള്ള ഒരാൾ ആലോചിക്കാതെ പറയുന്നതാണിത്. പക്ഷേ, അതിന്റെ പ്രഹരശേഷി ഭയങ്കരമാണ്.

- ശബരിമലയിൽ സ്ത്രീക്ക് പ്രവേശനം വേണമെന്ന വാദത്തെ ഉപാധിരഹിതമായി പിന്തുണയ്ക്കാൻ, ക്ഷേത്രപ്രവേശന പ്രക്ഷോഭങ്ങളുടെ പാരമ്പര്യമുള്ള കേരളീയ സമൂഹത്തിന് കഴിയുന്നില്ല. ശബരിമലയിൽ പോകാൻ അനുമതി കിട്ടിയാലും സ്ത്രീകൾ പോകരുത് എന്നാണ് സുഗതകുമാരി പറയുന്നത്. എഴുത്തുകാർ പ്രതിനിധാനം ചെയ്യണ്ട വിശാല മാനവികത ഇവിടെ പ്രതിക്കൂട്ടിലാകുകയാണ്.

സുഗതകുമാരിയിൽനിന്ന് നമ്മൾ വേറൊന്നും പ്രതീക്ഷിക്കുന്നില്ല. കാരണം, അവർ സംഘപരിവാരത്തിന്റെ ഒളിപ്പോരാളിയാണ്. പക്ഷേ, ഈ വിഷയത്തിൽ ആർ.എസ്.എസ് ആദ്യം എടുത്ത നിലപാട് സ്ത്രീകൾക്ക് പ്രവേശനം നല്കണം എന്നായിരുന്നു. ഇപ്പോൾ അവർ

ആ വാദം മ്യൂട്ട് ചെയ്തു. അതിപ്പോൾ കേൾക്കുന്നില്ല. ആർ.എസ്. എസ്സിന് വേണ്ടത് അതിന്റെ മണ്ഡലം വികസിപ്പിക്കുക എന്നതാണ്. സുഗതകുമാരി സംഘ്പരിവാറിന്റെ വക്താവായിരിക്കുന്നതിനൊപ്പം അവർ ഹിന്ദുത്വത്തിന്റെ എല്ലാ യാഥാസ്ഥിതിക മൂല്യങ്ങളുടേയും വക്താവാണ്. ഹൃദയംകൊണ്ടുതന്നെ അങ്ങനെയായിരിക്കുന്ന യാളാണ്. അവരുടെ പരിസ്ഥിതിവാദം പോലും മതവാദത്തിന്റെ ഭാഗമാണ്. അതിന്റെ ഭാഗമായാണ് ശബരിമലയിൽ സ്ത്രീകൾ പ്രവേശിക്കുന്നതുമായി ബന്ധപ്പെട്ട് അവർ വളരെ വിചിത്രമായ വാദങ്ങൾ കൊണ്ടുവരുന്നത്. ഒറ്റനോട്ടത്തിൽ അത് ശരിയല്ലേ എന്നു തോന്നും. ഇത്രയും പുരുഷന്മാർക്കിടയിലൂടെ എങ്ങനെയാണ് സ്ത്രീകൾ മലകയറിപ്പോകുക എന്നെല്ലാം തോന്നും. പ്രായോഗിക മായ പല കാര്യങ്ങളും പറഞ്ഞ് സുഗതകുമാരി കേരളത്തിലെ സാമൂഹികജീവിതത്തിലുണ്ടാകാവുന്ന വിപ്ലവകരമായ ഒരു മാറ്റത്തെ യാണ് നിരാകരിക്കുന്നത്. കാരണം ശബരിമല കേരളത്തിന്റെ പൊതു സമൂഹത്തിന്റെ ഭാഗമാണ്.

കാരിരുമ്പുപോലെ ഉറച്ച പാരമ്പര്യവാദവും യാഥാസ്ഥിതികവാദവും എവിടെ നിന്ന് അവരുടെ ഉള്ളിലേക്ക് കയറിവരുന്നു എന്നതാണ് പ്രശ്നം. കേരളം കണ്ട ഏറ്റവും വലിയ കവികളിൽ ഒരാളാണ്. അതിന്റെ നേരെ എതിർവശത്താണ് അവരുടെ നില്പ്. എങ്ങനെ അവ രുടെയുള്ളിൽ കട്ടപിടിച്ച വർഗീയതയും യാഥാസ്ഥിതികതയും കടന്നു വന്നു? ഇത് ഒരദ്ഭുതവും രഹസ്യവുമായിത്തന്നെ തുടരുകയാണ്.

• ഇടതുപക്ഷം സക്കറിയയുടെ പ്രധാന വിമർശനവിഷയമാണ്. ഏതു തരം ഇടതുപക്ഷത്തിന്റെ പ്രതിനിധിയാണ് സക്കറിയ?

കോൺഗ്രസ് തൊട്ട് വലത്തോട്ടുള്ള എല്ലാം എടുത്തുകഴിയുമ്പോൾ എനിക്ക് യാതൊരു കാരണവശാലും വലതുപക്ഷത്ത് നില്ക്കാൻ കഴി യില്ല. കേരളത്തിലെ കമ്യൂണിസ്റ്റ് പാർട്ടികൾ അടക്കമുള്ള 'സോ കോൾഡ്' ഇടതുപക്ഷങ്ങളുടേയും ഒപ്പവും നില്ക്കാൻ സാധ്യമല്ല. കേരളത്തിൽ കമ്മ്യൂണിസം പ്രവേശിച്ചപ്പോൾ, ഇടതുപക്ഷവിചാരം കേരളത്തിൽ വന്നെത്തിയപ്പോൾ അതിന് ഒരാദർശശുദ്ധിയുണ്ടായി രുന്നു. എന്നാൽ പിന്നീട് കെ.ദാമോദരനെപ്പോലുള്ളവർക്ക് പിരിഞ്ഞു പോകേണ്ടിവന്നു. ആ ആദർശശുദ്ധിയുടെ ഭാഗമായാണ് വയലാറും പി. ഭാസ്കരനേയുംപോലുള്ള എത്രയോ പേർ ഇടതുപക്ഷത്തേക്ക് ചാഞ്ഞത്. എന്നാൽ ആ ആദർശബോധം തകരുന്നതു കണ്ടപ്പോൾ അവർ പിരിഞ്ഞുപോയി. കാരണം, അത് എല്ലാത്തരം പാവപ്പെട്ടവരും അധഃസ്ഥിതനും വേണ്ടിയുള്ള ഒരു ചിന്തയായിരുന്നു. സമൂഹത്തെ രാഷ്ട്രീയപരമായി മാത്രമല്ല, സാംസ്കാരികമായ പുരോഗതിയിലേ ക്കുകൂടി നയിക്കണമെന്ന കാഴ്ചപ്പാടായിരുന്നു. അധികാരത്തിലെ ത്തുക എന്നതു മാത്രമല്ല സമൂഹത്തെ സംസ്കാരസമ്പന്നതയിലേക്ക് നയിക്കുക എന്ന സ്വപ്നവുമുണ്ടായിരുന്നു. ആ സ്വപ്നമാണ്

എന്റെയുള്ളിൽ ഒരു ഇടതുപക്ഷമായി നില്ക്കുന്നത്. ആ സ്വപ്നം ഇന്ന് ഇല്ല. എങ്ങനെ അധികാരത്തിൽ തിരിച്ചുവരാം, അധികാരത്തിൽ പിടിച്ചുനിൽക്കാം എന്നതിലേക്ക് ഇടതുപക്ഷത്തിന്റെ സ്വപ്നം ചുരുങ്ങിയിരിക്കുന്നു. അതേസമയം, എൽ.ഡി.എഫ്. അധികാരത്തിൽ വരരുത് എന്നു ഞാൻ പറയുന്നില്ല. അവർ അധികാരത്തിൽ വന്നാൽ ഒരു പരിധിവരെയെങ്കിലും, ഈ മൺമറഞ്ഞ സ്വപ്നത്തിന്റെ പൊട്ടും കരടും അതിൽ കിടക്കാനിടയുണ്ട്... ഇപ്പോഴത്തെ ഭരണകൂടത്തിനു പോലും ഈ സ്വപ്നത്തിന്റെ അംശം ഒട്ടുമില്ലാതെ മുന്നോട്ടു പോകാനാകില്ല.

എന്നിലെ ഇടതുപക്ഷക്കാരൻ ഇന്നും ഒരു പാരമ്പര്യവാദിയാണ്. ഈ പഴയ സ്വപ്നവുമായി നടക്കുന്നയാൾ. ഇവിടെ ഒരു പൊൻപുലരി വരും, ഒരു നല്ല കേരളമുണ്ടാകും എന്നൊക്കെ വിശ്വസിച്ച് കെ.പി. എ.സിയുടെ നാടകങ്ങളും കണ്ട് പാട്ടും കേട്ട് വായും പൊളിച്ചിരുന്ന പഴയ ഒരാൾ.

- ഫാസിസത്തെക്കുറിച്ചുപോലും ഇപ്പോഴും ആശയക്കുഴപ്പത്തിലാണ് സി.പി.എം. നേതൃത്വം. ലെനിന്റേയും സ്റ്റാലിന്റേയും ദിമിത്രോവിന്റേയും കാലത്തുനിന്ന്. സാമ്രാജ്യത്വവും ദേശീയതയുമെല്ലാം ഏറെ മാറിപ്പോയിട്ടുണ്ട്. ഈ യാഥാർത്ഥ്യങ്ങൾ ഇന്ത്യയിലെ മുഖ്യധാരാ ഇടതുപക്ഷ പാർട്ടിയായ സി.പി.എം. ഉൾക്കൊള്ളുന്നില്ലെന്നാണ് അനുഭവം?

ഇത്ര സംസ്കാരങ്ങളുള്ള ഇന്ത്യയിൽ ഇടതുപക്ഷം എവിടെയാണുള്ളത്? കേരളത്തിൽ എങ്ങനെയോ പിടിച്ചുനില്ക്കുന്നുണ്ട്. നിർഭാഗ്യവശാൽ കേരളത്തിലും ബംഗാളിലും അധികാരം ലഭിച്ചതോടെ സി.പി.എം. സുഖഭോഗങ്ങളിൽ മുഴുകി. ഇന്ത്യയെയും അവിടത്തെ കോടാനുകോടി സാധുജനങ്ങളേയും മറന്നു. വെള്ളക്കോളർ ഉദ്യോഗസ്ഥരുടെ താത്പര്യസംരക്ഷകരായി. അതിന്റെ ഫലമാണ് അതിന്ന് അനുഭവിക്കുന്നത്. കമ്മ്യൂണിസ്റ്റ് പാർട്ടികൾ ഉഴുതുമറിച്ച് വിളവെടുക്കേണ്ടിയിരുന്ന ഇന്ത്യയിലാണ് ഇന്ന് ഫാസിസ്റ്റുകൾ വിഷവിത്ത് വിതച്ച് കൊയ്യുന്നത്.

- മതത്തെക്കുറിച്ചും വിശ്വാസത്തെക്കുറിച്ചും മൂലധനത്തെക്കുറിച്ചുമെല്ലാം ഇതേ ആശയക്കുഴപ്പത്തിലാണ് പാർട്ടി?

ഇവർ പാർട്ടിയെ ലുമ്പനൈസ് ചെയ്തു. അത് വേണമായിരിക്കാം. പാർട്ടി വളരുമ്പോൾ അതിൽനിന്നുണ്ടായി വരുന്ന നേതാക്കൾക്കെല്ലാം ഉയർന്ന സാംസ്കാരികമൂല്യങ്ങളെക്കുറിച്ച് അവബോധമുണ്ടാകണമെന്നില്ല. പാർട്ടി വളരുമ്പോൾ, പുതിയ നേതാക്കളുണ്ടാകുമ്പോൾ അവർക്ക് പാർട്ടി ലഘുലേഖകളിൽ പറഞ്ഞ കാര്യങ്ങൾക്കപ്പുറത്തുള്ളവയെക്കുറിച്ച് അവബോധം ഉണ്ടാകാൻ വഴിയില്ല

എന്നറിഞ്ഞുകൊണ്ട്, അത്തരം അവബോധമുള്ള മുകൾത്തട്ടിലുള്ള പാർട്ടിയുടെ ആളുകൾ പ്രത്യേക നടപടി സ്വീകരിക്കേണ്ടിയിരുന്നു. പാർട്ടിയെ ഒരു ബോധജ്ഞാനമുള്ള ഒരു പ്രസ്ഥാനമാക്കി കൊണ്ടു വരാൻ. അധികാരത്തിനായി തൊഴിലാളികളെ, ഉദ്യോഗസ്ഥരെ, അണി നിരത്തുന്നതിനപ്പുറത്ത് പാർട്ടിക്കുള്ളിൽ ഒരു സാംസ്കാരിക അന്തഃസ്സത്ത കൂടി ഉണ്ടാക്കിയെടുക്കേണ്ടതുണ്ടായിരുന്നു. അതു ണ്ടാക്കിയില്ല. അതില്ലാത്തതുകൊണ്ട് ഇന്ന് പാർട്ടിക്ക് എങ്ങനെയാണ് ബി.ജെ.പിയെ നേരിടേണ്ടത് എന്നറിഞ്ഞുകൂടാ, മെത്രാന്മാരെ കൈ കാര്യം ചെയ്യേണ്ടത് എന്നറിയില്ല. ഇതിനൊന്നുമുള്ള ഹോം വർക്ക് അവർ ചെയ്തില്ല. അധികാരത്തിന്റെ ഹോംവർക്ക് മാത്രമേ ചെയ്തുള്ളൂ.

- 1968-ൽ ഇ.എം.എസ് മുഖ്യമന്ത്രിയായിരിക്കുമ്പോഴാണ് നമ്മൾ നേരത്തേ പരാമർശിച്ച, അജിതയെ മേൽവസ്ത്രം അഴിപ്പിച്ച് ബെഞ്ചിനു മുന്നിൽ കയറ്റി നിർത്തി പത്രങ്ങൾക്കു മുന്നിൽ പ്രദർശി പ്പിച്ച സംഭവമുണ്ടായത്.

സമാനമായ ഒരു ചിത്രം ഈയിടെ പിണറായി വിജയന്റെ പൊലീസും സമ്മാനിച്ചു. നിലമ്പൂർ കാട്ടിൽ കൊല്ലപ്പെട്ട കുപ്പുദേവരാജിന്റെ മൃതദേഹത്തിനു മുന്നിൽ അദ്ദേഹത്തിന്റെ സഹോദരനെ ഒരു പൊലീസ് ഓഫീസർ കോളറിൽ പിടിച്ച് അപമാനിക്കുന്ന ചിത്രം. അരനൂറ്റാണ്ട് കഴിഞ്ഞിട്ടും കമ്യൂണിസ്റ്റ് പാർട്ടിയുടെ ഭരണകൂടത്തിന് അടിസ്ഥാനപരമായ രാഷ്ട്രീയപാഠങ്ങൾ തിരിച്ചറിയാനായിട്ടില്ലെ ന്നാണ് ഈ രണ്ടു ചിത്രങ്ങളും കാണിച്ചുതരുന്നത്.

നിർഭാഗ്യമാണ്. രാഷ്ട്രീയത്തെക്കുറിച്ചുള്ള സെൻസിറ്റിവിറ്റി മാത്രമല്ല, മനുഷ്യാവകാശത്തെക്കുറിച്ചുള്ള സെൻസിറ്റിവിറ്റികൂടി ഇല്ലാതായിരി ക്കുന്നു. പൊലീസ് കൈചൂണ്ടുന്നിടത്ത് ഞാനും കൈചൂണ്ടും എന്നു പറയുന്ന മുഖ്യമന്ത്രി... ഇതാണ് അവസ്ഥ. പൊലീസിലേക്ക് കടന്നു കയറി അതിൽ പാർപ്പിടം സ്ഥാപിച്ച പലവിധ ശക്തികളുണ്ട്, വർഗീയ ഫാസിസ്റ്റുകളുടേതടക്കം അവരുടെ പിടിയിലൂടെയാണ് പൊലീസ് പോകുന്നത് എന്നു മനസ്സിലാക്കാൻ കഴിയുന്നില്ല. അതുകൊണ്ടാണ് പൊലീസ് നടത്തുന്ന ഇത്തരം മനുഷ്യാവകാശലംഘനങ്ങൾ അവർക്ക് പ്രശ്നമേ ആയി തോന്നാത്തത്. നാളെ അജിതയെപ്പോലൊരു യുവതിയെ മേശപ്പുറത്തു കയറ്റിനിർത്തി അപമാനിച്ചാൽ ഒരുപക്ഷേ, ഇന്നത്തെ ഭരണകൂടം അതിനെ ന്യായീകരിച്ചേക്കാം. പൊലീസിന് ജനാധിപത്യപരമായ സെൻസിറ്റിവിറ്റിയില്ല. അതിനെ അങ്ങനെയല്ല പരിശീലിപ്പിച്ചിരിക്കുന്നത്. ഇന്നുമതിന് നല്കുന്നത് പൗരനെ ശത്രു വായി കാണുന്ന കൊളോണിയൽ പരിശീലനമാണ്. മസ്തിഷ്ക പ്രക്ഷാളനം ചെയ്യപ്പെട്ട ഒരു ശക്തിയാണത്. പൊലീസിനെ പറഞ്ഞിട്ട് കാര്യമില്ല, പറയേണ്ടത് അതിനെ നിയന്ത്രിക്കുന്നവരെയാണ്.

- എഴുത്തുകാരോടുള്ള അസഹിഷ്ണുതയെക്കുറിച്ച് പറയാൻ ഇത്തരമൊരു പാർട്ടിയേയും ഭരണകൂടത്തേയും നയിക്കുന്ന

സി.പി.എമ്മിന്റെ നേതാക്കളായ വി.എസ്സിനും പിണറായിക്കും അർഹതയുണ്ടോ?

അവർക്ക് അർഹതയില്ല. എന്നാൽ അവർക്ക് പ്രതികരിച്ചേ തീരൂ. കേന്ദ്രഭരണകൂടത്തിന്റെ അസഹിഷ്ണുതയെ കണ്ടില്ലെന്നു നടിച്ചാൽ അപകടമാണ്. ചില അസഹിഷ്ണുതകൾ ഇവർ നടപ്പാക്കുന്നു. അത് നമ്മുടെ കൺമുന്നിലുണ്ട്. പക്ഷേ, കേരളത്തിന്റെ ഭരണകൂടത്തിന്റെ ചുമതലക്കാർ എന്ന നിലയ്ക്ക് സംഘപരിവാരത്തിന്റെ വൻ തോതിലുള്ള അസഹിഷ്ണുതയുടെ തിരമാല കേരളത്തിലേക്ക് അടിച്ചുകയറുമ്പോൾ അത് തെറ്റാണെന്ന് അവർ പറഞ്ഞേ തീരൂ. രാഷ്ട്രീയമായ ഒരു നടപടികൂടിയാണത്. അത് നമുക്ക് ആവശ്യമുണ്ട്. അതേസമയം ഇവിടെ അവർ ചെയ്യുന്നത് മാവോവാദികളുടെ കാര്യത്തിൽ അടക്കം, വ്യത്യസ്ത രാഷ്ട്രീയമൂല്യങ്ങൾ പുലർത്തുന്നവരോട് കാണിക്കുന്ന അസഹിഷ്ണുത ഒരു വലിയ പ്രശ്നമാണ്. അതുകൊണ്ട് മറ്റേ അസഹിഷ്ണുതയോട് അവർ പ്രതികരിക്കാതിരിക്കണം എന്നു ഞാൻ പറയില്ല.

- പക്ഷേ, ആ പ്രതികരണത്തിന് ധാർമികതയുടെ ഒരു ബലംകൂടി ആവശ്യമില്ലേ?

തീർച്ചയായും വേണം. അവരുടെ പ്രതികരണത്തിന് മൊറാലിറ്റിയില്ല. അതില്ലാത്ത പ്രതികരണത്തിന് അതിന്റെ ബലഹീനതയുണ്ടാകും.

- ദേശീയഗാനം പാടുമ്പോൾ എഴുന്നേറ്റു നില്ക്കാൻ കഴിയാത്തവർ തിയേറ്ററിലേക്ക് പോകേണ്ട എന്ന് സി.പി.എമ്മിന്റെ സംസ്ഥാന സെക്രട്ടറി പറയുന്നിടംവരെയെത്തി കാര്യങ്ങൾ.

പാർട്ടി സെക്രട്ടറിക്ക് അങ്ങനെ പറയേണ്ട കാര്യമില്ല. എന്തുകൊണ്ട് അങ്ങനെ കോടിയേരി ബാലകൃഷ്ണൻ പറഞ്ഞുവെന്നത് ഒരു മിസ്റ്ററിയാണ്. ദേശസ്നേഹം എന്നു പറയുന്ന സംഭവം ഏറെ കെണികൾ നിറഞ്ഞ ഒന്നാണ്. സംഘപരിവാരം ആരെയും എന്തിനേയും ദേശദ്രോഹി എന്നു വിളിക്കുന്ന സാഹചര്യമുണ്ട്. മറുവശത്ത് ഇതിൽ എന്തൊക്കെയോ ഉണ്ട് എന്നു വിശ്വസിക്കുന്ന രാഷ്ട്രീയ അന്ധത ബാധിച്ച മധ്യവർഗം ഇന്ത്യയിലും കേരളത്തിലും ഉണ്ട്. സി.പി.എം. അതിന്റെ ഉള്ളിന്റെയുള്ളിൽ ഈ മധ്യവർഗ കോൺസ്റ്റിറ്റ്യുവൻസിയോടുള്ള യോജിപ്പ് പ്രകടിപ്പിക്കുകയാണ് ചെയ്തത്. അവരെ വളരെ സമർഥമായി സി.പി.എം. പ്രീണിപ്പിക്കുകയാണ് ചെയ്തതെന്ന് തോന്നുന്നു.

മാതൃഭൂമി ആഴ്ചപ്പതിപ്പ്, ജനുവരി 15, 2017

മനസ്സിനെ ചെറുപ്പമാക്കി വെയ്ക്കണം

സുനിൽ സി.ഇ. - സക്കറിയ

- ഇന്ത്യയുടെ ഇപ്പോഴത്തെ അവസ്ഥയെ മറികടക്കാൻ മലയാളത്തിലെ മാത്രമല്ല, ഇന്ത്യയിലെ എഴുത്തുകാർക്ക് സാധിക്കുമോ? ഫാസിസം, വർഗീയ ഫാസിസം, സംഘപരിവാറിന്റെ കടന്നുകയറ്റം, ശൂലം വില്പന, ശൂലം വിതരണം അങ്ങനെ ഒരുപാട് കാര്യങ്ങൾ നടക്കുന്നു. എഴുത്തുകാർക്ക് എന്തുചെയ്യാൻ സാധിക്കും?

എഴുത്തുകാർക്ക് മാത്രമായി ഒന്നും ചെയ്യാൻ സാധിക്കില്ല. അവനവന്റെ മനഃസാക്ഷിയോട്, അവന്റെ അല്ലെങ്കിൽ അവളുടെ വായനക്കാരോട് കൂറു പുലർത്തുക എന്നതു മാത്രമാണ് ചെയ്യാൻ കഴിയുക. അനവധി എഴുത്തുകാർ കൂടിയാൽ പോലും ഒന്നും ചെയ്യാൻ കഴിയില്ല. എഴുത്തുകാർ ജനങ്ങളിലേക്ക് എത്തുന്നത് മാധ്യമങ്ങളിലൂടെയാണ്. മാധ്യമങ്ങൾ എഴുത്തുകാരന്റെ വിമർശനചിന്തകൾ അച്ചടിക്കാൻ തയ്യാറാകണം. എന്നാൽ 99% പേരും അതിന് തയ്യാറല്ല. കാരണം മാധ്യമങ്ങളുടെ പോളിസി വിമർശനം അല്ല, പ്രീണനം ആണ്.

എല്ലാ യാഥാസ്ഥിതികത്വത്തെയും പ്രതിലോമസ്വഭാവത്തെയും സ്വേച്ഛാധിപത്യത്തെയും തോല്പിക്കാൻ എഴുത്തുകാരന് ഒന്നും ചെയ്യാൻ സാധ്യമല്ല, പ്രസംഗിക്കാൻ അവസരം കിട്ടിയാൽ പ്രസംഗിക്കാം. പക്ഷേ, എല്ലാ എഴുത്തുകാരും പ്രസംഗകരല്ല. സുഹൃത് സംഘങ്ങളിൽ പറയാം. പൈസ ഉണ്ടെങ്കിൽ ലഘുലേഖ അടിച്ച് വിതരണം ചെയ്യാം. പക്ഷേ ഉറപ്പായും അവന് ഒന്ന് ചെയ്യാം. അവൻ തന്നെ ഒരു സ്വേച്ഛാധിപത്യ പിന്തുണക്കാരനും സമൂഹത്തിലെ മറ്റു ജീർണതകളുടെ വക്താവും ആവാതിരിക്കാൻ ശ്രമിക്കാം. അതാണ് ഒന്നാമത്തെ നടപടി. തന്റെ ഉള്ളിൽ അവൻ സ്വാതന്ത്ര്യം പ്രഖ്യാപിച്ചവനായിരിക്കണം. മതങ്ങളിൽ നിന്നും ജാതിയിൽ നിന്നും രാഷ്ട്രീയ പാർട്ടികളിൽ നിന്നും മാധ്യമങ്ങളിൽ നിന്നും സ്വാതന്ത്ര്യം

പ്രഖ്യാപിച്ചവൻ ആയിരിക്കണം. അഴിമതിയിൽ നിന്ന് സ്വാതന്ത്ര്യം പ്രഖ്യാപിച്ചവൻ ആയിരിക്കണം. മറുവശത്ത് ഇന്ത്യ പോലെ, 60-70% സാധുക്കൾ ഉള്ള ഒരു രാജ്യത്ത് അവൻ സാധുക്കളുടെ പക്ഷത്ത് നില്ക്കുന്നവൻ ആയിരിക്കണം. ഭരണകൂടത്തിന്റേയും ശക്തിമാന്മാരുടേയും പണക്കാരുടേയും പക്ഷത്ത് ആയിരിക്കരുത്. ഇത്രയുമാണ് ചെയ്യാൻ പറ്റുക. അതല്ലാതെ സ്വേച്ഛാധിപത്യത്തിനെതിരെ ഒരു പ്രസ്ഥാനത്തെ നയിക്കാനൊന്നും കഴിയില്ല. അത് ചെയ്യേണ്ടുന്നത് രാഷ്ട്രീയ പാർട്ടികളും മാധ്യമങ്ങളും മാത്രമാണ്.

● എക്സിബിഷനിസം വളർന്നുവരികയും ധൈര്യം ചോർന്നു പോവുകയും ചെയ്യുന്ന ഇക്കാലത്ത് ധൈര്യം തിരിച്ചുപിടിക്കാൻ എന്താണ് മാർഗം?

എഴുത്തുകാർ മാത്രമല്ല, എല്ലാ കലാകാരന്മാരും. നിലവിലിരിക്കുന്ന വ്യവസ്ഥാപിത സ്വഭാവമുള്ള എല്ലാത്തിനേയും ചോദ്യം ചെയ്യുന്ന വരും വിമർശിക്കുന്നവരും ആയിരിക്കണം. എല്ലാവരും അത് ചെയ്തിരിക്കണം എന്നില്ല. അത് അവരുടെ വ്യക്തിത്വം അനുസരിച്ചിരിക്കും. പലരും വളരെ ഒതുങ്ങിപ്പോകുന്നവരും ഇത്തരത്തിലുള്ള സംഘട്ടനങ്ങളിൽ ഏർപ്പെടാൻ താത്പര്യം ഇല്ലാത്തവരും ആയിരിക്കും. അവരോട് അത് ചെയ്യണം എന്ന് നിർബന്ധിക്കാൻ കഴിയില്ല. അതേസമയം അതിന് ശേഷിയുള്ളവരുണ്ട്. കഥയും കവിതയും മാത്രം എഴുതുന്ന ആളിന് ഒരു ലേഖനം എഴുതാൻ കഴിഞ്ഞെന്നു വരില്ല. എന്നാൽ ശേഷിയുള്ളവർ അത് ചെയ്യണം. അത് ചെയ്താൽ പ്രസിദ്ധീകരിക്കാൻ ആളുണ്ടാവുമോ എന്നത് വേറെ വിഷയം. അവർക്കുള്ളിൽ അവർ സ്വയം വിമതരും വിഭിന്നരും സ്വതന്ത്രരുമായി രിക്കണം എന്നതാണ് പ്രധാനം. ധൈര്യം മാത്രമല്ല, അടിസ്ഥാനപര മായി അവർ ആരാണ് എന്നതിനെപ്പറ്റി വ്യക്തമായ ബോധം വേണം. സത്യം പറയാൻ എന്തിന് മടിക്കണം? അല്ലെങ്കിൽ സത്യം പറയാൻ എന്തുകൊണ്ട് മടിക്കാതിരിക്കണം എന്നതിനെപ്പറ്റി കൃത്യമായ ധാരണ വേണം. നിസ്സാരമായ ചെറിയ സത്യങ്ങൾ പോലും പറയാൻ - നിലവിലുള്ള പ്രശ്നങ്ങളെപ്പറ്റി, നിലവിലുള്ള അധികാര സ്ഥാപന ങ്ങളെപ്പറ്റി, ജാതി, മതം, രാഷ്ട്രീയപാർട്ടി, ഭരണകൂടം, മാധ്യമങ്ങൾ, പൊലീസ് എന്നിവയെപ്പറ്റി (പൊലീസിന്റെ ഒരു സ്വഭാവം നിയമലം ഘനമാണ്) - സാഹിത്യകാരന് പ്രശ്നങ്ങൾ ഉണ്ട്. എന്നാലും ഈ വിമർശനം ഞാൻ നടത്തേണ്ടതാണ് അതിന്റെ ഭവിഷ്യത്തുകൾ അതിജീവിക്കാൻ ഞാൻ തയ്യാറാണ് എന്ന ധൈര്യം വേണം. ഇന്നും ഇന്ത്യപോലുള്ള ഒരു രാജ്യത്ത് ജനാധിപത്യം തികച്ചും അപ്രസക്ത മായിട്ടില്ലാത്തതുകൊണ്ട്, പ്രത്യേകിച്ച് കേരളം പോലുള്ള ഒരു സമൂഹ ത്തിൽ ഇവിടെ ഇന്നും ഒരുപക്ഷേ, അത് വളരെ വികലമായിട്ടും

രാഷ്ട്രീയപാർട്ടികൾ അത് ചൂഷണം ചെയ്ത് നാശമാക്കിയിട്ടുണ്ടെങ്കിലും ജനാധിപത്യം പുലരുന്നതുകൊണ്ട്, കേരളത്തിലെ ഒരെഴുത്തുകാരന് വളരെയധികം ഭയപ്പെടേണ്ട ആവശ്യം ഇല്ല. അത് ചെയ്യുന്നവർ ധാരാളം ഉണ്ട്. ചിലർ അവരവരുടെ മേഖലകളിൽ മാത്രം. ഉദാഹരണത്തിന് സുഗതകുമാരി പരിസ്ഥിതി സംബന്ധമായ മേഖലയിൽ നിലവിലുള്ള വ്യവസ്ഥിതിയെ ചോദ്യം ചെയ്തു. എന്നാൽ ഹിന്ദു വർഗീയവാദത്തെ ശക്തമായി പിന്തുണയ്ക്കുകയും ചെയ്യുന്നു. തകഴി, കേശവദേവ് തുടങ്ങിയവർ ജാതിമതപരമായ ഉച്ചനീചത്വങ്ങളേയും വർഗഭേദങ്ങളേയും സാമ്പത്തികമായ വേർതിരിവുകളേയും ഒക്കെ ചോദ്യം ചെയ്തവരാണ്. ഇന്ന് ധൈര്യം കുറഞ്ഞോ എന്നു ചോദിച്ചാൽ ഒരുപക്ഷേ, ധൈര്യം അല്ല കുറഞ്ഞിരിക്കുന്നത്. താനാരാണ് എന്ന എഴുത്തുകാരന്റെ തിരിച്ചറിവാണ് കുറഞ്ഞിരിക്കുന്നത്. എഴുത്തുകാരൻ തന്റെ സമൂഹത്തിന്റെ ഒരു സൃഷ്ടി മാത്രമാണ്. താൻ ജീവിക്കുന്ന സമൂഹമാണ് അവനെ ഉണ്ടാക്കിയത്. അതാണ് അവനെ വളർത്തുന്നത്. അതുകൊണ്ട് എനിക്ക് എന്റെ എഴുത്തിനോടും മറ്റുള്ളവർക്ക് അവനവന്റെ സൃഷ്ടിയോടുള്ള ഉത്തരവാദിത്വം പോലെ, ഈ സമൂഹത്തോടും മലയാളിയോടും ഉത്തരവാദിത്വം ഉണ്ട് എന്ന ഉറപ്പ് തോന്നിയാൽ ഒരു പരിധിവരെ കാര്യങ്ങൾ തുറന്നു പറയാനുള്ള ധൈര്യം ഉണ്ടാകും.

- ഒരുപാട് പുസ്തകങ്ങൾ ഉണ്ടാകുന്നു. എന്നിട്ടും സാംസ്കാരിക ജീർണത നിലനിൽക്കുന്നു, മതനിരക്ഷരത ആവോളമുണ്ട്. നമ്മുടെ എഴുത്തുകാർ നിരക്ഷരരാണോ?

നിരക്ഷരത എഴുത്തുകാരെ ബാധിച്ചിട്ടുണ്ടോ എന്ന് അവരുടെ കൃതികളെ വെച്ച് മാത്രം പറയാൻ കഴിയില്ല. രാഷ്ട്രീയമോ മതപരമോ സാമൂഹികമോ ആയ ചില നിരക്ഷരതകൾ അവരെ ബാധിച്ചിട്ടുണ്ടാവാം. കാരണം ഇവരെല്ലാം സമൂഹത്തിന്റെ ഉത്പന്നങ്ങൾ മാത്രമാണ്. ഈ നിരക്ഷരത പണ്ടുതൊട്ടേ ഉള്ളതാണ്. ഇത് ഒരു വശത്ത് പടർന്നു നില്ക്കുന്ന ഒരു ശക്തിയാണ്. ഇത്തരം നിരക്ഷരർ ഉള്ളതുകൊണ്ടാണ് രാഷ്ട്രീയ പാർട്ടികളും മതങ്ങളും മാധ്യമങ്ങളും നടത്തുന്ന ചൂഷണം സാധ്യമാകുന്നത്. അത് എഴുത്തും വായനയും അറിയാത്തതുകൊണ്ടല്ല, പക്ഷേ, അടിസ്ഥാന കാര്യങ്ങളും ധാരണകളും ആധുനികമായ ഒരു ലോകത്തെപ്പറ്റിയുള്ള ഒരു ബോധവും ഇല്ലാതെയാകുമ്പോഴും സ്വയം ചിന്തിച്ച് കാര്യങ്ങൾ മനസ്സിലാക്കാനുള്ള ശേഷി ഇല്ലാതാകുമ്പോഴാണ് നിരക്ഷരത പൂർണമാകുന്നത്. അങ്ങനെ ധാരാളം എഴുത്തുകാരുണ്ട്. ഒരുപക്ഷേ പത്രം മാത്രം കണ്ട് അതിൽ വിശ്വസിക്കുന്നവർ, അല്ലെങ്കിൽ ടി.വിയിൽ ഉള്ളത് മുഴുവൻ വിശ്വസിക്കുന്നവർ, ഒരു രാഷ്ട്രീയക്കാരൻ പറയുന്നത്, ഒരു മെത്രാനോ മറ്റ് പുരോഹിതന്മാരോ പറയുന്നത് മാത്രം വിശ്വസിക്കുന്ന

എഴുത്തുകാരും ഉണ്ട്. അത് ഒരു നിർഭാഗ്യം എന്നേ പറയാൻ പറ്റൂ. അതിന് ഓരോരുത്തർക്കും വ്യക്തിപരമായ കാരണങ്ങൾ ഉണ്ടായിരിക്കും. പുരോഗമന മൂല്യങ്ങൾ (Progressive values) ഈ നിരക്ഷരതയുടെ സ്ഥാനത്ത് സ്ഥാപിക്കപ്പെടണം. ഇന്ന് സംസ്കാര സമ്പന്നം എന്ന് നമ്മൾ വിളിക്കുന്ന രാജ്യങ്ങളുടെ ലോകബോധവും മതേതരമായ കാഴ്ചപ്പാടും പൗരബോധവും ജനാധിപത്യബോധവുമാണ് അവരെ അങ്ങനെയാക്കിയത്. ഇതെല്ലാം ജനങ്ങളിൽ ഉണ്ടാകുന്നത് രണ്ട് ഭാഗത്തുകൂടെയാണ്. ഒന്ന് അടിസ്ഥാന വിദ്യാഭ്യാസ പദ്ധതിയിൽ പുരോഗമന മൂല്യങ്ങൾ ശക്തമായി ഉൾക്കൊള്ളിച്ചിരിക്കുന്നു. ചെറിയ കുട്ടികളായിരിക്കുമ്പോൾത്തന്നെ ജാതിമതങ്ങൾക്ക് അതീതരാണ് ജനങ്ങൾ എന്ന അറിവ് പരിശീലിപ്പിക്കുന്നു. അങ്ങനെ മാത്രമേ ഇത്തരം ചിന്തകൾ വ്യക്തിക്കുള്ളിൽ ഉറപ്പിക്കാൻ കഴിയൂ. അത് കേരളത്തിൽ ഇന്നില്ല. പണ്ട് ഉണ്ടായിരുന്നോ എന്ന് അറിയില്ല. എല്ലാ കുട്ടികളും എൻജിനീയർ അല്ലെങ്കിൽ ഡോക്ടർ ആവുക, മത്സര പ്പരീക്ഷകളിൽ ജയിക്കുക എന്ന ഒരു ലക്ഷ്യം വെച്ച് മാത്രം ജീവിക്കുന്നവരായി. ഇത് അതിഭയങ്കരമായ ദുരന്തമാണ് സമൂഹത്തിലുണ്ടാക്കിയത്. അതാണ് നിരക്ഷരതയുടെ മറ്റൊരു അടിസ്ഥാനവശം. മറ്റെല്ലാ കാര്യങ്ങളിലും അവർ നിരക്ഷരരാണ്. ഡോക്ടർമാർ വൈദ്യശാസ്ത്രത്തിൽ സാക്ഷരരാണ്, മറ്റെല്ലാത്തിലും നിരക്ഷരരാണ്. ജനാധിപത്യം എന്നത് രാഷ്ട്രീയക്കാർ പുലമ്പുന്ന ഒരു പാഴ്വാക്കല്ല. മറിച്ച് അത് നമ്മുടെ ജീവിതത്തിന്റെ ഭാഗം ആണ് എന്ന ചിന്ത ഉണ്ടെങ്കിൽത്തന്നെ വമ്പിച്ച സാംസ്കാരിക പരിവർത്തനം ഉണ്ടാകും. അതിനെ ഇല്ലാതാക്കിയത് നമ്മുടെ വർത്തമാനപ്പത്രങ്ങളാണ്. അതായത് നവോത്ഥാന കാലഘട്ടത്തിൽ നാരായണഗുരുവിൽ നിന്നും അയ്യൻകാളിയിൽ നിന്നുമെല്ലാം ആരംഭിച്ച്, ഗാന്ധിയൻ പ്രസ്ഥാനത്തിലൂടെ കടന്നുവന്ന് ഏതാണ്ട് എഴുപതുകളിൽ വരെ നിലനിന്ന ആ നവോത്ഥാന മൂല്യങ്ങളെ തുടച്ചുനീക്കിയത് ഇവിടത്തെ മുഖ്യധാര പത്രങ്ങളാണ്. ചാനലുകൾ പിന്നാലെ വന്നു. രണ്ടുകൂട്ടരുടേയും നിലനില്പിനു വേണ്ടിയുള്ള കുതിച്ചോട്ടത്തിൽ മറ്റെല്ലാ സാംസ്കാരിക മൂല്യങ്ങളിൽ നിന്നും അവർ പിന്നോട്ട് പോയി. മലയാളികൾ നിർഭാഗ്യവശാൽ വായനയിൽ ആകൃഷ്ടരായൊരു കൂട്ടരാണ്. അവരെ ഇതിൽ കൂടുതൽ സ്വാധീനിക്കുന്ന മറ്റൊരു ശക്തിയും ഇന്നില്ല, പ്രത്യേകിച്ച് പത്രവും ചാനലുകളുടെ വാർത്തയും. പക്ഷേ ഇവ രണ്ടും Anti social അല്ലെങ്കിൽ Anti progressive ആയി മാറി. മാത്രമല്ല ജീർണിച്ച അന്ധവിശ്വാസങ്ങളുടെ പുനരുദ്ധാരണങ്ങളെ വമ്പിച്ച തോതിൽ ആൾദൈവങ്ങളെ അടക്കം പ്രൊമോട്ട് ചെയ്തു. മലയാളികൾ 24 മണിക്കൂറും ഈ കുത്തൊഴുക്കിൽ മുഴുകിയിരിക്കുകയാണ്. അവർക്ക് മറ്റൊന്നും ചിന്തിക്കാനുള്ള ചെറിയ ഒരു ഇടവേളപോലും കിട്ടുന്നില്ല. മൂന്നേകാൽ കോടി ജനങ്ങളുടെ ജീവിതം കൈകാര്യം ചെയ്യുന്നവർ, അതായത് രാഷ്ട്രീയപാർട്ടികളും മാധ്യമങ്ങളും

പരിപൂർണമായി മറുപുറം തിരിഞ്ഞ് നിൽക്കുകയും പിന്നാമ്പുറ ത്തുള്ള കറുത്ത ശക്തികളെ മുന്നിലോട്ട് വലിച്ചുവെക്കുകയും ചെയ്തു. ഇതാണ് ഇവർ ചെയ്ത ദ്രോഹം.

● പ്രതിപക്ഷദൗത്യങ്ങൾ മാധ്യമങ്ങൾ ഏറ്റെടുത്തു എന്നു പറയുന്ന തിൽ എത്രത്തോളം ശരികളുണ്ട്?

സാമൂഹികവും രാഷ്ട്രീയവും ആയ സാക്ഷരത വേണ്ടത് മാധ്യമ ഉടമകൾക്കാണ്. നമ്മൾ മാധ്യമ പ്രവർത്തകരെ ശകാരിച്ചിട്ട് കാര്യ മില്ല. ഉടമകൾ നിർണയിക്കുന്ന പോളിസിക്ക് അപ്പുറത്തേക്ക് ഒരു മാധ്യമപ്രവർത്തകനും പ്രവർത്തിക്കാൻ സാധ്യമല്ല. ആ ഒറ്റധാരണ യോടെ മാത്രമാണ് അവിടെ ജോലിക്ക് ചേരുന്നതും ജോലി ചെയ്യു ന്നതും. എന്താണ് ജനാധിപത്യം? നമ്മൾ ജനങ്ങളുടെ പക്ഷ ത്താണോ, രാഷ്ട്രീയപാർട്ടികളുടെ പക്ഷത്താണോ? ഭരണപക്ഷ ത്താണോ? മാധ്യമം മൂന്നാമതൊരു പ്രതിപക്ഷമായി പ്രവർത്തി ക്കേണ്ടതല്ലേ? എന്നിവ മാധ്യമപ്രവർത്തനം തുടങ്ങിയ കാലത്ത് വളരെ ഗാഢമായി മാധ്യമ ഉടമകൾ ചിന്തിച്ചിരുന്ന കാര്യങ്ങളാണ്. കോർപ്പറേറ്റ് താത്പര്യങ്ങൾക്ക് (കോർപ്പറേറ്റ് എന്ന പദം ചീത്തയാണ് എന്ന അഭിപ്രായം ഇല്ല) സത്യവുമായി കൈകോർത്ത് ജനങ്ങൾക്കു വേണ്ടി എങ്ങനെ നിലകൊള്ളാം എന്നതാണ് കാര്യം. അപ്പോൾ ഉടമ കൾക്കാണ് സാക്ഷരത ആദ്യം വേണ്ടത്. അത് കഴിഞ്ഞാൽ പത്ര പ്രവർത്തകർക്ക്. നിർഭാഗ്യവശാൽ രണ്ടും ഇന്നില്ല, അപൂർവം ചിലർ ഒഴികെ. പത്രപ്രവർത്തകരും ഇവിടത്തെ വിദ്യാഭ്യാസ പരിസ്ഥിതി യുടേയും മാനസിക പരിസ്ഥിതിയുടേയും ഇരകൾ മാത്രമാണ്. അവർ സ്കൂളിൽ പഠിച്ച പാഠങ്ങളും പ്രസ് ക്ലബ്ബിലെ അധ്യാപകർ കാണിച്ചു കൊടുത്ത ഇരുപത് കൊല്ലം മുമ്പ് പഠിപ്പിച്ച അതേ നോട്ടുകളും മാത്ര മല്ലാതെ വായനയോ ലോകവീക്ഷണമോ അവർക്ക് ഉണ്ടായിട്ടില്ല. ഏറ്റവും ഭീകരം എന്തെന്നാൽ, ചരിത്രം, 20-ാം നൂറ്റാണ്ടിലെ കേരള ചരിത്രം പോലും വ്യക്തമായി അറിയാത്ത ചെറുപ്പക്കാരാണ് പ്രധാന പ്പെട്ട മാധ്യമപ്രവർത്തകരായി പലപ്പോഴും വരുന്നത്. കേവലം ആരാണ് ഹിറ്റ്ലർ, മുസ്സോളിനി, മാവോ എന്നു പോലും അറിയാത്ത വരാണ് പലരും. വായിക്കേണ്ടകാലത്ത് വായിച്ചിട്ടില്ല. ഇനി വായി ക്കാനും കഴിയില്ല. അതിനാലാണ് പക്വത, അറിവ്, ലോകബോധം, ജനങ്ങളോടുള്ള കൂറ് എന്നിവ ഇല്ലാത്തത്. മാത്രമല്ല ഇവരെ പരി ശീലിപ്പിക്കുന്ന മാധ്യമ അധ്യാപകരിൽ നിന്ന് ഇവർക്കു കിട്ടുന്നത് ഒരു മത്സരയോട്ട പരിശീലനമാണ്, അതിൽ എങ്ങനെ വിജയിക്കാം തുടങ്ങിയ തന്ത്രങ്ങളാണ്. തന്റെ സ്ഥാപനത്തിന്റെ, തന്റെ സ്റ്റോറി യുടെ, വിജയം, അതിനുമപ്പുറം വ്യക്തിപരമായ വിജയം. അതാണു പ്രധാനം. സത്യം അപ്രധാനമാകുന്നു. താൻ മന്ത്രിമാരുടേയും രാഷ്ട്രീയക്കാരുടേയും അടുത്ത ആളാകുന്നതും തന്റെ തോളിൽ

അവർ കൈയിടുന്നതും പേര് പറഞ്ഞ് വിളിക്കുന്നതുമെല്ലാം മഹനീയമെന്ന് ചിന്തിക്കുമ്പോൾ വായനക്കാരെ മറന്നു തുടങ്ങുന്നു. ഇതിനെ മറികടക്കാൻ പ്രസ് ക്ലബ്ബുകൾ വ്യക്തമായ സിലബസ് ഉണ്ടാക്കി ഗൗരവമായി പരിശീലിപ്പിക്കണം. 2-3 വർഷത്തെ പഠനം വേണം. ഇപ്പോഴുള്ളതുപോലെ ഒരു വർഷം കൊണ്ടുള്ള സൂകരപ്രസവമല്ല. അപ്പോൾ ക്വാളിറ്റി ഉള്ളവർ വരും. അത്തരം മാധ്യമപ്രവർത്തകർ വരുമ്പോൾ മാധ്യമത്തിന്റെ പോളിസി എന്താണെങ്കിലും കുറെയൊക്കെ സത്യം പുറത്തുവരും.

- ദേശീയഗാനം പാടിയതുകൊണ്ടുമാത്രം രാജ്യസ്നേഹിയായി ഒരാൾ മാറുമോ? സിനിമാടാക്കീസിലെ ഈ ആദരവ് നടപടി ബാക്കി എല്ലായിടങ്ങളിലും പ്രാബല്യത്തിൽ വരുമോ?

Testing the waters. സ്വേച്ഛാധിപത്യപരമായ ഒരു ഓർഡർ ഇറക്കിയാൽ എന്തു സംഭവിക്കും എന്ന് അറിയാനായിരിക്കും ഇത് ചെയ്തത്. Demonitisation ഉം ഇതുപോലെതന്നെ. ദേശീയഗാനത്തിന്റെ കാര്യത്തിൽ ഒരു എക്സിക്യൂട്ടീവ് ഓർഡർ ആക്കുന്നതിന് പകരം കോടതി ഓർഡർ ആക്കുകയാണ് ചെയ്തത്. ഭരണകൂടം ഒളിച്ചു നിന്നു. കൗടില്യ തന്ത്രമാണിത്. തിയേറ്ററിൽ ദേശീയഗാനം കേൾക്കുമ്പോൾ എഴുന്നേറ്റ് നില്ക്കുന്നതുകൊണ്ട് മാത്രം ദേശസ്നേഹികളാകും എന്നു വിശ്വസിക്കാൻ മാത്രം ജനങ്ങൾ മഠയരല്ല.

വളരെ വിചിത്രവും വിഡ്ഢിത്തം നിറഞ്ഞതുമായ കാര്യങ്ങളാണ് നടന്നുകൊണ്ടിരിക്കുന്നത്. സംഘപരിവാറിന്റെ പിടിമുറുക്കാൻ കളരിപ്പയറ്റിലെപോലെ അടവുകൾ പയറ്റി നോക്കുകയാണ്. പക്ഷേ, ഇന്ത്യയിൽ പിടിമുറുക്കുക വളരെ പ്രയാസമുള്ള കാര്യമാണ്. ബ്രിട്ടീഷുകാർ പോലും അതിന് ശ്രമിച്ചില്ല. അവർ കുറച്ച് കരംപിരിച്ചും കുറച്ച് ഇംഗ്ലീഷ് പഠിപ്പിച്ചും പോവുകയായിരുന്നു.

- വേഷത്തിന്റേയും ഭക്ഷണത്തിന്റേയും ഇസം നിർണയിക്കലാണോ പുതിയ ജനാധിപത്യം?

ഇത് ഫാസിസത്തിലും സ്വേച്ഛാധിപത്യത്തിലും വിശ്വസിക്കുന്ന ഒരു സംഘടനയിൽ നിന്ന് പിറന്ന ഒരു രാഷ്ട്രീയപാർട്ടി അധികാരത്തിൽ വരുമ്പോൾ ഉണ്ടാകുന്ന കാര്യങ്ങളാണ്. ദേശീയഗാനം ഉൾപ്പെടെയുള്ള ഇത്തരം വിഡ്ഢിത്തങ്ങൾ ഇനിയും പ്രതീക്ഷിക്കാം.

- ഇതു ജനാധിപത്യത്തിന്റെ പരാജയമല്ലേ വെളിപ്പെടുത്തുന്നത്?

എണ്ണങ്ങളുണ്ടെങ്കിൽ ഞാൻ വിജയിയായി എന്ന് വന്ന് കഴിഞ്ഞപ്പോൾ, എങ്ങനെ എണ്ണങ്ങൾ നേടാം എന്ന Strategy മാത്രമായി ജനാധിപത്യം. കമ്പനികൾ വിജയത്തിന്റെ ടാർഗെറ്റ് വെച്ച് അതിനു

വേണ്ടി ആളുകളെ സംഘടിപ്പിച്ച് ടാർഗെറ്റിലേക്ക് എത്തിക്കുന്നപോലെ രാഷ്ട്രീയത്തിലും എണ്ണങ്ങൾ സംഭരിച്ച് അധികാരത്തിൽ വരുന്നു. അധികാരത്തിൽ വരുന്നത് ദേശത്തോടോ ജനങ്ങളോടോ ഉള്ള കൂറു കൊണ്ടല്ല, മറിച്ച് അവരെ അധികാരത്തിൽ എത്തിക്കാൻ സഹായിച്ച ശക്തികളുടെ സ്ഥാപിത താത്പര്യങ്ങൾ സംരക്ഷിക്കാനും അതത് പാർട്ടികളെ മുന്നോട്ടു കൊണ്ടുപോകാനുമാണ്. അഴിമതിക്കാരായ ഉദ്യോഗസ്ഥ സംഘടനകളും കോർപ്പറേറ്റുകളുമെല്ലാം ഇത്തരം രാഷ്ട്രീയക്കാരെ ഉപയോഗിച്ചാണ് ജനാധിപത്യം തട്ടിയെടുക്കുന്നത്. ജനങ്ങളല്ല അധിപതികൾ. ജനപ്രതിനിധികൾ എന്ന പേരിൽ പ്രവർത്തിക്കുന്നവരുടെ പിന്നിൽ പ്രവർത്തിക്കുന്ന ഇത്തരം ആൾക്കാ രാണ് ഭരണം നിയന്ത്രിക്കുന്നത്. ജനപ്രതിനിധികൾ ഇവരുടെ കീഴാള ന്മാരായി മാറുന്നു; ജനങ്ങളുടെ മേലാളന്മാരും. ജനങ്ങൾക്കുവേണ്ടി ചെയ്യാതിരിക്കാൻ നിവൃത്തിയില്ലാത്ത ചില കാര്യങ്ങളുണ്ട്. അത് മാത്രം ചെയ്യുന്നു - പലപ്പോഴും കാൽ നൂറ്റാണ്ട്, അര നൂറ്റാണ്ട് താമസിച്ച്!

- എന്തുകൊണ്ടാണ് എഴുത്തുകാർ അതാതു കാലത്തെ വിഷയങ്ങളിൽ ഇടപെടാത്തത്?

  എന്റെ കാര്യം മാത്രം പറയാം. ചരിത്രബോധം സമ്പാദിച്ചതുകൊണ്ട് മാത്രമാണ് ഇവിടെ നടക്കുന്ന കാര്യങ്ങളിൽ ഇടപെടേണ്ടതുണ്ട് എന്നു തോന്നിയത്. ഞാൻ ഒരു അരാഷ്ട്രീയവാദി ആയിരുന്നു. അടിയന്തരാവസ്ഥയാണ് രാഷ്ട്രീയം എന്താണ് എന്ന് എനിക്ക് മനസ്സിലാക്കിത്തന്നത്. അതിനു ശേഷമാണ് പൗരന്റെ രാഷ്ട്രീയ ബോധം സുപ്രധാനമാണ് എന്ന് എനിക്ക് മനസ്സിലായത്. അതിനു ശേഷമാണ് ഞാൻ ഇതിനെക്കുറിച്ച് എഴുതാൻ തുടങ്ങിയത്. ഇതു കൊണ്ട് ലോകം മാറും എന്ന വിചാരം ഇല്ലെങ്കിലും ഞാൻ എന്റെ മനസ്സാക്ഷിക്കുവേണ്ടി എഴുതുന്നു. കഴിയുംവിധം ഇടപെടുന്നു.

- തേൻ അടക്കമുള്ള ഏറ്റവും ഒടുവിലത്തെ കഥകൾ യൗവന തീക്ഷ്ണതയുള്ളവയാണല്ലോ?

  വൃദ്ധന്റെ റോൾ ഏറ്റെടുക്കരുത്. നാം മനസ്സിനെ ചെറുപ്പമാക്കി വെക്കണം. പുതിയ വായനകൾ നടത്തണം. പുതിയ കഥാകാലത്ത് വളരെ നല്ല എഴുത്തുകാർ വന്നിട്ടുണ്ട്. ഞാൻ എന്റെ വാക്കുകളെ, കഥകളെ അതിനനുസരിച്ച് ചെറുപ്പമാക്കേണ്ടതുണ്ട്, ലളിതമാക്കേണ്ട തുണ്ട്. എഡിറ്റിംഗ് ഒരുപാട് ചെയ്യേണ്ടതുണ്ട്, ചെയ്യാറുമുണ്ട്.

  ഒലീവ് പോസ്റ്റ്, വിശേഷാൽ പതിപ്പ്, 2017

www.ingramcontent.com/pod-product-compliance
Lightning Source LLC
LaVergne TN
LVHW041847070526
838199LV00045BA/1478